I0137992

Sổ Tay Thuật Ngữ Thần Học Anh–Việt

Ấn Bản Thứ 2

Daniel C. Owens, Ph.D.
Bà Phạm Xuân Thiều, M.Div.
Nguyễn Thị Hải Vân, M.Div.

Resource Leadership International for Theological Education
2014

ISBN: 978-1-988990-41-5

Thiết kế bìa: Nguyễn Hiền Thư

Lời Tựa

Cũng như nhiều lĩnh vực kiến thức khác, tiếng Anh là ngôn ngữ chung của nhiều nhà thần học toàn cầu. Phần lớn các tài liệu thần học, giáo trình trường Chúa nhật, và sách bồi linh được viết hoặc dịch từ tiếng Anh. Hội thánh cần người học tiếng Anh để nghiên cứu thần học và dịch sách sang tiếng Việt. Mục sư Phạm Xuân Tín đã nhận thấy Hội Thánh cần có một bộ từ điển thần học Anh-Việt để đáp ứng nhu cầu này. Vì vậy, tác phẩm *Ngữ-Vựng Thần Học* được xuất bản vào năm 1974. Bốn mươi năm sau khi Mục sư Tín xuất bản tác phẩm của ông, nhu cầu nghiên cứu thuật ngữ thần học tiếng Anh liên tục tăng lên.

Tiếp tục công việc của Mục sư Tín và nhiều người khác, chúng tôi xin trình bày *Sổ Tay Thuật Ngữ Thần Học Anh-Việt* này cho hội thánh. Sau phần Ký Hiệu Viết Tắt và Tài Liệu Tham Khảo, nội dung chính của *Sổ Tay* này gồm hai phần: Thuật ngữ Thần học Anh-Việt và Bảng Mục Lục Việt-Anh. Phần lớn thuật ngữ có một hoặc nhiều từ thay thế trong tiếng Việt và một hoặc vài câu giải thích ý nghĩa của thuật ngữ đó. Tại sao có cả hai từ thay thế và định nghĩa? Chúng tôi muốn độc giả hiểu từng thuật ngữ, và nếu chỉ có từ thay thế thì rất dễ hiểu sai thuật ngữ đó. Có một định nghĩa đầy đủ hơn cũng giúp chúng ta quyết định dùng từ thay thế phù hợp nhất khi dịch. Nhằm mục đích giúp mọi người tìm được các thuật ngữ, chúng tôi cũng cung cấp phần thứ hai, là một bảng mục lục Việt-Anh.

Chúng tôi không có tham vọng rằng tác phẩm này sẽ "tiêu chuẩn hoá" các thuật ngữ thần học trong tiếng Việt. Chúng tôi không dám cho rằng tác phẩm này hoàn toàn đáp ứng nhu cầu của hội thánh tại Việt Nam. Và chúng tôi cũng không dám mong rằng mọi người đồng ý với cách thức chúng tôi chuyển từng từ ngữ sang tiếng Việt. Tuy nhiên, chúng tôi mong rằng *Sổ Tay* này sẽ có giá trị đối với nhiều người.

Trong ấn bản này, ngoài việc chỉnh sửa những sai sót của ấn bản đầu tiên, chúng tôi đã bổ sung cách phát âm trong tiếng Anh theo hệ thống IPA (International Phonetic Alphabet/ Bảng Chữ cái Phiên âm Quốc tế) trong ấn bản này theo đề nghị của nhiều độc giả. Hy vọng rằng phần bổ sung này sẽ hữu ích cho quý độc giả trong quá trình học tiếng Anh. Chúng tôi muốn thêm từ ngữ trong ấn bản thứ hai này, nhưng chưa làm được. Trong những ấn bản tiếp theo, chúng tôi ước mong có thể bổ sung một số thuật ngữ và chỉnh sửa những khuyết điểm của ấn bản này.

Ấn bản thứ hai này được hoàn thiện với sự dự phần của nhiều người. Chúng tôi cảm ơn cô Kim Sương vì sự đóng góp trong cách phát âm các thuật ngữ tiếng Anh. Bên cạnh đó, nhiều người khác dự phần trong việc góp ý và chỉnh sửa bản thảo. Chúng tôi muốn gửi lời cảm ơn chân thành đến tất cả những người đã hết lòng đồng hành với chúng tôi trong ấn bản này.

Trong ân điển của Chúa Cứu Thế,

Ban Biên Soạn

Ký Hiệu Viết Tắt

Cựu Ước

Sáng	Sáng Thế Ký	II Sử	II Sử ký	Đa	Đa-ni-ên
Xuất	Xuất Ê-díp-tô Ký	Era	E-xơ-ra	Ô-sê	Ô-sê
Lê	Lê-vi Ký	Nê	Nê-hê-mi	Giô-ên	Giô-ên
Dân	Dân Số Ký	Êtê	Ê-xơ-tê	A-mốt	A-mốt
Phục	Phục Truyền Luật Lệ Ký	Gióp	Gióp	Áp-đia	Áp-đia
Giôs	Giô-suê	Thi	Thi Thiên	Giô-na	Giô-na
Quan	Các Quan Xét	Châm	Châm Ngôn	Mi	Mi-chê
Ru-tơ	Ru-tơ	Truyền	Truyền Đạo	Na	Na-hum
I Sa	I Sa-mu-ên	Nhã	Nhã Ca	Hab	Ha-ba-cúc
II Sa	II Sa-mu-ên	Ê-sai	Ê-sai	Sô	Sô-phô-ni
I Vua	I Các Vua	Giê	Giê-rê-mi	A-ghê	A-ghê
II Vua	II Các Vua	Ca	Ca Thương	Xa	Xa-cha-ri
I Sử	I Sử Ký	Êxê	Ê-xê-chi-ên	Mal	Ma-la-chi

Tân Ước

Mat	Ma-thi-ơ	Êph	Ê-phê-sô	Hê	Hê-bơ-rơ
Mác	Mác	Phi	Phi-líp	Gia	Gia-cơ
Lu	Lu-ca	Côl	Cô-lô-se	I Phi	I Phi-e-rơ
Gi	Giăng	I Tê	I Tê-sa-lô-ni-ca	II Phi	II Phi-e-rơ
Công	Công Vụ Các Sứ Đồ	II Tê	II Tê-sa-lô-ni-ca	I Gi	I Giăng
Rô	Rô-ma	I Ti	I Ti-mô-thê	II Gi	II Giăng
I Cô	I Cô-rinh-tô	II Ti	II Ti-mô-thê	III Gi	III Giăng
II Cô	II Cô-rinh-tô	Tít	Tít	Giu	Giu-đe
Ga	Ga-la-ti	Phim	Phi-lê-môn	Khải	Khải Huyền

Tài Liệu Tham Khảo

Dictionary.com. http://dictionary.reference.com/.

Erickson, Millard J. *Thần Học Cơ Đốc Giáo*, 2 Tập. Hà Nội: Nhà Xuất Bản Văn Hoá Thông Tin, 2007.

______. *The Concise Dictionary of Christian Theology*, revised Edition. Wheaton: Crossway Books, 2001.

McKim, Donald K. *Westminster Dictionary of Theological Terms*. Louisville: Westminster/John Knox Press, 1996.

Ngô Minh và Nguyễn Thế Minh. *Từ Vựng Triết Thần Căn Bản Anh Việt*. Paris: Hợp Tuyển Thần Học, 1996.

Oxford Advanced Learner's Dictionary. http://oald8.oxfordlearnersdictionaries.com/.

Phạm Xuân Tín. *Ngữ-Vựng Thần Học*. Nha Trang: Thánh Kinh Thần Học Viện, 1974.

Tự Điển Thần Học Tín Lý Anh-Việt. Đài Loan: 1996.

Thuật Ngữ Thần Học: Anh–Việt

A - a

a posteriori /ˌeɪ ˌpɑːsteriˈɔːraɪ/ *hậu nghiệm; hậu thiên.* Từ tiếng La-tinh dùng để mô tả kiến thức hoặc một ý tưởng dựa vào kinh nghiệm. Xem: a priori.

a priori /ˌeɪ praɪˈɔːraɪ/ *tiên nghiệm; tiên thiên.* Từ tiếng La-tinh dùng để mô tả kiến thức hoặc một ý tưởng dựa vào một khái niệm thay vì kinh nghiệm. Xem: a posteriori.

Abba /ˈʌbə, ˈæbə/ *A-ba.* Tiếng A-ram dùng gọi cha, bố, ba.

abbey /ˈæbi/ *đan viện; tu viện.* Chỗ ở của một nhóm tu sĩ hoặc nữ tu sĩ, có thể có nhà thờ. Xem: monk, nun.

abomination of desolation /əˌbɑːmɪˈneɪʃn əv ˌdesəˈleɪʃn/ *sự tan nát gớm ghiếc; sự tàn phá ghê tởm.* Từ Chúa Giê-xu dùng trong Mat 24:15 và Mác 13:14 (xem Đa 11:31, 12:11). Dùng nói đến kẻ chống Đấng Christ hoặc sự thờ hình tượng. Xem: antichrist.

abortion /əˈbɔːrʃn/ *sự phá thai.* Hành động cố ý làm chết bào thai trong bụng mẹ và rút xác ra.

absolute, moral /ˈæbsəluːt, ˈmɔːrəl/ *nguyên tắc đạo đức tuyệt đối.* Nguyên tắc đạo đức được áp dụng trong tất cả mọi trường hợp, bất kể hoàn cảnh và không có ngoại lệ. Xem: absolutism; ethics.

absolutism /ˈæbsəluːtɪzəm/ *tuyệt đối luận.* Quan niệm cho rằng có điều tuyệt đối, luôn luôn có hiệu lực, không được áp dụng theo điều kiện. Xem: ethics; absolute, moral.

abstinence /ˈæbstɪnəns/ *sự kiêng khem; tiết dục.* Việc tránh hay kiêng cữ làm một điều gì đó như: ăn thịt hoặc quan hệ tình dục.

accident /ˈæksɪdənt/ *tính chất phụ.* Theo các nhà triết học, nhà thần học thời Trung cổ, những tính chất của một điều gì đó có ảnh hưởng đến cách con người thấy nó. Ví dụ: hình dáng, kích cỡ và màu sắc khiến người ta nhìn ra chiếc ghế. Xem: substance.

act of faith /ækt əv feɪθ/ *hành động đức tin.* Theo những nhà thần học cải chánh, hành động của trí óc và ý chí để tin vào một đối tượng, như Kinh thánh hoặc Chúa Giê-xu.

Adam, Last or second /ˈædəm, læst ɔːr ˈsekənd/ *A-đam sau cùng; A-đam thứ hai.* Là Chúa Giê-xu theo cách đối chiếu Ngài với A-đam thứ nhất (Rô 5 và I Cô 15).

Adam's sin /ˈædəmz sɪn/ *tội lỗi của A-đam; nguyên tội.* Tội lỗi đầu tiên của A-đam trong Sáng 3 đem tình trạng tội lỗi vào loài người.

adherent /ədˈhɪrənt/ *người theo đạo.* Người theo đạo thường là người thường xuyên tham dự lễ thờ phượng hoặc xưng mình là người theo đạo, nhưng không phải là thuộc viên chính thức.

adiaphora /ˌæd iˈæf əˌræ/ *điều vô thiện vô ác; vô thưởng vô phạt.* Từ tiếng Hy Lạp có nghĩa là điều không quan trọng, dùng trong thần học cho những điều Kinh thánh không yêu cầu, không cấm và không ảnh hưởng đến trọng tâm của đức tin Cơ Đốc.

admonition, pastoral /ˌædməˈnɪʃn, ˈpæstərəl/ *lời khuyên của mục sư.* Lời khích lệ, chỉnh sửa hoặc hướng dẫn cho tín hữu, được xem là nhiệm vụ của mục sư xuất phát từ tình yêu của Đấng Christ.

Adonai /ˌædɒˈnaɪ/ *Chúa.* Từ Hê-bơ-rơ có nghĩa Chủ hoặc Chúa, thường áp dụng cho Đức Chúa Trời.

adoption /əˈdɑːpʃn/ *nhận con nuôi.* Trong thần học, dùng chỉ việc Đức Chúa Trời nhận tội nhân làm con của Ngài qua Chúa Giê-xu bởi hành động của Thánh Linh (Rô 8:15, 23; Ga 4:5; Êph 1:5). Xem: child of God.

adoptionism /əˈdɑːpʃnɪzəm/ *thuyết dưỡng tử.* Tà thuyết về thần tính của Chúa Giê-xu, cho rằng Ngài là con người bình thường được tuyển chọn để lập thành Con thánh của Đức Chúa Trời hoặc ngôi thứ hai của Ba Ngôi Đức Chúa Trời.

adoration /ˌædəˈreɪʃn/ *sự thờ lạy.* Hành động hoặc thái độ ca ngợi, thờ phượng Chúa là Chúa chí tôn.

adorn /əˈdɔːrn/ *tô điểm.* Làm tăng giá trị của một vật thể tôn giáo bằng cách làm đẹp như mặc quần áo, trang trí, hoặc trang điểm.

adult baptism Xem: baptism, adult.

adultery /əˈdʌltʃəri/ *ngoại tình.* Có quan hệ yêu đương với người không phải là vợ hoặc chồng của mình (Xuất 20:14; Mat 5:27-30).

advent /ˈædvent/ *sự giáng sinh của Chúa; Mùa Vọng.* Khi viết hoa: mùa mừng sự giáng sinh của Đấng Christ, bao gồm bốn tuần trước Lễ Giáng sinh. Khi viết thường: sự kiện Đấng Christ đến thế gian lần đầu (sự giáng sinh) và lần thứ hai (sự tái lâm của Ngài).

Adventism /'ædventɪzəm/ *thuyết tái lâm; Cơ Đốc Phục Lâm.* Thuyết tin vào sự tái lâm của Đấng Christ; cũng dùng cho Cơ Đốc Phục Lâm. Xem: Seventh-day Adventism.

advocate /'ædvəkeɪt/ *Đấng Biện Hộ.* Dùng cho Đức Thánh Linh khi dịch từ Hy Lạp *parakletos* (Gi 14:16, 26; 15:26; 16:7) và cho Đấng Christ (I Gi 2:1); còn được dịch là "Đấng Yên Ủi" hoặc "Đấng Phù Hộ".

affliction /ə'flɪkʃn/ *nỗi đau khổ.* Tình trạng khó khăn hoặc đau khổ, hay được xem là cơ hội để trưởng thành về mặt thuộc linh.

affusion /ə'fjuːʒn/ *đổ nước trên đầu.* Cách thức làm phép báp-têm bằng cách đổ nước trên đầu.

afterlife /'æftərlaɪf/ *đời sau.* Tình trạng sau khi chết, theo truyền thống Cơ Đốc giáo thì có thể ở thiên đàng hay ở địa ngục.

age of accountability /eɪdʒ əv əˌkaʊntə'bɪləti/ *tuổi chịu trách nhiệm.* Tuổi của một người biết phân biệt giữa điều thiện và điều ác và phải chịu trách nhiệm cho tội lỗi của chính mình.

Age of Faith /eɪdʒ əv feɪθ/ *Thời đại Đức tin.* Cụm từ dùng từ thời trung cổ khi giáo hội Công giáo La Mã và đức tin Cơ Đốc có ảnh hưởng rất lớn trong chính trị, giáo dục và tôn giáo của châu Âu, thường xem là giai đoạn giữa 1000-1500 S.C. Xem: Age of Reason.

Age of Reason /eɪdʒ əv 'riːzn/ *Thời đại Lý trí.* Cụm từ dùng cho thế kỷ XVIII ở châu Âu khi khả năng lý trí của con người được nâng lên và được xem là yếu tố quan trọng nhất trong vấn đề kiến thức, đặc biệt hơn đức tin. Xem: Age of Faith.

age to come /eɪdʒ tə kʌm/ *thời sắp tới.* Trong Tân Ước, khác với thời hiện tại - gian ác, thời sắp tới sẽ có sự cai trị hoàn toàn của Đức Chúa Trời, tức là vương quốc của Đức Chúa Trời. Xem: age, this.

age, this /eɪdʒ, ðɪs/ *thời nay.* Theo Kinh thánh, thời nay là thời đại có đặc điểm chịu ảnh hưởng của tội lỗi và sự cai trị của Sa-tan, khác với thời sắp tới. Xem: age to come.

agnostic /æg'nɑːstɪk/ *người theo thuyết bất khả tri.* Một người nghi ngờ sự thực hữu của Đức Chúa Trời và không chứng minh được dù có hay không. Xem: agnosticism.

agnosticism /æg'nɑːstɪsɪzəm/ *thuyết bất khả tri.* Lý thuyết nghi ngờ sự thực hữu của Đức Chúa Trời, cho rằng không thể chứng minh liệu Ngài thực hữu hay không qua bằng chứng khoa học. Xem: agnostic.

alienation /ˌeɪliəˈneɪʃn/ *sự tha hóa/mối bất hòa.* Là một ẩn dụ cho hậu quả của sự sa ngã, là tội nhân mất mối quan hệ tốt với Đức Chúa Trời và với người khác. Xem: fall, the.

allegorical interpretation /ˌæləˈgɔːrɪkl ɪnˌtɜːrprɪˈteɪʃn/ *giải nghĩa phúng dụ/ngụ ý.* Phương pháp giải nghĩa Kinh thánh rất phổ biến trong thời trung cổ, cho rằng có ý nghĩa thuộc linh trong bản văn Kinh thánh ngoài nghĩa đen; nhà thần học trung cổ đã xác định bốn loại hình ý nghĩa: nghĩa đen, nghĩa phúng dụ, nghĩa đạo đức và nghĩa tương tự. Xem: allegorical sense of Scripture.

allegorical sense of Scripture /ˌæləˈgɔːrɪkl sens əv ˈskrɪptʃər/ *ý nghĩa phúng dụ/ngụ ý của Kinh thánh.* Trong thời Trung cổ, là cách giải nghĩa Kinh thánh theo ý nghĩa hình bóng (không phải nghĩa đen), trong đó mỗi phân đoạn Kinh thánh được xem như có một ý nghĩa ẩn giấu về thuộc linh. Xem: allegorical interpretation.

allegory /ˈæləgɔːri/ *truyện ngụ ý.* Một câu chuyện hàm ý ẩn dụ để từng yếu tố của câu chuyện chỉ đến một thực tế ở ngoài đời.

alleluia /ˌælɪˈluːjə/ *Ha-lê-lu-gia.* Từ tiếng Hê-bơ-rơ có nghĩa, "Hãy ngợi khen Đức Giê-hô-va/Gia-vê".

Almighty, the /ɔːlˈmaɪti, ðə/ *Đấng Toàn Năng.* Cụm từ dùng cho Đức Chúa Trời để nhấn mạnh quyền năng vô hạn của Ngài.

alms, almsgiving /ɑːmz, ɑːmzˈgɪvɪŋ/ *của bố thí.* Tiền tặng cho người nghèo hoặc việc tặng tiền cho người nghèo.

Alpha and Omega /ˈælfə ənd oʊˈmegə/ *A và Ω; An-pha và Ô-mê-ga.* Cụm từ dùng cho Đức Chúa Trời và Đấng Christ để nhấn mạnh Ngài là Đấng Vĩnh Viễn (Khải 1:8, 21:6, 22:13), vì an-pha là mẫu tự đầu và ô-mê-ga là mẫu tự cuối của bảng chữ cái tiếng Hy Lạp. Xem: First and Last.

already but not yet /ɔːlˈredi bət nɑːt jet/ *đã có nhưng chưa hoàn toàn.* Cụm từ dùng để giải thích bản chất vương quốc của Đức Chúa Trời trong giai đoạn này: vương quốc của Ngài đã xuất hiện trong Chúa Giê-xu (Mác 1:15) nhưng chưa có vương quốc hoàn chỉnh, bao gồm sự hiện diện của Đức Chúa Trời và sự kết thúc của tội lỗi và sự chết (Khải 21:1-4).

altar call /ˈɔːltər kɔːl/ *sự kêu gọi.* Khi chương trình nhóm thờ phượng kết thúc thì người giảng kêu gọi người nghe đến phía trước toà giảng để xưng nhận tội lỗi, tiếp nhận Chúa hoặc dâng mình phục vụ Ngài một cách mới mẻ; đây là đặc điểm của giáo hội Báp-tít Nam Phương truyền thống.

altar /ˈɔːltər/ *bàn thờ.* Bàn dùng để dâng của lễ thời Cựu Ước, cũng dùng cho bàn Tiệc Thánh trong một số giáo hội. Xem: holy table.

amanuensis /əˌmænjuˈensɪs/ *thư ký.* (La-tinh) dùng chỉ người thư ký viết lại điều mình nghe; Sứ đồ Phao-lô đã dùng một thư ký để viết thư tín của ông (Rô 16:22; II Tê 3:17).

amen /ɑːˈmen, eɪˈmen/ *a-men; thật vậy; xin được như vậy (muốn thật hết lòng).* Từ Hê-bơ-rơ dùng để đồng ý với hay xác nhận sự thật của điều một người nói; cũng dùng để kết thúc bài cầu nguyện và xin lời cầu nguyện được nhậm.

amillenialism /ˌeɪmɪˈleniəlɪzəm/ *thuyết vô thiên hi niên.* Quan điểm về thiên hy niên cho rằng chúng ta không nên hiểu một ngàn năm Đấng Christ cai trị (Khải 20:1-6) là một ngàn năm cụ thể nhưng hiểu theo nghĩa bóng.

Amish /ˈɑːmɪʃ/ *Amish.* Một nhóm người xuất thân từ giáo hội Mennonite Thụy Sĩ, sống ở bắc Mỹ hiện nay và theo một số nguyên tắc để sống một cách đơn sơ như không xài điện, không lái xe hơi, ăn mặc đơn sơ và từ chối sống theo cách sống của thời hiện đại.

amoral /ˌeɪˈmɔːrəl/ *phi đạo đức; phi luân lý.* Điều nằm ngoài phạm vi đạo đức và luân lý. Người bị xem như phi đạo đức là người không phân biệt được phải trái và vì thế, chẳng có ý niệm gì về trách nhiệm đạo đức.

Amyraldianism /ˈæmɪrˈɔːldiənɪzəm/ *thuyết Amyrald.* Hệ thống thần học của Moise Amyrald (1596-1664) thay đổi thuyết Calvin để phạm vi của chuộc tội là vô hạn nhưng phạm vi áp dụng giới hạn theo tiền định của Đức Chúa Trời.

Anabaptist /ˈænəˈbæptɪst/ *người chịu lễ tái báp-têm.* Tín hữu của thế kỷ XVI ở châu Âu nhấn mạnh việc giải nghĩa Kinh thánh theo nghĩa đen, làm lễ báp-têm lại cho người chịu lễ báp-têm khi còn bé và ủng hộ việc tách giáo hội khỏi nhà nước. Xem: Mennonites; Radical Reformation.

anagogical sense of Scripture /ˌænəˈgɑːdʒɪkl sens əv ˈskrɪptʃər/ *ý nghĩa thần bí của Kinh thánh.* Một trong bốn loại hình ý nghĩa theo các nhà thần học trung cổ, cho rằng ngoài nghĩa đen thì các phân đoạn Kinh thánh còn có sự ứng dụng thần bí, đạo đức và thuộc linh.

analogue /ˈænəlɔːg/ *điều tương tự.* Điều thực tế thuộc về trái đất có liên quan đến một người hoặc điều kiện nào đó (như nước trời).

analogy of faith /əˈnælədʒi əv feɪθ/ *sự tương tự của đức tin.* Nguyên tắc của đạo Tin Lành giải quyết vấn đề phân đoạn Kinh thánh khó hiểu; cho rằng một giáo lý hoặc phân đoạn Kinh thánh phải được hiểu trong bối cảnh của cả đức tin Cơ Đốc, tức phân đoạn khó hiểu được phân đoạn rõ ràng hơn giải thích, và Cựu Ước được Tân Ước giải thích (Rô 12:6).

analogy /əˈnælədʒi/ *giải thích tương tự.* Phương pháp của Thomas Aquinas nói về Đức Chúa Trời bằng cách dùng điều tương tự chúng ta thường thấy, để con người hữu hạn có thể hiểu một chút về bản chất của Đức Chúa Trời vô hạn.

analytic statement /ˌænəˈlɪtɪk ˈsteɪtmənt/ *lời khẳng định phân tích.* Một lý luận (theo triết học) rằng lời phát biểu nhận được chân giá trị do hiệu quả của từ ngữ chứa đựng; khẳng định một điều theo mô hình A=A như "Đức Chúa Trời là thần"; nói cách khác, vị ngữ được thấy trong chủ ngữ.

anathema /əˈnæθəmə/ *a-na-them; nguyền rủa.* Từ Hy Lạp dùng để rủa sả; trong Cơ Đốc giáo, từ này dùng để kết án tà giáo (Ga 1:8, 9).

Ancient of Days /ˈeɪnʃənt əv deɪz/ *Đấng Thượng Cổ; Vị Thái Cổ; Đấng Cao Niên.* Dùng cho Đức Chúa Trời trong Đa 7:9, 13 và 22 để nhấn mạnh Ngài là Đấng Cai Trị vĩnh viễn.

Angel of the Lord /ˈeɪndʒl əv ðə lɔːrd/ *Thiên sứ của Đức Giê-hô-va/CHÚA.* Trong Kinh thánh, một thiên sứ đặc biệt được Đức Chúa Trời sai làm sứ giả; thỉnh thoảng được xem như Đức Chúa Trời (Sáng 16:13).

angel /ˈeɪndʒl/ *thiên sứ; thiên thần.* Người được dựng nên để phục vụ Đức Chúa Trời và ca ngợi Ngài ở thiên đàng; không phải là con người.

angelology /ˈeɪndʒlˈɑːlədʒi/ *thiên sứ học.* Lĩnh vực của thần học nghiên cứu bản chất và chức vụ của các thiên sứ.

Anglicanism /ˈæŋglɪkənɪzəm/ *Anh quốc giáo.* giáo hội Tin Lành của Anh quốc, và những giáo hội ở nước khác xuất phát từ Anh quốc giáo. Xem: Church of England.

animism /ˈænɪmɪzəm/ *thuyết vật linh; thuyết duy linh.* Một số loại tín ngưỡng cho rằng đồ vật thiên nhiên có giá trị và bản chất thuộc linh.

annihilationism /əˌnaɪəˈleɪʃnɪzəm/ *tiêu tan thuyết; thuyết tịch diệt.* Quan điểm về đời sau cho rằng người không được cứu sẽ bị tiêu tan, chứ không phải bị phạt ở địa ngục.

anno Domini (A.D.) /ˈæn oʊ ˈdɒm əˌni (ˌeɪ ˈdiː)/ *sau Chúa (S.C.); công nguyên (C.N.).* Từ La-tinh nghĩa là "năm của Chúa"; dùng sau sự cải cách của thế kỷ VI để đếm năm từ năm đầu tiên (theo họ nghĩ hồi xưa) của cuộc đời Đấng Christ.

annulment /əˈnʌlmənt/ *sự huỷ bỏ.* Việc hội thánh làm để khiến cho một thỏa ước không còn hiệu quả, đặc biệt là hôn nhân; khác với ly dị. Xem: divorce.

anointing of the sick /əˈnɔɪntɪŋ əv ðə sɪk/ *xức dầu bệnh nhân.* Việc đổ hoặc xoa dầu trên một người bị bệnh và cầu nguyện để người đó được chữa lành (Gia 5:14-16). Xem: unction, extreme.

anointing /əˈnɔɪntɪŋ/ *sự xức dầu.* Việc đổ hoặc xoa dầu thánh trên một người để biệt riêng làm một chức vụ (như vua, thầy tế lễ trong Cựu Ước), sẽ được gọi là người được xức dầu. Từ này cũng được dùng cho người giảng được ơn của Chúa trong việc giảng lời Chúa. Xem: oil, anointing with.

anonymous Christian /əˈnɑːnɪməs ˈkrɪstʃən/ *Cơ Đốc nhân vô danh.* Quan điểm của nhà thần học Karl Rahner cho rằng một người không phải là thuộc viên hội thánh, cũng không ai biết đó là Cơ Đốc nhân vẫn có thể được cứu. Điều này giải thích ân điển phổ thông, và Đức Chúa Trời là Đấng ban sự cứu rỗi trong Chúa Giê-xu Christ.

antelapsarianism /ˈæntilæpˈseriənɪzəm/ Xem: supralapsarianism.

anthem /ˈænθəm/ *bài thánh ca.* Bài hát của ban hát lễ trong giờ thờ phượng. Xem: choir.

anthropocentrism /ˌænθrəpəˈsentrɪzəm/ *nhân trung thuyết.* Quan niệm cho rằng điều quan trọng nhất trong cuộc sống là giá trị và mối quan tâm của con người.

anthropological argument /ˌænθrəpəˈlɑːdʒɪkl ˈɑːrgjumənt/ *luận chứng nhân loại học.* Loại hình lý luận lấy bản chất của loài người, như khả năng sống đạo đức, và dùng điều đó để chứng minh sự thực hữu của Đức Chúa Trời.

anthropology of religion /ˌænθrəˈpɑːlədʒi əv rɪˈlɪdʒən/ *nhân chủng học về tôn giáo.* Ngành của nhân chủng học nghiên cứu tôn giáo.

anthropomorphism /ˌænθrəpəˈmɔːrfɪzəm/ *nhân hình luận; thần nhân đồng hình thuyết.* Cách thức mô tả việc thần dùng hình ảnh của con người hoặc có đặc điểm của người.

anti-Semitism /ˌænti-ˈsemətɪzəm/ *bài Do Thái.* Lý luận và thái độ chống, ghét người Do Thái; loại hình phân biệt chủng tộc.

antichrist /ˈæntikraɪst/ *kẻ địch lại Đấng Christ; kẻ chống Chúa Cứu Thế.* Người có mục đích chống lại Đấng Christ, được đề cập đến trong Kinh thánh, đặc biệt về những ngày sau rốt (I Gi 2:18, 22; 4:3, và II Gi 7). Xem: abomination of desolation.

antinomianism /ˈæntiˈnoʊmiənɪzəm/ *thuyết chống luật pháp.* Quan điểm cho rằng đời sống Cơ Đốc không nhất thiết phải bị luật lệ và qui tắc khống chế.

antinomy /ænt'ɪnoʊmi/ *mâu thuẫn về nguyên lý.* Mâu thuẫn giữa hai nguyên tắc, giáo lý hoặc luật lệ khi cả hai đều được xem là đúng.

antisupernaturalism /ˌæntisu:pər'nætʃrəlɪzəm/ *thuyết chống siêu nhiên.* Quan điểm cho rằng không có thần hành động trong trời đất.

antithesis /æn'tɪθəsɪs/ *phản đề.* Điều ngược lại hoặc tương phản với điều khác; trong tư tưởng của Hegel thì một phản đề khác với luận đề, và cả hai được kết hợp ở mức độ cao hơn, gọi là tổng hợp.

antitype /'æntitaɪp/ *đối hình; vật được tượng trưng.* Thực thể mà một hình ảnh chỉ đến trong việc giải nghĩa Kinh thánh; ví dụ, A-đam được xem là hình ảnh chỉ đến đối hình là Đấng Christ (Rô 5:14).

apatheia /ˌæpə'θeɪə/ *không bị cảm xúc chi phối.* Từ tiếng Hy Lạp mô tả bản chất của Đức Chúa Trời không bị chi phối bởi cảm xúc; về phía con người là một người tự chủ cảm xúc của mình.

apocalypse /ə'pɑ:kəlɪps/ *sự mặc khải, khải thị.* Từ Hy Lạp có nghĩa mặc khải; cũng là tên của sách Khải Huyền; trong một số ngữ cảnh từ này nói đến ngày sau cùng mà Khải Huyền mô tả.

apocalyptic literature /əˌpɑ:kə'lɪptɪk 'lɪtrətʃər/ *văn học mặc khải.* Loại sách trong Kinh thánh bày tỏ thông tin về sự cuối cùng của trái đất, như Đa-ni-ên và Khải Huyền.

apocalypticism /əˌpɑ:kə'lɪptɪsɪzəm/ *khuynh hướng mặc khải.* Thái độ hoặc phong trào rất quan tâm đến sự tận chung của thế gian.

apocrypha /ə'pɑ:krɪfə/ *thứ kinh.* Những sách được viết trong thời Kinh thánh nhưng không được chấp nhận trong kinh điển. Về Cựu Ước, có một số tác phẩm viết giữa khoảng Cựu và Tân Ước, được dịch ra trong Bản Bảy Mươi, nhưng không có trong bản Kinh thánh Hê-bơ-rơ; Tin Lành không chấp nhận, nhưng Công giáo chấp nhận. Về Tân Ước, bao gồm một số sách Cơ Đốc thế kỷ II không được hội thánh chấp nhận là lời Chúa. Xem: canon.

Apollinarianism /əˌpɑ:lɪneriənɪzəm/ *thuyết Apollinaris.* Quan điểm của Apollinaris (310-390 S.C.) cho rằng Đấng Christ không phải hoàn toàn là con người; quan điểm này bị hội thánh đầu tiên kết án là tà giáo.

apologetics /əˌpɑ:lə'dʒetɪks/ *biện giáo học.* Ngành của thần học biện luận ủng hộ chân lý của sứ điệp Cơ Đốc giáo. Xem: polemic.

apologist /ə'pɑ:lədʒɪst/ *nhà biện giáo.* Người biện luận ủng hộ chân lý của sứ điệp Cơ Đốc giáo.

apology /ə'pɑ:lədʒi/ *lý luận biện giáo.* Lý luận ủng hộ chân lý của một khía cạnh của sứ điệp Cơ Đốc giáo.

apophatic statement /apəˈfatɪk ˈsteɪtmənt/ *lời khẳng định tiêu cực.* Lời phát biểu tương phản hoặc tiêu cực về Đức Chúa Trời bằng cách gán cho Chúa những giới hạn hay bất toàn của con người hoặc loài thọ tạo.

apostasy /əˈpɑːstəsi/ *bội đạo.* Việc từ bỏ đức tin. Xem: falling away.

apostle /əˈpɑːsl/ *sứ đồ (tông đồ).* Từ Hy Lạp nghĩa là "người được sai đi" để hành động dựa trên thẩm quyền của người khác; thường dùng cho 12 Sứ đồ của Đấng Christ (Mat 10:2-4) và Sứ đồ Phao-lô. Xem: disciples, Jesus' twelve.

Apostle's Creed /əˈpɑːslz kriːd/ *Bài Tín điều của Các Sứ đồ.* Bản tóm tắt niềm tin Cơ Đốc có từ thế kỷ VIII, bắt nguồn từ bài tín điều La Mã, thế kỷ II; ngày xưa được xem là bài Tín điều của Các Sứ đồ; gồm có ba phần theo như Đức Chúa Trời Ba Ngôi.

apostolic age /ˌæpəˈstɑːlɪk eɪdʒ/ *thời sứ đồ.* Thời đại khi các sứ đồ của Chúa Giê-xu còn sống (từ năm 30-90 S.C.).

Apostolic Fathers /ˌæpəˈstɑːlɪk ˈfɑːðərz/ *Các Giáo phụ.* Các nhà thần học thế kỷ II được xem là môn đồ của các sứ đồ và xây dựng nền tảng thần học sau thời Tân Ước.

apostolic succession /ˌæpəˈstɑːlɪk səkˈseʃn/ *sự kế tục từ các sứ đồ (tông đồ).* Quan điểm của giáo hội Công giáo La Mã, Anh quốc giáo, và các giáo hội chính thống phương đông cho rằng giám mục có quan hệ kế nhiệm với mười hai Sứ đồ của Đấng Christ và chuyển ân điển của Chúa qua việc đặt tay.

apostolicity /əˌpɑstəˈlɪsɪti/ *sứ đồ tính (tông đồ tính).* Mang quyền của sứ đồ hoặc được các sứ đồ chấp nhận.

Aramaic /ˌærəˈmeɪɪk/ *tiếng A-ram.* Ngôn ngữ phổ biến trước thời Đế quốc Hy Lạp; một phần của sách Đa-ni-ên, E-xơ-ra và cụm từ trong Sáng Thế Ký và Giê-rê-mi được viết bằng tiếng này; có thể là ngôn ngữ Chúa Giê-xu nói. Xem: Chaldee.

archaeology, biblical /ˌɑːrkiˈɑːlədʒi, ˈbɪblɪkl/ *khảo cổ học Kinh thánh.* Môn học nghiên cứu những địa điểm và thời điểm liên quan đến Kinh thánh bằng cách khai quật những chỗ quan trọng, phân tích các di vật và tài liệu họ tìm được để hỗ trợ trong việc giải nghĩa Kinh thánh.

archangel /ˈɑːrkeɪndʒl/ *thiên sứ trưởng.* Thiên sứ cao nhất trên thiên đàng (I Tê 4:16).

archbishop /ˌɑːrtʃˈbɪʃəp/ *tổng giám mục.* Trong giáo hội Công giáo La Mã, giám mục trưởng ở một tổng giáo phận.

archdiocese /ˌɑːrtʃˈdaɪəsɪs/ *tổng giáo phận.* Một giáo phận được một tổng giám mục quản lý.

Areopagus /ˌærɪˈɒpəgəs/ *Areopagus.* Tiếng Hy Lạp nghĩa là "núi Sao Hoả", là một địa điểm tại thành cổ A-thên, nơi Sứ đồ Phao-lô đã giảng (Công 17:19).

argument from silence /ˈɑːrgjumənt frəm ˈsaɪləns/ *lý lẽ dựa vào im lặng.* Lý lẽ đưa ra mà không có chứng cớ đặc biệt vì cho rằng không có chứng cớ trực tiếp.

argument of convergence /ˈɑːrgjumənt əv kənˈvɜːrdʒəns/ *lý lẽ tập hợp.* Bằng chứng của một lời xác nhận bằng cách trưng ra một số sự cân nhắc độc lập khiến lý lẽ trở nên chắc chắn hoặc khả thi.

Arianism /ˈeriənɪzəm/ *thuyết Arius.* Quan điểm của Arius (thế kỷ IV) cho rằng Chúa Giê-xu là người được tạo dựng, và không có cùng bản chất với Đức Chúa Trời; quan điểm này bị Hội nghị Nicea (năm 325) kết án là tà giáo.

Aristotelianism /ˌærɪstəˈtiːliənɪzəm/ *triết lý của Aristotle.* Triết lý của nhà triết học Hy Lạp tên là Aristotle (384-322 T.C.); đã trở thành nền tảng cho thần học thời trung cổ.

Ark of the Covenant /ɑːrk əv ðə ˈkʌvənənt/ *hòm giao ước.* Hòm người Y-sơ-ra-ên làm theo lời Chúa để chứa bảng luật pháp (Xuất 25); hòm ấy tượng trưng cho sự hiện diện của Đức Chúa Trời, nhưng bị thất lạc sau sự sụp đổ thành Giê-ru-sa-lem (năm 586 T.C.).

ark /ɑːrk/ *tàu; hòm.* Một chiếc tàu (như tàu Nô-ê), hoặc một cái rương như hòm giao ước.

Armageddon /ˌɑːrməˈgedn/ *Ha-ma-ghê-đôn.* Địa điểm trong Khải 16:16, nơi quân đội của Sa-tan và quân đội của Chúa tập hợp cho cuộc chiến đấu cuối cùng.

Arminianism /ɑrˈmɪniəˌnɪzəm/ *thuyết Arminius.* Quan điểm của James Arminius (thế kỷ XVI) chống thuyết Calvin, nhấn mạnh vai trò và khả năng của con người đáp ứng với Phúc Âm. Lĩnh vực thần học Arminius chống thuyết Calvin gồm có: hậu quả của sự sa ngã, sự tiền định, phạm vi của sự chuộc tội, ân điển không thể cưỡng lại và khả năng mất sự cứu rỗi.

article of faith /ˈɑːrtɪkl əv feɪθ/ *tín điều.* Một giáo lý hoặc bài tín điều được tín hữu tin tưởng.

ascension of Christ /əˈsenʃn əv kraɪst/ *sự thăng thiên của Đấng Christ.* Sự kiện Đấng Christ lên thiên đàng (Công 1:9).

asceticism /əˈsetɪsɪzəm/ *chủ nghĩa khổ hạnh.* Hình thức rèn luyện nhằm hạn chế ham muốn và khoái lạc cá nhân để giúp mình làm theo ý Chúa.

aseity of God Xem: God, aseity of.

Ash Wednesday /æʃ ˈwenzdeɪ/ *Thứ Tư Lễ Tro.* Ngày đầu tiên của Mùa Chay - bốn mươi ngày trước Lễ Phục sinh; tín hữu thoa tro trên trán mình tượng trưng cho việc ăn năn, thống hối.

aspersion /əˈspɜrʒən/ *rảy nước.* Một cách thức làm phép báp-têm bằng cách rảy nước lên đầu người nhận.

Assemblies of God Xem: Pentecostal movement, modern.

assembly /əˈsembli/ *hội chúng.* Những người cùng họp lại thờ phượng Chúa.

assent /əˈsent/ *sự đón nhận.* Việc đồng ý về một tín điều, cho rằng điều đó có thật.

assistant pastor /əˈsɪstənt ˈpæstər/ *mục sư phụ tá.* Mục sư phụ giúp mục sư quản nhiệm.

associate pastor Xem: assistant pastor.

assumption /əˈsʌmpʃn/ *việc đưa lên trời.* Việc một người còn sống được đưa lên thiên đàng, như Hê-nóc (Sáng 5:24) và Ê-li (II Vua 2:11).

assurance of salvation /əˈʃʊrəns əv sælˈveɪʃn/ *xác tín sự cứu rỗi.* Sự tin cậy Đức Chúa Trời ban cho tín hữu được cứu rỗi chắc chắn. Xem: certainty of salvation.

Athanasian Creed /ˌæθəˈneɪʃn kriːd/ *Bài Tín điều Athanasius.* Bài Tín điều của Athanasius (thế kỷ V) nhấn mạnh giáo lý Ba Ngôi và sự nhập thể của Đấng Christ, là hai điều không thể thiếu trong sự cứu rỗi.

athanatism /əˈθənətɪzəm/ *thuyết linh hồn bất diệt.* Quan điểm cho rằng linh hồn tồn tại - trong một hình thức nào đó - sau sự chết của thân thể, tin vào sự bất tử.

atheism /ˈeɪθiɪzəm/ *thuyết vô thần.* Quan điểm chối bỏ sự thực hữu của Đức Chúa Trời.

atonement /əˈtoʊnmənt/ *chuộc tội; đền tội.* Sự chết của Đức Chúa Giê-xu Christ trên thập tự giá, công hiệu cho sự cứu rỗi, dẫn đến sự giải hoà giữa tội nhân với Đức Chúa Trời.

Atonement, Day of /əˈtoʊnmənt, deɪ əv/ *Ngày lễ Chuộc tội.* Một trong những ngày hội trong luật pháp Môi-se, yêu cầu thầy tế lễ dâng của lễ để chuộc tội cho dân Chúa (Lê 16). Xem: Yom Kipper.

atonement, extent of /əˈtoʊnmənt, ɪkˈstent əv/ *phạm vi của sự chuộc tội.* Vấn đề thần học liên quan đến phạm vi của việc cứu chuộc của Chúa Giê-xu; có những quan điểm cho rằng phạm vi chuộc tội giới hạn và những quan điểm cho rằng phạm vi chuộc tội không giới hạn.

atonement, theories /əˈtoʊnmənt, ˈθɪriz/ *những lý thuyết về chuộc tội.* Những lý thuyết khác nhau mô tả cách thức công việc của Đấng Christ giải hoà con người với Đức Chúa Trời. Xem: ransom theory of the atonement.

attributes of God /əˈtrɪbjuːts əv gɑːd/ *thuộc tính của Đức Chúa Trời.* Những đặc tính hay phẩm chất của Đức Chúa Trời như toàn năng, toàn tại, yêu thương, tốt lành, v.v...

attributes of God, absolute /əˈtrɪbjuːts əv gɑːd, ˈæbsəluːt/ *thuộc tính tuyệt đối của Đức Chúa Trời.* Những thuộc tính không liên quan đến đồ vật hoặc con người.

attributes of God, communicable /əˈtrɪbjuːts əv gɑːd, kəˈmjuːnɪkəbl/ *thuộc tính khả thông của Đức Chúa Trời.* Những thuộc tính chúng ta cũng thấy trong con người. Xem: communicable attributes of God.

attributes of God, incommunicable /əˈtrɪbjuːts əv gɑːd, ˈɪnkəˌmjuːnɪkəbl/ *thuộc tính bất khả thông của Đức Chúa Trời.* Những thuộc tính không có trong con người. Xem: incommunicable attributes.

attributes of God, moral /əˈtrɪbjuːts əv gɑːd, ˈmɑːrəl/ *thuộc tính đạo đức của Đức Chúa Trời.* Những thuộc tính liên quan đến mối quan hệ giữa Đức Chúa Trời và con người. Những thuộc tính này khác với thuộc tính hoàn toàn tự nhiên của Ngài như: tri thức, sự hiện diện và quyền năng.

Augustinianism /ˌɔːgəˈstɪniənɪzəm/ *thuyết Augustine.* Những quan điểm của Augustine (thế kỷ IV-V) nhấn mạnh thiếu sót của con người vì sự sa ngã, tiền định và ân điển của Chúa và tầm quan trọng của đức tin so với lý trí. Bàn về qui mô rộng hơn, thuyết này là một tổng hợp của triết học Platon và thần học Cơ Đốc.

autonomy /ɔːˈtɑːnəmi/ *quyền tự chủ.* Nguyên tắc triết học cho rằng một người hoặc một vật thể có quyền tự chủ.

awakening /əˈweɪkənɪŋ/ *sự tỉnh thức.* Phong trào tỉnh thức của hội thánh để sống động mạnh mẽ hơn trong sự thờ phượng và sứ mạng của mình. Xem: revival; church renewal.

axiom /ˈæksiəm/ *định lý; tiên đề.* Một khẳng định căn bản không cần chứng minh, như "Đức Chúa Trời thực hữu", làm nền tảng cho những khẳng định khác.

B - b

Baal /beɪl, bɑːl/ *Ba-anh.* Từ Hê-bơ-rơ có nghĩa "chủ" hoặc "chồng", từ tiếng Anh dành cho thần của dân Ca-na-an được xem như có quyền về sự màu mỡ và khả năng sinh sản. Ba-anh đã trở thành đối tượng của việc thờ hình tượng cho dân Y-sơ-ra-ên.

Babel, tower of /ˈbæbl, ˈtaʊər əv/ *tháp Ba-bên.* Cái tháp trong Sáng 11:1-9.

backsliding /ˈbækˌslaɪdɪŋ/ *trượt dài.* Trong truyền thống theo thuyết Arminius và truyền thống thánh khiết, việc một người đã tin Chúa bỏ cam kết của mình về đức tin. Từ quen dùng là sa ngã (cho tín đồ).

baptism of the Holy Spirit /ˈbæptɪzəm əv ðə ˈhoʊli ˈspɪrət/ *phép báp-têm của Đức Thánh Linh.* Sự ban phước của Đức Thánh Linh mà Giăng Báp-tít đề cập đến (Mác 1:8); đây là kinh nghiệm của mỗi tín hữu (I Cô 12:13), và một số quan điểm (đặc biệt là Ngũ Tuần) cho rằng đây là kinh nghiệm đặc biệt một thời gian sau khi tin Chúa. Công 2:16-21 được xem là lần đầu tiên người ta nhận phép báp-têm của Đức Thánh Linh. Xem: Holy Spirit, baptism of the.

baptism /ˈbæptɪzəm/ *phép báp-têm.* Nghi lễ cho một người dìm trong nước (hoặc rẩy nước, đổ nước trên đầu) là bước đầu trong niềm tin Cơ Đốc; theo mệnh lệnh của Chúa Giê-xu trong Mat 28:19. Đây là một thánh lễ.

baptism, adult /ˈbæptɪzəm, ˈædʌlt/ *phép báp-têm người lớn.* Phép báp-têm cho người trưởng thành đã xưng nhận niềm tin nơi Chúa. Xem: baptism, believer's.

baptism, believer's /ˈbæptɪzəm, bɪˈlivərz/ *phép báp-têm tín hữu.* Phép báp-têm cho người đã tin Chúa; có thể là thiếu nhi trở lên, miễn là người đó có đức tin cá nhân; đây là một đặc điểm của các giáo phái Báp-tít. Xem: believer's baptism.

baptism, infant /ˈbæptɪzəm, ˈɪnfənt/ *phép báp-têm con trẻ.* Phép báp-têm bằng cách rảy nước trên đầu em bé, thường thực hiện trong các truyền thống như Công giáo (xem như thiết yếu để được cứu), Trưởng lão, Anh quốc giáo và Giám Lý (xem là dấu hiệu giao ước ân điển của Đức Chúa Trời). Có sự hiện diện của cha mẹ, người đỡ đầu và hội chúng. Xem: Christening.

baptism, modes of /ˈbæptɪzəm, moʊdz əv/ *phương thức báp-têm.* Cách thức làm phép báp-têm bao gồm dìm xuống nước, đổ nước và rảy nước.

baptismal formula /bæpˈtɪzməl ˈfɔrmyələ/ *công thức phép báp-têm.* Theo truyền thống, những lời mục sư nói khi làm phép báp-têm cho một người, "Tôi nhân danh Đức Chúa Cha, Đức Chúa Con và Đức Thánh Linh làm phép báp-têm cho..."

baptismal regeneration /bæpˈtɪzməl rɪˌdʒɛnəˈreɪʃn/ *sự tái sinh bằng phép báp-têm.* Quan điểm của Công giáo và giáo hội Luther cho rằng một người nhận được sự cứu rỗi qua phép báp-têm (Gi 3:5; Tít 3:5). Xem: regeneration, baptismal.

baptismal service /bæpˈtɪzməl ˈsərvəs/ *buổi lễ có làm phép báp-têm.* Lễ thờ phượng khi có người chịu phép báp-têm.

baptismal vows /bæpˈtɪzməl vaʊz/ *lời hứa nguyện của/cho người chịu phép báp-têm.* Những lời hứa nguyện mà một người chịu phép báp-têm hoặc phụ huynh của em bé chịu phép báp-têm cam kết thực hiện.

Baptist tradition, the /ˈbæptɪst trəˈdɪʃn, ðə/ *truyền thống Báp-tít.* Dòng truyền thống Tin Lành bắt đầu ở châu Âu trong thế kỷ XVI nhấn mạnh phép báp-têm tín hữu, phép báp-têm theo cách dìm xuống nước, thẩm quyền của Kinh thánh, thành viên của hội thánh phải được tái sinh, hình thức thể chế hội chúng và tự do thờ phượng. Xem: Baptists.

baptistry, baptistery /ˈbæptɪstrɪ, ˈbæptɪs tə ri/ *hồ làm phép báp-têm.* Chỗ dành cho phép báp-têm; thường là một hồ nước dưới toà nhà của nhà thờ hoặc khu vực chung quanh chỗ để bình đựng nước Báp-têm. Xem: pool, baptismal.

Baptists /ˈbæptɪsts/ *các giáo hội Báp-tít.* Những giáo hội Tin Lành theo truyền thống Báp-tít. Xem: Baptist tradition, the.

Beatitudes, the /biˈætɪtu:dz, ðə/ *Các Phước lành.* Những lời dạy dỗ của Chúa Giê-xu trong Bài giảng Trên núi theo hình thức, "Phước cho..." (Mat 5:3-12, Lu 6:20-22) liên quan đến đời sống và tâm tính của những người theo Ngài.

Beelzebub, Beelzebul /bɪˈɛlzəˌbʌb, bɪˈɛlzəˌbul/ *Bê-ên-xê-bun.* Thần của người Phi-li-tin (II Vua 1:2) và tên người Do Thái dùng gọi "chúa quỉ" trong Mat 12:24.

begotten /bɪˈgɑtn/ *được sinh ra.* Mô tả mối quan hệ giữa cha con; được bản Kinh thánh King James (KJV) dùng để dịch từ Hy Lạp *monogenês* thành "con độc sinh", đề cập đến Chúa Giê-xu Christ, Con Đức Chúa Trời.

being /ˈbiɪŋ/ *hữu thể.* Đặc tính căn bản của tất cả các vật hiện hữu, thực thể hoặc yếu tính của chúng.

being, analogy of /ˈbiɪŋ, əˈnælədʒi əv/ *sự tương tự của hữu thể.* Tiền đề cho rằng chúng ta có thể biết về Đức Chúa Trời từ điều chúng ta biết về con người vì có sự tương tự giữa thần vô hạn và con người giới hạn.

belief system /bɪˈlif ˈsɪstəm/ *hệ thống niềm tin.* Hệ thống của tất cả niềm tin của một người hoặc cộng đồng về các vấn đề được xem là chân lý trong tôn giáo hoặc triết học.

belief /bɪˈlif/ *niềm tin.* Một điều mình tin tưởng; gần giống "đức tin". Xem: faith.

believer /bɪˈlivər/ *tín hữu.* Người tin vào sự dạy dỗ của một tôn giáo; trong đạo Tin Lành thường dành cho người có đức tin cá nhân vào Chúa Giê-xu.

believer's baptism Xem: baptism, believer's.

benediction /ˌbɛnəˈdɪkʃn/ *lời chúc phước.* Phần cuối của lễ thờ phượng, khi mục sư chúc phước cho hội thánh. Xem: bless, blessing.

betrothal /bɪˈtroʊðl/ *đính hôn.* Việc hứa kết hôn giữa hai người; kèm với nghi thức đính hôn trong một số truyền thống.

Bible school /ˈbaɪbl skul/ *trường Kinh thánh.* Trường cấp đại học dành cho việc huấn luyện mục sư và giáo sĩ; phát triển rất mạnh ở Bắc Mỹ vào thế kỷ XX.

Bible society /ˈbaɪbl səˈsaɪəti/ *Thánh kinh hội.* Tổ chức tập trung vào việc phiên dịch và phân phối Kinh thánh như Liên hiệp Thánh kinh Hội (United Bible Society). Xem: Bible translation.

Bible study /ˈbaɪbl ˈstʌdi/ *nghiên cứu Kinh thánh.* Việc tìm hiểu và áp dụng Kinh thánh trong cuộc sống hằng ngày, thường thực hiện riêng tư hoặc trong lớp trường Chúa nhật hay trong nhóm nhỏ.

Bible translation /ˈbaɪbl trænzˈleɪʃn/ *phiên dịch Kinh thánh.* Việc chuyển ngữ Kinh thánh Cựu và Tân Ước từ ngôn ngữ nguyên thủy Hê-bơ-rơ và Hy Lạp sang một ngôn ngữ khác. Xem: Bible society.

Bible /ˈbaɪbl/ *Kinh thánh.* Sách chứa lời dạy dỗ căn bản của đức tin Cơ Đốc, bao gồm 66 sách của Cựu Ước và Tân Ước theo truyền thống Tin Lành; đây là sự mặc khải của Chúa và gọi là "Lời Chúa". Xem: Word of God.

biblical commentary /ˈbɪblɪkl ˈkɑmənˌtɛri/ *sách giải nghĩa Kinh thánh.* Những loại sách phân tích ý nghĩa của các sách Kinh thánh, thường giải thích, nghiên cứu ngữ nghĩa từng từ, câu hoặc từng phân đoạn.

biblical criticism /ˈbɪblɪkl ˈkrɪtɪsɪzəm/ *phê bình Kinh thánh.* Sử dụng phương pháp hoặc tiến trình trong nghiên cứu văn học và sử học để xác định ý nghĩa thật của Kinh thánh.

biblical interpretation /ˈbɪblɪkl ɪnˌtərprəˈteɪʃn/ *việc giải nghĩa Kinh thánh.* Việc tìm hiểu và phân tích ý nghĩa của Kinh thánh.

biblical theology /ˈbɪblɪkl θiˈɑlədʒi/ *thần học Kinh thánh.* Cách thức sắp xếp sự dạy dỗ hoặc chủ đề của Kinh thánh một cách hệ thống, trong khi vẫn giữ nguyên cấu trúc, hình ảnh và thế giới quan của Kinh thánh. Xem: theology, biblical.

bibliolatry /ˌbɪbliˈɒl ə tri/ *tôn sùng Kinh thánh.* Cách nhìn của nhà phê bình dành cho người rất tôn trọng Kinh thánh đến mức khiến người khác cho rằng họ thờ lạy Kinh thánh như một hình tượng.

bigamy /ˈbɪgəmi/ *sự lấy hai vợ hoặc hai chồng.* Tình trạng có thêm vợ hoặc chồng ngoài người phối ngẫu hợp pháp đang chung sống.

bioethics (biomedical ethics) /ˌbaɪoʊˈɛθɪks (ˌbaɪoʊˈmɛdɪkl ˈɛθɪks)/ *sinh đạo đức học.* Ngành của đạo đức học tập trung vào những vấn đề liên quan đến việc nghiên cứu và ứng dụng công nghệ sinh học và y học vào sự sống con người.

biography, spiritual /baɪˈɑgrəfi, ˈspɪrətʃuəl/ *tiểu sử thuộc linh.* Loại tiểu sử viết nhằm mục đích gây dựng độc giả về mặt thuộc linh.

birth control /bərθ kənˈtroʊl/ *hạn chế/điều hoà sinh sản.* Những phương pháp dùng để hạn chế hoặc điều chỉnh việc sinh sản như bao cao su hoặc thuốc ngừa thai.

bishop of Rome /ˈbɪʃəp əv roʊm/ *giám mục của La Mã.* Giám mục tại La Mã (Vatican); trong truyền thống Công giáo, giám mục của La Mã là giám mục hàng đầu: giáo hoàng.

bishop /ˈbɪʃəp/ *giám mục.* Trong truyền thống Công giáo, Anh quốc giáo và Giám Lý, là vị mục sư quản lý các hội thánh trong một khu vực.

blasphemy against the Holy Spirit Xem: sin against the Holy Spirit.

blasphemy /ˈblæsfəmi/ *sự lộng ngôn.* Những lời nói hoặc hành động có tính khinh thường hoặc chế nhạo Đức Chúa Trời; được xem là tội tử hình trong thời Cựu Ước (Lê 24:16) và được cảnh cáo trong Tân Ước (II Tim 3:2; II Phi 2:2; Khải 16:9,11).

bless, blessing /blɛs, ˈblɛsɪŋ/ *chúc phước; ban phước; phước hạnh.* Về phương diện con người: dâng lên Chúa lời ca ngợi, cảm tạ; còn Chúa là Đấng ban phước xuống cho con người. Chúc cho một người điều tốt lành từ Đức

Chúa Trời hoặc những điều tốt lành Ngài ban cho. Chúc phước cho hội thánh ở cuối buổi thờ phượng. Xem: benediction.

blessing of children /ˈblɛsɪŋ əv ˈtʃɪldrən/ *chúc phước cho con trẻ.* Khi Chúa Giê-xu chúc phúc cho trẻ em theo Mat 18:2-5, một số giáo hội truyền thống có lễ chúc phước cho con trẻ; cũng được gọi là lễ dâng con.

blood of Christ /blʌd əv kraɪst/ *huyết của Đấng Christ.* Huyết Chúa Giê-xu đổ ra trên thập tự giá làm sạch tội của tội nhân, thiết lập giao ước mới (Mat 26:28; Mác 14:24; Lu 22:20; Hê 9:11-14; I Gi 1:7); là biểu tượng thần học cho sự chết cứu chuộc của Đấng Christ, đặc biệt trong Tiệc Thánh (I Cô 10:16, 11:25).

bodily resurrection /ˈbadɪli ˌrɛzəˈrɛkʃn/ *sự sống lại của thân thể.* Xem: resurrection of the body.

body of Christ /ˈbadi əv kraɪst/ *thân thể của Đấng Christ.* Theo nghĩa đen, là thân thể vật lý của Chúa Giê-xu (I Cô 10:16); theo nghĩa bóng là hội thánh (I Cô 12:27).

body, soul, and spirit /ˈbadi, soʊl, ənd ˈspɪrət/ *thân, hồn và linh.*

body-soul dualism /ˈbadi-soʊl ˈdu:əˌlɪzəm/ *nhị nguyên luận thân-hồn; thuyết nhị nguyên tố.* Quan điểm phổ biến trong Cơ Đốc giáo xuất phát từ triết học Hy Lạp phân biệt hai phần trong một người, thân thể và linh hồn.

bondage of sin /ˈbandɪdʒ əv sɪn/ *tình cảnh nô lệ cho tội lỗi.* Hậu quả của sự sa ngã; trạng thái của tội nhân làm nô lệ cho tội lỗi và không tự thoát được.

bondage of the will /ˈbandɪdʒ əv ðə wɪl/ *cảnh nô lệ của ý chí.* Quan điểm thần học cho rằng sự sa ngã đã mang lại cảnh nô lệ đến mức một người, nếu không có sự giúp đỡ của Đức Thánh Linh, sẽ chọn điều ác và không thể đi theo Đức Chúa Trời. Xem: will, bondage of the.

book of life /bʊk əv laɪf/ *sách sự sống.* Hình ảnh trong một số phân đoạn về danh sách những người công bình (Thi 69:28); trong Tân Ước, đặc biệt Khải Huyền, người được ghi vào sách sự sống sẽ có sự sống đời đời (3:5). Xem: life, book of.

born of the Spirit Xem: regenerate.

bottomless pit /ˈba:təmləs pɪt/ *vực sâu; vực thẳm.* Hình ảnh mô tả nơi xuất phát của Con Thú và Antichrist trong I Gi 2:18; Khải 11:7; 17:8; 20:1-3.

breaking of bread /ˈbreɪkɪŋ əv bred/ *bẻ bánh.* Việc bẻ bánh được coi là một trong những trách nhiệm đặc biệt của sứ đồ trong Công 2:42; việc bẻ bánh này nói đến lễ Tiệc Thánh. Xem: Lord's Supper.

Brethren /ˈbreðrən/ *truyền thống Anh em.* Dù từ "brethren" có nghĩa "anh em", nhưng khi được viết hoa từ này đề cập đến một dòng truyền thống Cơ Đốc giáo chú trọng phép báp-têm tín hữu, lễ rửa chân, thuyết hoà bình và tiệc thương yêu.

bride of Christ /braɪd əv kraɪst/ *cô dâu của Đấng Christ.* Hình ảnh dùng cho hội thánh để mô tả mối quan hệ giữa hội thánh và Đấng Christ (Khải 21:2, 9, 22:17).

brothers, religious /ˈbrʌðərz, rɪˈlɪdʒəs/ *sư huynh.* Trong truyền thống Công giáo, những nam tu sĩ trong dòng tu, không phải là linh mục.

bull, papal /bʊl, ˈpeɪpl/ *sắc chỉ giáo hoàng.* Lời hướng dẫn liên quan đến những vấn đề quan trọng được giáo hoàng viết cho một đại bộ phận của giáo hội.

bulletin, church /ˈbʊlətɪn tʃɜːrtʃ/ *tờ chương trình.* Tờ giấy dùng trong buổi thờ phượng gồm lời hướng dẫn tín hữu trong buổi nhóm, thông báo của hội thánh, điều cảm tạ và nan đề cầu nguyện.

burial, Christian /ˈberiəl, ˈkrɪstʃən/ *đám tang Cơ Đốc.* Lễ an táng theo truyền thống Cơ Đốc, bao gồm chôn người đã mất dưới đất, thờ phượng và rao giảng niềm hy vọng của Phúc Âm, là sự sống đời đời.

buried with Christ /ˈberid wɪθ kraɪst/ *được chôn với Đấng Christ.* Hình ảnh trong Rô 6:4 đề cập đến sự hợp nhất của tín hữu với Đấng Christ khi chịu phép báp-têm.

burning bush /ˈbɜːrnɪŋ bʊʃ/ *bụi gai cháy.* Cảnh Môi-se gặp Đức Chúa Trời, Đấng tỏ bày danh xưng của Ngài và giao cho Môi-se công tác lãnh đạo việc giải phóng dân của Chúa ra khỏi Ai-cập (Xuất 3:2-4).

burnt offering /bɜːrnt ˈɔːfərɪŋ/ *tế lễ thiêu.* Loại tế lễ trong Cựu Ước dành cho việc chuộc tội hoặc cảm tạ, được Lê-vi 1 mô tả.

Byzantine period /ˈbɪzəntiːn ˈpɪriəd/ *thời Đế quốc La Mã phương Đông.* Giai đoạn (thế kỷ IV đến XIV) khi Đế quốc có thủ đô tại Constantinople (hiện tại là Istanbul, Thổ Nhĩ Kỳ) có Hoàng đế theo Cơ Đốc giáo.

C - c

Caesar /ˈsi zər/ *Sê-sa.* Hoàng đế của Đế quốc La Mã.

call (calling) /kɔːl (ˈkɔːlɪŋ)/ *sự kêu gọi.* Sự kiện Đức Chúa Trời kêu gọi một người được cứu (I Cô 1:2) hoặc làm một chức vụ (I Cô 1:1).

call, inner /kɔːl, ˈɪnər/ *sự kêu gọi nội tâm.* Sự kêu gọi của Đức Thánh Linh trong tấm lòng một người để được cứu; John Calvin (1509-1564) nhấn mạnh điều này.

Calvary /ˈkæl və ri/ *Đồi Sọ; Gô-gô-tha.* Địa điểm ở ngoài thành Giê-ru-sa-lem thời xưa hình dạng giống như một cái sọ, nơi dùng để đóng đinh phạm nhân, cũng là nơi Chúa Giê-xu bị đóng đinh trên thập tự giá (Mác 15:22).

Calvinism /ˈkælvɪnɪzəm/ *thuyết Calvin.* Dòng truyền thống Tin Lành theo hệ thống thần học dựa trên quan điểm của John Calvin; cũng được gọi là truyền thống cải chánh.

campus ministry /ˈkæmpəs ˈmɪnɪstri/ *công tác truyền giảng tại trường đại học hoặc làng đại học.* Loại công tác Cơ Đốc tập trung vào sinh viên.

canon of Scripture /ˈkænən əv ˈskrɪptʃər/ *kinh điển.* Danh sách những quyển được công nhận là lời Chúa, có thẩm quyền; bao gồm 66 sách của Cựu Ước và Tân Ước.

canon /ˈkænən/ *quy điển.* Trong Công giáo, là quy định của hội đồng giáo hội hoặc tổ chức của giáo hội. Xem: apocrypha.

canon, New Testament /ˈkænən, nuː ˈtestəmənt/ *kinh điển Tân Ước.* Danh sách 27 quyển của Tân Ước.

canon, Old Testament /ˈkænən, oʊld ˈtestəmənt/ *kinh điển Cựu Ước.* Danh sách 39 quyển của Cựu Ước (Công giáo công nhận 46 quyển).

canonization /ˌkænənəˈzeɪʃn/ *sự kinh điển hóa.* Quá trình xác định những sách có thẩm quyền của Chúa.

Canticles, book of /ˈkæntɪklz, bʊk əv/ *Nhã Ca.* Tên tiếng La-tinh cho sách Nhã Ca.

cardinal sins /ˈkaːrdɪnl sɪnz/ *tội lỗi cốt yếu.* Trong truyền thống Công giáo, bảy tội lỗi căn bản là kiêu ngạo, ham muốn, nhục dục, giận dữ, tham ăn, ganh tị và lười biếng. Những tội lỗi này là cốt yếu vì tất cả những tội khác đều xoay quanh chúng.

cardinal virtues /ˈkaːrdɪnl ˈvɜːrtʃuːz/ *đức tính cốt yếu.* Trong truyền thống Công giáo, bảy đức tính căn bản là đức tin, hy vọng, tình yêu thương, công bằng, cẩn trọng, tiết độ và dũng cảm. Xem: moral virtues.

cardinal /ˈkaːrdɪnl/ *hồng y giáo chủ.* Giới lãnh đạo trong hệ thống quản trị Công giáo, là ban tư vấn cho giáo hoàng và là người tuyển chọn giáo hoàng.

carnal /ˈkɑːrnl/ *xác thịt/nhục dục.* Điều liên quan đến tội lỗi của thân thể như nhục dục, thèm khát, buông thả.

carol /ˈkærəl/ *bài hát mừng.* Bài hát tôn giáo vui vẻ; thường dùng gọi bài hát Giáng Sinh.

Cartesianism /kɑːrˈtiːziənɪzəm/ *thuyết Descartes.* Quan điểm triết học của Rene Descartes (thế kỷ XVII) nhấn mạnh khả năng của trí óc trong việc khám phá lẽ thật.

casuistry /ˈkæʒuɪstri/ *nan đề học tình huống.* Ứng dụng những nguyên lý đạo đức để hướng dẫn hành vi hay lương tâm tùy theo tình huống; ví dụ: "Nếu A thì làm B".

catechism /ˈkætəkɪzəm/ *sách giáo lý.* Tài liệu dùng cho người chuẩn bị chịu phép báp-têm để học giáo lý căn bản; thường theo hình thức hỏi đáp.

categorical imperative /ˌkætəˈgɔːrɪkl ɪmˈperətɪv/ *quy tắc đạo đức tuyệt đối.* Theo thuyết Kant, là quy tắc đạo đức không có ngoại lệ mà luôn luôn áp dụng trong mọi nơi, mọi thời đại.

Catholic Church, Roman /ˈkæθlɪk tʃɜːrtʃ, ˈroʊmən/ Xem: Roman Catholic Church.

catholic epistles, letters /ˈkæθlɪk ɪˈpɪslz, ˈletərz/ *thư tín phổ thông; thư tín tổng quát.* Những thư tín trong Tân Ước chủ yếu dành cho độc giả phổ thông thay vì cá nhân hoặc chi hội cụ thể, gồm Gia-cơ; I và II Phi-e-rơ; I, II và III Giăng và Giu-đe.

catholic /ˈkæθlɪk/ *phổ thông.* Thuật ngữ có từ thế kỷ II dùng chỉ hội thánh phổ thông trên khắp thế giới; hiện nay đa số người trong thế giới nói tiếng Anh liên kết từ này với Công giáo.

causality, causation /kɔːˈzæləti, kɔːˈzeɪʃn/ *nguyên nhân tính.* Thuật ngữ triết học cho một điều gây ra kết quả.

cause, first /kɔːz, fɜːrst/ *nguyên nhân đầu tiên, căn nguyên.* Thuật ngữ dùng cho Đức Chúa Trời, là nguyên nhân gốc của tất cả vũ trụ.

celibacy /ˈselɪbəsi/ *tình trạng độc thân.* Tình trạng không có vợ hoặc chồng, đặc biệt vì lý do tôn giáo (như tu sĩ).

cell group /sel gruːp/ *nhóm tế bào; nhóm nhỏ.* Nhóm nhỏ gặp nhau để cầu nguyện, nghiên cứu Kinh thánh, thông công rồi dần dần tăng số thành viên và tách ra trở thành hai nhóm; có thể là một phần của hội thánh tế bào, tức một hội thánh bao gồm nhiều nhóm tế bào.

ceremonial laws /ˌserɪˈmoʊniəl lɔːz/ *quy luật lễ nghi.* Loại hình quy luật trong Ngũ Kinh dành cho việc lễ nghi (như dâng của lễ) thay cho quy luật đạo đức hoặc quy luật công dân.

ceremonial /ˌserɪˈmoʊniəl/ *thuộc nghi lễ.* Hành động, có tính nghi lễ và một phần của một lễ nghi.

certainty of salvation /ˈsɜːrtnti əv sælˈveɪʃn/ Xem: assurance of salvation.

Chalcedonian Definition /ˌkæl sɪˈdoʊ ni ən ˌdefɪˈnɪʃn/ *định nghĩa Chalcedonian.* Định nghĩa về Đức Chúa Giê-xu là nhân tính trọn vẹn và thần tính trọn vẹn được Hội nghị Chalcedon công nhận năm 451 S.C.

Chaldee /kælˈdi/ *tiếng A-ram.* Thuật ngữ cho tiếng A-ram dùng trong một số tài liệu cũ; tiếng A-ram là tiếng phổ thông của Trung Đông từ thời lưu đày đến thời Chúa Giê-xu. Xem: Aramaic.

chant /tʃænt/ *bình ca.* Loại bài hát dùng trong lễ thờ phượng theo một âm luật.

chapel /ˈtʃæpl/ *nhà nguyện.* Phòng hoặc nhà dành riêng cho việc thờ phượng hoặc cầu nguyện; không phải là nhà thờ; có thể là một phần của nhà thờ hoặc một phần của nhà trường, bệnh viện hoặc văn phòng.

chaplain /ˈtʃæplɪn/ *tuyên uý.* Người làm chức vụ như mục sư nhưng không phải ở một chi hội mà ở nhà trường, bệnh viện hoặc trong quân đội.

charge /tʃɑːrdʒ/ *lời khuyến khích.* Phần của lễ tấn phong hoặc phong chức dành cho viêc khích lệ mục sư hoặc tín hữu làm nhiệm vụ của mình.

charismatic gifts /ˌkærɪzˈmætɪk gɪfts/ *ân tứ.* Những món quà ân điển từ Đức Thánh Linh nhằm mục đích gây dựng hội thánh; hay dùng cho một số ân tứ đặc biệt như nói tiếng lạ, giải nghĩa tiếng lạ, nói tiên tri, nói lời tri thức và chữa bệnh.

charismatic movement /ˌkærɪzˈmætɪk ˈmuːvmənt/ *phong trào ân tứ.* Phong trào bắt đầu trong những năm 1950 nhấn mạnh các ân tứ như nói tiếng lạ, giải nghĩa tiếng lạ, nói tiên tri, nói lời tri thức và chữa bệnh.

charismatics /ˌkærɪzˈmætɪks/ *những người theo phong trào ân tứ.* Những người trong các hệ phái ủng hộ phong trào ân tứ.

charity /ˈtʃærəti/ *tình yêu thương; lòng từ thiện.* Thuật ngữ cổ cho tình yêu thương; hiện nay đề cập chủ yếu đến việc phục vụ người nghèo khó.

chastity /ˈtʃæstəti/ *trinh khiết/sự trinh tiết.* Tình trạng thanh khiết về vấn đề tình dục.

cheap grace /tʃi:p greɪs/ *ân điển "rẻ rúng"*. Thuật ngữ của nhà thần học Dietrich Bonhoeffer (giữa thế kỷ XX) dành cho những người tiếp nhận ân điển của Chúa mà không ăn năn và thay đổi cuộc sống của họ.

cherubim /ˈtʃerəbɪm/ *chê-ru-bim.* Thuật ngữ tiếng Hê-bơ-rơ dành cho một loại thiên sứ (Sáng 3:24).

child of God /tʃaɪld əv gɑ:d/ Xem: adoption.

choir /ˈkwaɪər/ *ban hát lễ.* Nhóm người hát trong lễ thờ phượng. Xem: anthem.

chorus /ˈkɔ:rəs/ *bài hát ngợi khen.* Bài hát thờ phượng dễ hát và dễ nhớ; khác với thánh ca.

Christ of faith /kraɪst əv feɪθ/ *Đấng Christ của đức tin.* Tên một số học giả hiện đại dùng chỉ Đấng Christ mà hội thánh đầu tiên rao giảng, khác với "ông Giê-xu của lịch sử". Xem: Jesus of history, the.

Christ /kraɪst/ *Đấng Christ.* Thuật ngữ Hy Lạp đồng nghĩa với từ Hê-bơ-rơ "Đấng Mê-si-a", có nghĩa là "người được xức dầu" (Gi 1:41); dành cho Đức Chúa Giê-xu Christ. Xem: Messiah.

Christ, advent of /kraɪst, ˈædvent əv/ *sự giáng sinh hoặc sự tái lâm của Đấng Christ.* Thuật ngữ dùng cho cả hai lần Đấng Christ đến thế gian, bao gồm sự giáng sinh và sự tái lâm. Xem: coming of Christ.

Christ, deity of /kraɪst, ˈdi:əti əv/ *thần tính của Đấng Christ.* Mô tả Đấng Christ là Đức Chúa Trời như Đức Chúa Cha. Xem: Christ, divinity of.

Christ, divinity of /kraɪst, dɪˈvɪnəti əv/ Xem: Christ, deity of.

Christ, humanity of /kraɪst, hju:ˈmænəti əv/ *nhân tính của Đấng Christ.* Mô tả Đấng Christ là một con người trọn vẹn (Hê 4:15).

Christ, identification with /kraɪst, aɪˌdentɪfɪˈkeɪʃn wɪð/ Xem: union with Christ.

Christ, impeccability of /kraɪst, ɪmˌpekəˈbɪləti əv/ *tính không thể phạm tội của Đấng Christ.* Quan điểm cho rằng Đấng Christ không thể phạm tội.

Christ, intercessory work of /kraɪst, ˌɪntərˈsɛsəri wɜ:rk əv/ *chức vụ cầu thay của Đấng Christ.* Công tác cầu thay cho tín hữu của Đấng Christ (Rô 8:34, Hê 7:25).

Christ, Lordship of /kraɪst, ˈlɔ:rdʃɪp əv/ *chủ quyền của Đấng Christ.* Chủ quyền thuộc về Đấng Christ trên cả vũ trụ, và đặc biệt tín hữu.

Christ, person of /kraɪst, ˈpɜ:rsn əv/ *thân vị của Đấng Christ.* Mô tả Đấng Christ là ai, thuật ngữ dành cho ngành Cơ Đốc học, tập trung vào vấn đề liên quan đến thân vị của Ngài như thần tính và nhân tính. Xem: Christ, work of.

Christ, sacrificial death of /kraɪst, ˌsækrɪˈfɪʃl deθ əv/ *sự chết hy sinh của Đấng Christ.* Cách thức mô tả sự chết của Đấng Christ là một tế lễ cho tội nhân (Hê 9:26).

Christ, second coming of /kraɪst, ˈsekənd ˈkʌmɪŋ əv/ *sự tái lâm của Đấng Christ.* Xem: second coming (advent) of Christ.

Christ, two natures of /kraɪst, tuː ˈneɪtʃərz əv/ *hai bản tính của Đấng Christ.* Quan điểm chính thống về Đấng Christ cho rằng Ngài có hai bản tính (nhân tính và thần tính) trong một thân vị.

Christ, work of /kraɪst, wɜːrk əv/ *công việc của Đấng Christ.* Thuật ngữ dành cho Cơ Đốc học, tập trung vào vấn đề liên quan đến chức vụ của Đấng Christ, đặc biệt sự chết trên thập tự giá. Xem: Christ, person of.

Christendom /ˈkrɪsndəm/ *thế giới Cơ Đốc.* Thuật ngữ dành cho tất cả các tín hữu Cơ Đốc giáo hoặc các vùng, quốc gia chủ yếu theo Cơ Đốc giáo.

Christening /ˈkrɪsnɪŋ/ *đặt tên Cơ Đốc.* Nghi lễ đặt tên Cơ Đốc cho em bé; trong một số truyền thống, việc này cùng lúc với việc làm phép báp-têm cho em bé. Xem: baptism, infant.

Christian belief /ˈkrɪstʃən bɪˈliːf/ *tín lý Cơ Đốc.* Điều tín hữu Cơ Đốc tin, là nội dung của đức tin.

Christian education /ˈkrɪstʃən ˌedʒuˈkeɪʃn/ *Cơ Đốc giáo dục.* Việc giáo dục tín hữu về đức tin, giáo lý, và cuộc sống Cơ Đốc nhân; là một ngành giáo dục tập trung vào phương pháp dạy dỗ trong hội thánh. Xem: religious education.

Christian ethics /ˈkrɪstʃən ˈeθɪks/ *đạo đức học Cơ Đốc.* Quan điểm về đạo đức học của Cơ Đốc giáo; thường dựa vào Kinh thánh để xác định điều đúng và điều sai, cũng như cách thức sống trong thế gian.

Christian freedom Xem: freedom, Christian.

Christian Science (Church of Christ, Scientist) /ˈkrɪstʃən ˈsaɪəns (tʃɜːrtʃ əv kraɪst ˈsaɪəntɪst)/ *Hội Cơ Đốc Khoa học.* Tà thuyết do Mary Baker Eddy thiết lập năm 1875 cho rằng không có gì thực hữu ngoài Đức Chúa Trời; vì vậy, họ cho rằng bệnh tật không có thật và việc "chữa bệnh" là nhận biết rằng bệnh tật không phải thực hữu.

Christian /ˈkrɪstʃən/ *Cơ Đốc nhân.* Tín hữu Cơ Đốc giáo; Công 11:26 là chỗ đầu tiên dùng thuật ngữ này.

Christianity /ˌkrɪstiˈænəti/ *Cơ Đốc giáo.* Tôn giáo thiết lập dựa vào cuộc đời, sự dạy dỗ và hành động của Đức Chúa Giê-xu Christ, bao gồm nhiều giáo hội.

Christianization /ˌkrɪstʃənəˈzeɪʃn/ *Cơ Đốc giáo hóa.* Việc khiến cho người không theo đạo Cơ Đốc trở thành Cơ Đốc nhân; thường được dùng khi mô tả việc tây phương hóa người địa phương trong thời thuộc địa.

Christmas /ˈkrɪsməs/ *Giáng sinh.* Ngày lễ dành cho việc kỷ niệm về sự giáng sinh của Đấng Christ; theo truyền thống của Cơ Đốc giáo, ngày này luôn luôn vào ngày 25 tháng 12.

Christocentric /ˌkrɪstoʊˈsentrɪk/ *có Đấng Christ là trọng tâm.* Quan điểm hoặc hệ thống thần học nhấn mạnh Đấng Christ là trọng tâm.

Christology /ˌkrɪstˈtɑːlədʒi/ *Đấng Christ học; Cơ Đốc học.* Ngành của thần học tập trung vào thân vị và chức vụ của Đấng Christ.

church and state /tʃɜːrtʃ ənd steɪt/ *hội thánh và nhà nước.* Vấn đề về quan hệ giữa hội thánh và nhà nước.

church authority /tʃɜːrtʃ əˈθɔːrəti/ *quyền của giáo hội.* Những quyền lực của giáo hội trong truyền thống Công giáo.

church constitution /tʃɜːrtʃ ˌkɑːnstəˈtuːʃn/ *hiến chương hội thánh; giáo hội.* Hiến chương của một chi hội hoặc giáo hội xác định cách tổ chức của chi hội hoặc giáo hội, đặc biệt về quyền của thành viên, vai trò của lãnh đạo, cách thức giải quyết vấn đề. Xem: church government.

church fathers, early /tʃɜːrtʃ ˈfɑːðərz, ˈɜːrli/ *các giáo phụ.* Những nhà lãnh đạo Cơ Đốc đến thế kỷ IV, đặc biệt nhà thần học như Clement, Origen, Augustine, v.v...

church government /tʃɜːrtʃ ˈɡʌvərnmənt/ *tổ chức hội thánh.* Các nguyên tắc tổ chức và quản lý hội thánh.

Church Growth movement /tʃɜːrtʃ ɡroʊθ ˈmuːvmənt/ *phong trào tăng trưởng hội thánh.* Phong trào được Donald A. McGavran nghiên cứu và huấn luyện lãnh đạo hội thánh, cách thức để mở mang hội thánh và tăng số tín hữu trong hội thánh. Xem: church growth.

church growth /tʃɜːrtʃ ɡroʊθ/ *sự tăng trưởng hội thánh.* Thuật ngữ của Donald A. McGavran cho việc mở rộng hội thánh, thiết lập hội thánh. Xem: Church Growth movement.

church history /tʃɜːrtʃ ˈhɪstri/ *lịch sử hội thánh.* Lịch sử Cơ Đốc giáo, đặc biệt sự phát triển của hội thánh từ thế kỷ I cho đến hiện tại.

church meeting /tʃɜːrtʃ ˈmiːtɪŋ/ *buổi họp của hội thánh.* Buổi họp thường xuyên của các thành viên của một chi hội cho việc bầu cử chấp sự và trưởng lão, giải quyết vấn đề của hội thánh và làm việc chung của chi hội.

church membership /tʃɜːrtʃ ˈmembərʃɪp/ *tư cách thành viên hội thánh.* Tư cách của một tín hữu có sự cam kết với một chi hội, bao gồm nhiệm vụ và đặc quyền như bầu cử chấp sự.

church militant /tʃɜːrtʃ ˈmɪlɪtənt/ *hội thánh chiến đấu.* Những tín hữu trên thế gian hiện nay, khác với hội thánh đắc thắng ở trên thiên đàng. Xem: church triumphant.

Church of England /tʃɜːrtʃ əv ˈɪŋglənd/ Xem: Anglicanism.

church office /tʃɜːrtʃ ˈɑːfɪs/ *viên chức của hội thánh.* Chức vụ lãnh đạo trong hội thánh.

church planting /tʃɜːrtʃ ˈplæntɪŋ/ *mở mang hội thánh.* Việc thiết lập hội thánh mới.

church renewal /tʃɜːrtʃ rɪˈnuːəl/ *sự đổi mới hội thánh.* Phong trào tỉnh thức của hội thánh để đem lại sự sinh động trong hội thánh. Xem: awakening.

church triumphant /tʃɜːrtʃ traɪˈʌmfənt/ *hội thánh đắc thắng.* Những tín hữu trên thiên đàng đang hưởng sự đắc thắng trọn vẹn trên tội lỗi và sự chết. Xem: church militant.

church universal /tʃɜːrtʃ ˌjuːnɪˈvɜːrsl/ *hội thánh phổ thông.* Bao gồm tất cả các tín hữu trên thế giới. Xem: universal church.

church /tʃɜːrtʃ/ *hội thánh; nhà thờ.* Cộng đồng của tín hữu Cơ Đốc giáo; có thể là hội thánh phổ thông hoặc hội thánh địa phương; trong tiếng Anh cũng dùng cho nhà thờ, là chỗ hội thánh nhóm lại để thờ phượng.

church, catholic /tʃɜːrtʃ, ˈkæθlɪk/ *hội thánh phổ thông.* Bao gồm tất cả các tín hữu trên thế giới.

church, invisible /tʃɜːrtʃ, ɪnˈvɪzəbl/ *hội thánh vô hình.* Xem: invisible church.

church, local /tʃɜːrtʃ, ˈloʊkl/ *hội thánh địa phương.* Chi hội cụ thể ở một địa điểm, khác với hội thánh phổ thông. Xem: local church.

church, visible /tʃɜːrtʃ, ˈvɪzəbl/ *hội thánh hữu hình.* Xem: visible church.

Churches of God /tʃɜːrtʃz əv gɑːd/ *Những giáo hội của Đức Chúa Trời.* Một số giáo hội Ngũ Tuần; là thuật ngữ dùng trong tên của nhiều giáo hội.

circuit rider /ˈsɜːrkɪt ˈraɪdər/ *truyền đạo cưỡi ngựa (lưu hành).* Những truyền đạo Mỹ hồi xưa của Giám Lý cưỡi ngựa, đi giảng ở nhiều chỗ, không quản nhiệm một chi hội.

circumcision /ˌsɜːrkəmˈsɪʒn/ *phép cắt bì.* Nghi lễ của người Do Thái (Sáng 17:9-14) cho thấy những thành viên của giao ước với Chúa, việc cắt bao quy đầu của bé trai hoặc của đàn ông.

civil disobedience /ˈsɪvl ˌdɪsəˈbiːdiəns/ *bất tuân luật pháp.* Việc vi phạm luật pháp để biểu lộ sự bất bình đối với một điều luật bất công.

civil religion /ˈsɪvl rɪˈlɪdʒən/ *tôn giáo công dân.* Sự phối hợp của một tôn giáo và truyền thống chính trị của một cộng đồng.

civil rights /ˈsɪvl raɪts/ *nhân quyền.* Những đặc quyền của con người trong một xã hội tự do.

classical theology /ˈklæsɪkl θiˈɑːlədʒi/ *thần học cổ điển.* Thần học của các giáo phụ, xây dựng nền tảng thần học trong năm thế kỷ đầu của hội thánh.

cleanness /ˈkliːnnəs/ *sự thanh sạch.* Tình trạng thanh sạch của một người trong Do Thái giáo, đặc biệt mô tả trong Lê 11-15.

clergy /ˈklɜːrdʒi/ *giới mục sư; tăng lữ; hàng giáo phẩm.* Những người được một giáo hội xác định là mục sư, là nhà lãnh đạo của hội thánh; thường được tấn phong mục sư. Xem: laity.

clerical collar /ˈklerɪkl ˈkɑːlər/ *cổ áo mục sư.* Cổ áo màu trắng được mục sư hay hàng giáo phẩm trong Công giáo, và các giáo hội chính thống đeo.

clinical theology /ˈklɪnɪkl θiˈɑːlədʒi/ *thần học tâm lý.* Ngành thần học và tâm lý học liên quan đến mối quan hệ giữa cảm xúc, tâm trí, tâm lý và thuộc linh trong một người.

cloister /ˈklɔɪstər/ *nội vi.* Khu vực được bao bọc ở giữa tu viện hoặc những cơ sở tôn giáo.

codex /ˈkoʊdeks/ *bản văn cổ.* Giấy cổ được khâu lại thành sách; sách này thay thế những cuộn sách cổ xưa. Nhiều bản thảo Tân Ước được tìm thấy dưới dạng này.

cognition /kɑːgˈnɪʃn/ *nhận thức.* Hành động hiểu biết một điều.

cohabitation /ˌkoʊˌhæbɪˈteɪʃn/ *sống chung; sống thử.* Việc sống chung của hai người; thường gọi cuộc sống chung giữa một nam và nữ nhưng chưa kết hôn.

collection /kəˈlekʃn/ *sự quyên góp.* Cách nói cho phần dâng hiến (tiền bạc) trong buổi thờ phượng; có thể dành cho hội thánh hoặc một công tác đặc biệt. Xem: offering.

College of Cardinals /ˈkɑːlɪdʒ əv ˈkɑːrdɪnlz/ *hội đồng hồng y.* Trong truyền thống Công giáo, nhóm 70 hồng y tư vấn cho giáo hoàng và tuyển chọn giáo hoàng mới.

Comforter /ˈkʌmfərtər/ *Đấng Yên Ủi.* Thuật ngữ dành cho Đức Thánh Linh, đặc biệt liên quan đến Gi 14-16.

coming of Christ Xem: Christ, advent of.

commandments of God /kəˈmændmənts əv gɑːd/ *mệnh lệnh; điều răn của Đức Chúa Trời.* Những điều Đức Chúa Trời đòi dân Ngài tuân giữ (trong Kinh thánh).

Commandments, Ten /kəˈmændmənts, ten/ *Mười Điều Răn.* Xem: Ten Commandments.

common cup /ˈkɑːmən kʌp/ *ly chung.* Truyền thống của một số giáo hội chia sẻ cùng một Ly (to) khi dự Tiệc Thánh, những giáo hội khác (như Hội thánh Tin Lành Việt Nam) thì mỗi người có một ly nhỏ riêng.

common grace /ˈkɑːmən greɪs/ Xem: grace, common.

commune /ˈkɑːmjuːn/ *cộng đồng tập thể.* Nhóm tín hữu sống chung vì mục đích thuộc linh và theo nguyên tắc Cơ Đốc để làm mẫu cho người khác.

communicable attributes of God Xem: attributes of God, communicable.

communicant /kəˈmjuːnɪkənt/ *người nhận Tiệc Thánh.* Người đạt tiêu chuẩn của một giáo hội để nhận Tiệc Thánh.

Communion (Holy) /kəˈmjuːnjən (ˈhoʊli)/ *Tiệc Thánh.* Nghi lễ được Chúa Giê-xu truyền các môn đồ của Ngài làm: ăn bánh và uống chén để nhớ đến sự chết của Ngài. Xem: Lord's Supper.

communion of saints /kəˈmjuːnjən əv seɪnts/ *sự cảm thông của thánh đồ.* Cụm từ trong Bài tín điều các Sứ đồ đề cập đến sự thông công giữa các tín hữu và nhấn mạnh sự hiệp một của hội thánh phổ thông. Xem: saints, communion of.

Communion Sunday /kəˈmjuːnjən ˈsʌndeɪ/ *Chúa nhật Tiệc Thánh.* Trong truyền thống dự Tiệc Thánh một lần một tháng, là ngày hội thánh dự Tiệc Thánh.

Communion, closed /kəˈmjuːnjən, kloʊzd/ *Tiệc Thánh đóng.* Truyền thống hạn chế việc dự Tiệc Thánh, chỉ dành cho người trong giáo hội (hệ phái) thôi; ngày nay không còn nữa.

Communion, open /kəˈmjuːnjən, ˈoʊpən/ *Tiệc thánh mở.* Truyền thống mời người của các giáo hội cùng chung dự Tiệc Thánh, không phân biệt thuộc giáo hội nào.

commutative justice /kəˈmju:tətɪv ˈdʒʌstɪs/ *công bằng giao hoán.* Loại công bằng đề cập đến vấn đề hợp đồng, buôn bán, v. v..., tức giữa hai bên.

comparative study of religion /kəmˈpærətɪv ˈstʌdi əv rɪˈlɪdʒən/ *nghiên cứu tôn giáo tham chiếu.* Việc tìm hiểu các tôn giáo bằng cách so sánh chúng với nhau. Xem: religion, comparative.

compulsion /kəmˈpʌlʃn/ *sự cưỡng bách.* Tình trạng một người không được tự do chọn một con đường nào khác, và bắt buộc phải làm một việc.

conception, immaculate Xem: immaculate conception.

conception, miraculous /kənˈsepʃn, mɪˈrækjələs/ *sự thụ thai kỳ diệu.* Phép lạ của sự thụ thai Chúa Giê-xu.

concordance /kənˈkɔ:rdəns/ *Thánh kinh phù dẫn.* Quyển sách cho địa chỉ của từng từ ngữ trong Kinh thánh.

concupiscence /kənˈkju:pɪsns/ *nhục dục; sự dâm dục.* Khuynh hướng phạm tội của con người.

conference /ˈkɑ:nfərəns/ *hội đồng; tổng hội.* Có thể là một hội đồng của giáo hội hoặc đề cập đến một giáo hội (đặc biệt các giáo hội Báp-tít).

confession of faith /kənˈfeʃn əv feɪθ/ *sự xác quyết niềm tin; tín điều.* Có thể là việc tiếp nhận Chúa của cá nhân hoặc bài tín điều của một giáo hội.

confession of sin /kənˈfeʃn əv sɪn/ *sự xưng tội.* Việc xưng nhận tội lỗi của mình hoặc của một cộng đồng.

confession, prayer of /kənˈfeʃn, prer əv/ *bài cầu nguyện xưng tội.* Một bài cầu nguyện xưng nhận tội lỗi; có thể là một tiết mục trong buổi thờ phượng hoặc bài cầu nguyện riêng.

confessional standard /kənˈfeʃənl ˈstændərd/ *tiêu chuẩn đức tin.* Tài liệu của một giáo hội xác định tín điều chính thức của giáo hội.

confessional theology /kənˈfeʃənl θiˈɑ:lədʒi/ *thần học tôn phái.* Thuật ngữ dành cho các giáo hội (Luther và cải chánh) sử dụng một bài tín điều để hướng dẫn họ trong việc giải nghĩa Kinh thánh và làm nền tảng cho niềm tin trong hội thánh.

confessional /kənˈfeʃənl/ *phòng xưng tội.* Trong truyền thống Công giáo là phòng dành cho việc xưng tội với linh mục và nhận được phép giải tội.

confirmation /ˌkɑ:nfərˈmeɪʃn/ *phép thêm sức.* Nghi lễ cho một người chịu phép báp-têm xác nhận đức tin đã được cha mẹ tuyên bố cho mình trong phép báp-têm lúc bé.

congregation /ˌkɑ:ŋgrɪˈgeɪʃn/ *hội chúng; chi hội.* Những người thuộc về một chi hội hoặc tham dự một lễ thờ phượng.

Congregational Churches /ˌkɑːŋgrɪˈgeɪʃənl tʃɜːrtʃəz/ *hội thánh hội chúng.* Những giáo hội có tổ chức hội thánh theo thể chế hội chúng; quyền nằm ở hội chúng thay vì trưởng lão hoặc giám mục. Xem: congregationalism.

congregationalism /ˌkɑːŋgrɪˈgeɪʃnəlɪzəm/ *thể chế hội chúng.* Cách tổ chức hội thánh khi quyền cao nhất trong hội thánh là hội chúng. Xem: Congregational Churches.

conscience /ˈkɑːnʃəns/ *lương tâm.* Ý thức đạo đức của một người phân biệt giữa điều đúng, sai và điều gì thuộc trách nhiệm của mình. Về phương diện thần học, lương tâm bị tác động bởi tội lỗi nên có thể là "lương tâm sai lạc".

conscience, examination of /ˈkɑːnʃəns, ɪgˌzæmɪˈneɪʃn əv/ *kiểm tra lương tâm; xét mình.* Việc xem xét lại lương tâm của mình để xưng tội, đặc biệt khi chuẩn bị cho Tiệc Thánh.

conscientious objection /ˌkɑːnʃiˈenʃəs əbˈdʒekʃn/ *từ chối nhập ngũ vì đức tin hoặc lương tâm.* Người từ chối đi lính vì đức tin hoặc lương tâm của mình không cho phép giết người cho dù là trong chiến tranh.

consecration of churches Xem: dedication of churches.

consecration /ˌkɑːnsɪˈkreɪʃn/ *thánh hiến.* "Thánh hóa" hoặc để dành một đồ vật, một chỗ, hoặc một người cho một mục đích thiên thượng.

consent /kənˈsent/ *bằng lòng.* Đồng ý để làm một việc gì. Thuật ngữ được dùng trong những bối cảnh đạo đức khác biệt đề cập việc tự do quyết định làm điều thiện hay ác.

consequentialism /ˌkɑːnsəˈkwenʃlɪzəm/ *thuyết hệ quả.* Lý thuyết đạo đức học dựa vào kết quả của một hành động để đánh giá hành động tốt hay xấu.

conservative theology /kənˈsɜːrvətɪv θiˈɑːlədʒi/ *thần học bảo thủ.* Những quan điểm bảo thủ hoặc chính thống duy trì truyền thống thần học của hội thánh xưa, thay vì theo hướng tự do. Xem: liberal theology, liberalism.

consolation /ˌkɑːnsəˈleɪʃn/ *sự yên ủi.* Điều yên ủi mình khi nhận thức rằng Đức Chúa Trời đang hiện diện.

consubstantiation /ˌkɑːnsəbstænʃiˈeɪʃn/ *đồng thể thuyết.* Quan điểm của Martin Luther về Tiệc Thánh cho rằng phần bánh và rượu không biến thành thành thịt và huyết của Chúa Giê-xu mà cùng tồn tại và kết hợp: bánh với thân, rượu với huyết. Khác với biến thể thuyết. Xem: transubstantiation.

consultation /ˌkɑːnslˈteɪʃn/ *buổi họp thảo luận.* Buổi họp đặc biệt dành cho việc thảo luận về một vấn đề.

consummation /ˌkɑːnsəˈmeɪʃn/ *hoàn tất.* Cuối cùng của lịch sử khi nước của Chúa thực hiện hoàn toàn.

contemplation /ˌkɑːntəmˈpleɪʃn/ *trầm ngâm; chiêm niệm.* Phương pháp cầu nguyện suy ngẫm về điều mình biết về Đức Chúa Trời, có tính trực giác.

contemplative life /kənˈtemplətɪv laɪf/ *đời sống chiêm niệm.* Cuộc sống để dành cho việc cầu nguyện và rèn luyện thuộc linh.

contemporary theology /kənˈtempəreri θiˈɑːlədʒi/ *thần học hiện đại.* Những quan điểm và phong trào thần học của thời đại này.

context /ˈkɑːntekst/ *bối cảnh.* Trường hợp của một thời đại, văn hóa và cộng đồng; là yếu tố ảnh hưởng đến cách thức người nghiên cứu thần học và áp dụng Kinh thánh.

contextual theology /kənˈtekstʃuəl θiˈɑːlədʒi/ *thần học cảnh huống.* Những quan điểm thần học đặc biệt chú ý đến bối cảnh của người nghiên cứu thần học để làm thần học cho phù hợp với bối cảnh đó; đặc điểm của thần học giải phóng. Xem: liberation theology.

contextual /kənˈtekstʃuəl/ *liên quan đến bối cảnh.* Thuật ngữ mô tả một điều để nhấn mạnh rằng điều đó phù hợp với bối cảnh lịch sử, văn hóa hoặc những phương diện khác của một cộng đồng.

contextualization of theology /kənˌtekstʃuəlɪˈzeɪʃn əv θiˈɑːlədʒi/ *cảnh huống hóa thần học.* Phương pháp và quá trình hình thành một quan điểm hay sứ điệp thần học theo ngôn ngữ, lịch sử, xã hội và cách suy nghĩ của một cộng đồng.

continence /ˈkɑːntɪnəns/ *sự tiết dục.* Việc không có quan hệ tình dục.

contingency /kənˈtɪndʒənsi/ *tính bất tất.* Mô tả đặc điểm của một sự vật hoặc hữu thể phụ thuộc vào một điều hoặc hữu thể khác để tồn tại. Xem: necessity.

contingent being /kənˈtɪndʒənt ˈbiːɪŋ/ *bản thể bất tất.* Một bản thể (người, thần, v.v...) tồn tại do bản thể khác (không tự hữu).

continuum /kənˈtɪnjuəm/ *liên thể.* Cấu trúc có tính liên tiếp; một số quan điểm thần học liên quan đến nhau về một phương diện nào đó, trên một liên thể từ bảo thủ đến tự do.

contradiction, law of /ˌkɑːntrəˈdɪkʃn, lɔː əv/ *luật mâu thuẫn.* Một luật lô-gíc cho rằng A và không-A không thể đúng cùng một lúc về cùng một phương diện; cũng gọi là "law of non-contradiction"; cách hiểu đơn giản là khi hai điều mâu thuẫn với nhau, cả hai không thể cùng đúng.

contrition /kən'trɪʃn/ *sự hối hận.* Thái độ đau buồn về tội lỗi của mình và ao ước xưng tội và ăn năn.

control beliefs /kən'troʊl bɪ'li:fs/ *niềm tin chủ đạo.* Theo quan điểm của Nicholas Wolterstorff, những niềm tin và tín lý căn bản có ảnh hưởng đến niềm tin khác, tức nếu tin A thì sẽ tin C, D và E nhưng nếu tin B thì sẽ tin G, H và I.

convent /'kɑ:nvent/ *nữ tu viện; nhà tu kín.* Nhà cho nữ tu sống và làm việc dưới quyền của một bề trên.

conversion /kən'vɜ:rʒn/ *sự cải đạo; sự tiếp nhận Chúa.* Có thể nói về việc cải đạo khi nói đến bất cứ tôn giáo nào; cũng có thể nói cụ thể về việc tiếp nhận Chúa và tất cả thay đổi nó mang lại cho tín hữu.

convert /kən'vɜ:rt/ *người cải đạo; người trở lại.* Chuyển từ một đạo (hay không đạo) sang một đạo khác; thường gọi là: "trở lại với Chúa".

conviction of sin /kən'vɪkʃn əv sɪn/ *sự kết án; cáo trách tội lỗi.* Nhận thức trong lòng về tội lỗi của mình (Gi 16:8-9). Xem: sin, conviction of.

Coptic Church /'kɑ:ptɪk tʃɜ:rtʃ/ *giáo hội Coptic.* giáo hội lịch sử tồn tại ở Ai Cập.

cornerstone, Christ as /'kɔ:rnərstoʊn, kraɪst əz/ *Đấng Christ là đá góc nhà.* Một ẩn dụ trong Kinh thánh dùng cho Đấng Christ trong Thi 118:22 và được trích dẫn trong Mat 21:42.

correlation, method of /ˌkɔ:rə'leɪʃn, 'meθəd əv/ *phương pháp tương chiếu.* Một phương pháp nghiên cứu thần học do Paul Tillich (1889-1965) đề xướng chú trọng thắc mắc của con người (theo bối cảnh của mình) và lời giải đáp của Đức Chúa Trời; thần học là lời giải đáp, chịu ảnh hưởng của thắc mắc con người.

corrupted nature /kə'rʌptɪd 'neɪtʃər/ *bản chất hư hoại.* Tình trạng của con người sau sự sa ngã (Sáng 3), khi bản chất bị tội lỗi làm hư hoại.

corruptible (perishable) body /kə'rʌptəbl ('perɪʃəbl) 'bɑ:di/ *thân thể hư nát.* Thân thể hiện tại của con người có thể chết và thối rữa (I Cô 15:50, 53-54).

corruption /kə'rʌpʃn/ *sự hư hỏng; băng hoại.* Tình trạng của con người chịu hậu quả của sự sa ngã.

cosmogony /kɑ:z'mɑ:gəni/ *vũ trụ khai nguyên luận.* Lý thuyết giải thích nguồn gốc của vũ trụ vật chất.

cosmological argument for God /ˌkɑːzməˈlɑːdʒɪkl ˈɑːrgjumənt fər gɑːd/ *lý lẽ vũ trụ luận; luận chứng vũ trụ học.* Lý lẽ cho sự thực hữu của Đức Chúa Trời cho rằng tất cả vũ trụ phải có một nguyên nhân đầu tiên, tức là Đức Chúa Trời.

cosmology /kɑːzˈmɑːlədʒi/ *vũ trụ học.* Lý thuyết giải thích nguồn gốc và quá trình phát triển của vũ trụ; là phần quan trọng của thế giới quan. Xem: worldview.

cosmos /ˈkɑːzmoʊs/ *vũ trụ.* Từ Hy Lạp có nghĩa "thế giới" nhưng được dùng trong thần học cho cả vũ trụ, là tạo vật của Đức Chúa Trời. Xem: creation.

council, church /ˈkaʊnsl, tʃɜːrtʃ/ *hội đồng của giáo hội.* Hội đồng gồm đại diện của giáo hội tập hợp và thảo luận về vấn đề quan trọng. Xem: council, ecumenical.

council, ecumenical /ˈkaʊnsl, ˌekjuːˈmenɪkl/ *hội đồng chung.* Hội đồng gồm đại diện cả hội thánh tập hợp và thảo luận về vấn đề quan trọng; trong lịch sử Cơ Đốc giáo, hội đồng chung đã giải quyết nan đề như mối quan hệ giữa người Do Thái và người ngoại (Công 15), bản chất của Đức Chúa Trời Ba Ngôi (như Nicea) và các quan điểm về Đấng Christ (như Chalcedon). Xem: council, church.

counsel of God /ˈkaʊnsl əv gɑːd/ *ý chí của Đức Chúa Trời.* Những quyết định của Đức Chúa Trời theo thuộc tính của Ngài.

covenant community /ˈkʌvənənt kəˈmjuːnəti/ *cộng đồng giao ước.* Cộng đồng của những người thuộc về giao ước; trong Cựu Ước là dân Y-sơ-ra-ên và người ngoại chịu phép cắt bì; còn trong Tân Ước là người tiếp nhận Chúa hoặc, trong một số truyền thống, bao gồm em bé chịu phép báp-têm là dấu hiệu của giao ước.

covenant of grace /ˈkʌvənənt əv greɪs/ *giao ước ân điển.* Theo thần học giao ước, là giao ước Đức Chúa Trời thiết lập để Đấng Christ làm trọn các điều kiện của giao ước việc làm và con người được bước vào giao ước đặc biệt này bằng cách tin vào công tác cứu chuộc của Đấng Christ.

covenant of redemption /ˈkʌvənənt əv rɪˈdempʃn/ *giao ước cứu chuộc.* Theo thần học giao ước, là giao ước Đức Chúa Trời Ba Ngôi thiết lập để cứu con người. Xem: covenant of grace; covenant of works.

covenant of works /ˈkʌvənənt əv wɜːrks/ *giao ước việc làm.* Theo thần học giao ước, vào thời kỳ đầu tại vườn Ê-đen, con người vô tội và nếu A-đam và Ê-va vâng theo mạng lệnh của Đức Chúa Trời (Sáng 2:17), Đức Chúa Trời hàm ý rằng Ngài sẽ thưởng họ bằng cách ban cho sự sống đời

đời, nhưng vì họ đã vi phạm mạng lệnh đó nên Đức Chúa Trời đã đuổi họ ra khỏi vườn Ê-đen và lập giao ước ân điển để cứu con người. Xem: covenant of grace.

covenant renewal /ˈkʌvənənt rɪˈnuːəl/ *sự hồi phục giao ước.* Việc trở lại căn bản của giao ước, đặc biệt một cộng đồng dân Chúa tập hợp, ăn năn, và tái hứa theo lời Chúa.

covenant theology /ˈkʌvənənt θiˈɑːlədʒi/ *thần học giao ước.* Quan điểm về thần học Kinh thánh cho rằng có ba giao ước trong Kinh thánh: giao ước việc làm, giao ước ân điển và giao ước cứu chuộc; nhấn mạnh sự liên tiếp giữa Cựu Ước và Tân Ước.

covenant /ˈkʌvənənt/ *giao ước.* Hợp đồng trang trọng giữa hai bên về mối quan hệ của họ bao gồm cả sự bắt buộc và trách nhiệm đối với nhau; trong Kinh thánh có nhiều giao ước như giao ước Áp-ra-ham, giao ước Si-nai, giao ước Đa-vít và giao ước mới; xác định nhiệm vụ của hai bên đối với nhau.

covenant, new Xem: new covenant.

covenant, old Xem: old covenant.

covetousness /ˈkʌvətəsnəs/ *sự tham lam.* Việc ham muốn cái gì thuộc về người khác, là tội lỗi (Xuất 20:17).

creation ex nihilo /kriˈeɪʃn eks ˈnaɪəloʊ/ *cuộc sáng tạo từ hư vô.* Quan điểm truyền thống của Cơ Đốc giáo rằng Đức Chúa Trời sáng tạo vũ trụ từ không không (trước đó chưa có vật chất).

creation science /kriˈeɪʃn ˈsaɪəns/ *khoa học sáng tạo.* Quan điểm và phương pháp tập hợp khoa học và Kinh thánh để giải thích cuộc sáng tạo của Đức Chúa Trời.

creation theology /kriˈeɪʃn θiˈɑːlədʒi/ *thần học sáng tạo.* Thuật ngữ dành cho những quan niệm trong Kinh thánh tập trung vào Đức Chúa Trời là Đấng sáng tạo như trong Sáng 1-2, Thi 96, 104 và Ê-sai 45.

creation /kriˈeɪʃn/ *cuộc sáng tạo; sáng thế.* Sự kiện và kết quả của việc sáng tạo của Đức Chúa Trời trong Sáng 1-2. Xem: cosmos.

creation, new /kriˈeɪʃn, nuː/ *sự sáng tạo mới; người dựng nên mới.* Có thể liên quan đến trời mới, đất mới (Khải 21:1), hoặc người được tái sinh trong Đấng Christ (II Cô 5:17).

creationism /kriˈeɪʃnɪzəm/ *thuyết sáng tạo.* Thuật ngữ dành cho một số quan điểm liên quan đến sự sáng tạo và bản chất con người; chủ yếu là quan điểm về Đức Chúa Trời dựng nên vũ trụ trái với quan điểm tiến hóa duy vật.

creator /kri'eɪtər/ *Đấng Tạo Hóa.* Đấng sáng tạo vũ trụ, là Đức Chúa Trời.

creature /'kri:tʃər/ *tạo vật.* Những vật thể được sáng tạo.

credence /'kri:dns/ *mức độ tin cậy.* Mức độ tin cậy một lý lẽ hay lẽ thật đúng.

creed /kri:d/ *tín điều; công thức tuyên tín.* Bài tóm tắt giáo lý một cách ngắn gọn, dễ học thuộc lòng như Bài tín điều các Sứ đồ.

critical apparatus /'krɪtɪkl ˌæpə'rætəs/ *chú thích dị bản.* Phần của các cuốn Kinh thánh cổ có thông tin về sự biến thể bản văn (sự khác nhau giữa bản văn cổ) dùng trong việc phê bình bản văn Kinh thánh cổ nhằm mục đích tìm bản văn gốc.

critical methodology /'krɪtɪkl ˌmeθə'dɑ:lədʒi/ *phương pháp phê bình.* Phương pháp học Kinh thánh kiểm tra lại một bản văn để biết nó chính xác về lịch sử hay không, không bắt đầu với thái độ tin cậy hoàn toàn bản văn.

criticism, biblical /'krɪtɪsɪzəm, 'bɪblɪkl/ *phê bình Kinh thánh.* Một số phương pháp nghiên cứu Kinh thánh áp dụng phương pháp phê bình.

criticism, canonical /'krɪtɪsɪzəm, kə'nɑ:nɪkl/ *phê bình kinh điển.* Phương pháp nghiên cứu Kinh thánh không phải hoàn toàn bỏ qua vấn đề phê bình lịch sử nhưng nhấn mạnh hình thức bản văn cuối cùng của kinh điển và mối quan hệ giữa một phân đoạn và cả kinh điển trong việc tìm hiểu phân đoạn.

criticism, comparative-religions /'krɪtɪsɪzəm, kəm'pærətɪv-rɪ'lɪdʒənz/ *phê bình tôn giáo đối chiếu.* Phương pháp nghiên cứu quá trình phát triển của Cơ Đốc giáo bằng cách so sánh với các tôn giáo khác.

criticism, form /'krɪtɪsɪzəm, fɔ:rm (fɔ:rmgə'ʃɪçtə)/ *phê bình hình thể.* Phương pháp nghiên cứu Kinh thánh cho rằng có một số hình thể truyền khẩu từ thời tiền sử được viết ra và phối hợp để hình thành bản văn; mục đích là tìm nguồn gốc được truyền khẩu. Trong tiếng Đức được gọi là Formgeschichte.

criticism, narrative /'krɪtɪsɪzəm, 'nærətɪv/ *phê bình ký thuật.* Phương pháp nghiên cứu Kinh thánh bằng cách phân tích các câu chuyện trong Kinh thánh và kết quả của chúng trên độc giả.

criticism, redaction /'krɪtɪsɪzəm, rɪ'dækʃn/ *phê bình trứ tác.* Phương pháp nghiên cứu Kinh thánh bằng cách phân tích cách thức một nhà biên tập đã sắp xếp tài liệu trong một quyển sách và đưa ra kết luận về mục đích của nhà biên tập.

criticism, rhetorical /ˈkrɪtɪsɪzəm, rɪˈtɔːrɪkl/ *phê bình tu từ.* Phương pháp nghiên cứu Kinh thánh theo tu từ học, tập trung vào cách thức tác giả đã lý luận.

criticism, source /ˈkrɪtɪsɪzəm, sɔːrs/ *phê bình nguồn.* Phương pháp nghiên cứu Kinh thánh bằng cách chia cắt bản văn theo các nguồn cổ nhằm mục đích tìm hiểu quá trình hình thành bản văn từ các tài liệu cổ khác nhau. Xem: source criticism.

criticism, structural /ˈkrɪtɪsɪzəm, ˈstrʌktʃərəl/ *phê bình cấu trúc.* Phương pháp nghiên cứu Kinh thánh bằng cách phân tích cấu trúc ngữ pháp của bản văn và kết quả cấu trúc ngữ pháp này mang lại cho độc giả.

criticism, textual /ˈkrɪtɪsɪzəm, ˈtekstʃuəl/ *phê bình bản văn.* Phương pháp xác định từ gốc của bản văn cổ. Xem: textual criticism.

cross /krɔːs/ *thập tự giá.* Nghĩa đen là công cụ của người La Mã cổ đại dùng để hành hình kẻ phạm pháp; trong truyền thống Cơ Đốc đã trở thành biểu tượng của công việc cứu chuộc của Đấng Christ.

cross, theology of the /krɔːs, θiˈɑːlədʒi əv ðə/ Xem: theology of the cross.

crown of thorns /kraʊn əv θɔːrnz/ *mão gai.* Cái mão làm bằng gai mà bọn lính đã đội cho Chúa Giê-xu khi Ngài bị đóng đinh trên thập tự giá (Mat 27:29, Gi 19:2).

crucified with Christ /ˈkruːsɪfaɪd wɪθ kraɪst/ *bị đóng đinh vào thập tự giá với Đấng Christ.* Hình ảnh của tín hữu hy sinh giống như Đấng Christ được Ga 2:20 mô tả.

crucifix /ˈkruːsəfɪks/ *tượng/ảnh thánh giá.* Tượng hoặc hình của Đấng Christ trên thập tự giá dùng trong truyền thống Công giáo cho việc thờ phượng.

crucifixion /ˌkruːsəˈfɪkʃn/ *khổ hình thập tự giá.* Sự kiện lịch sử Chúa Giê-xu bị đóng đinh vào thập tự giá.

Crusades /kruːˈseɪdz/ *thập tự chinh.* Một vài chiến dịch quân sự của giáo hội Cơ Đốc phương tây trong thời trung cổ để chinh phục "đất thánh", chiếm lại đất từ người theo Hồi giáo và đặt lãnh đạo Cơ Đốc cai trị.

crusades, evangelistic /kruːˈseɪdz, ɪˌvændʒəˈlɪstɪk/ *chương trình truyền giảng ngoài trời.* Các chương trình truyền giảng của nhà truyền đạo đi khắp nơi giảng Tin Lành, đặc biệt cho nhóm lớn; đặc điểm của Mục sư Billy Graham.

cult (cultus) /kʌlt (ˈkʌltəs)/ *phong tục tôn giáo.* Phong tục về việc thờ phượng của một cộng đồng, văn hóa.

cults /kʌlts/ *tà phái.* Giáo phái không chính thống, đặc biệt chối bỏ những điều căn bản về Đấng Christ hay Đức Chúa Trời.

cuneiform /ˈkju:nɪfɔ:rm/ *chữ hình nêm.* Kiểu chữ Trung Đông thời cổ dùng mũi tên; chữ cái của tiếng Acad.

curse /kɜ:rs/ *sự nguyền rủa.* Lời rủa sả người khác, dùng trong Kinh thánh để phạt tội nhân với bệnh tật và sự chết.

cyclical view of history /ˈsɪklɪkl vju: əv ˈhɪstri/ *quan điểm lịch sử chu kỳ.* Quan điểm về lịch sử cho rằng một số sự kiện thỉnh thoảng tái diễn.

D - d

damn /dæm/ *định án.* Lên án và đoán phạt tội nhân; là công việc của Đức Chúa Trời.

damnation /dæmˈneɪʃn/ *sự định tội.* Trạng thái bị định án, phải chịu hình phạt của Đức Chúa Trời ở địa ngục mãi mãi.

dance, liturgical /dæns, lɪˈtɜ:rdʒɪkl/ *nhảy múa nghi lễ, nhảy múa phụng vụ.* Loại nhảy múa dùng trong lễ thờ phượng để kể chuyện hoặc thể hiện niềm vui và biết ơn đối với Chúa.

Dark Ages /dɑ:rk eɪdʒəz/ *Thời đại Tăm tối.* Thuật ngữ dành cho thế kỷ VI-XV, bắt đầu với sự sụp đổ của Đế quốc La Mã và kết thúc trong thời đại phục hưng khi các học giả Cơ Đốc cho rằng thời trước thiếu mất ánh sáng văn hóa cổ điển.

dark night of the soul /dɑ:rk naɪt əv ðə soʊl/ *đêm tối tăm của linh hồn.* Thuật ngữ dùng để mô tả kinh nghiệm sự vắng mặt của Đức Chúa Trời.

Darwinian controversy /dɑrˈwɪniən ˈkɑ:ntrəvɜ:rsi/ *cuộc tranh luận về thuyết Darwin.* Cuộc tranh luận bắt đầu từ thế kỷ XIX sau khi Charles Darwin đưa ra thuyết tiến hóa và các nhà thần học tranh luận về cách thức hiểu Sáng 1-2. Xem: Darwinism.

Darwinism /ˈdɑrwəˌnɪzəm/ *thuyết Darwin.* Quan điểm khoa học về nguồn gốc của các sinh vật cho rằng tất cả các sinh vật đã trải qua quá trình tiến hóa khi sinh vật yếu chết đi và sinh vật mạnh tồn tại; đã gây ra cuộc tranh cãi tiếp tục cho đến thế kỷ XXI. Xem: Darwinian controversy.

Davidic covenant /dəˈvɪdɪk ˈkʌvənənt/ *giao ước Đa-vít.* Giao ước Đức Chúa Trời lập với vua Đa-vít (II Sa 7), hứa cho Đa-vít sẽ có một dòng dõi trên ngôi Y-sơ-ra-ên đời đời.

day of the Lord /deɪ əv ðə lɔːrd/ *ngày Đức Giê-hô-va; ngày của Chúa.* Ngày hình phạt trong Kinh thánh như Giô-ên 1:15 và II Phi 3:10.

deacon, deaconess /ˈdiːkən, ˈdiːkənəs/ *chấp sự/nữ chấp sự.* Chức vụ trong hội thánh địa phương bắt đầu trong Công 6:1-6; chấp sự làm chức vụ khác nhau trong từng dòng truyền thống, nhưng một vai trò phổ biến là giúp người nghèo hoặc phục vụ tín hữu về việc vật chất.

dead in Christ, the /ded ɪn kraɪst, ðə/ *người chết trong Đấng Christ.* Những tín hữu Cơ Đốc đã chết, là chủ đề của I Tê 4:13-18.

Dead Sea Scrolls /ded siː skroʊlz/ *các cuộn Biển Chết.* Tài liệu từ 250 T.C. đến 70 S.C. được khám phá trong một số hang gần Biển Chết, chứa nhiều thông tin về cộng đồng Do Thái ở đó và một số bản thảo của Cựu Ước.

dead, abode of the Xem: intermediate state.

death, first /deθ, fɜːrst/ *sự chết thứ nhất.* Sự chết của thân thể, khác với sự chết thuộc linh.

death, second /deθ, ˈsekənd/ *sự chết thứ hai.* Trạng thái cuối cùng của những người không tin Chúa được mô tả trong Khải 21:8. Xem: death, first.

Decalogue /ˈdɛkəˌlɔg/ *Mười Điều Răn.* Mười mệnh lệnh trong Xuất 20:1-17.

decision for Christ /dɪˈsɪʒn fər kraɪst/ *quyết định tin Chúa.* Sự kiện một người tiếp nhận Chúa.

deconstruction, deconstructionism /ˌdiːkənˈstrʌkʃn, ˌdiːkənˈstrʌkʃnɪzəm/ *học thuyết giải cấu.* Một số phương pháp phân tích văn bản cho rằng mình không thể nói chính xác ý nghĩa của văn bản bởi vì văn bản dựa vào ngôn ngữ, và ngôn ngữ võ đoán; người ủng hộ chính là Jacques Derrida và Michel Foucault. Xem: poststructuralism.

decree, eternal, decree of God /dɪˈkriː, ɪˈtɜːrnl, dɪˈkriː əv gɑːd/ *sắc lệnh; sắc lệnh bất diệt của Đức Chúa Trời.* Ý muốn bất diệt, từ trước sáng thế, của Đức Chúa Trời mà học giả Tin Lành thế kỷ XVII nhấn mạnh như tiền định, sự sa ngã, và sự cứu rỗi. Xem: divine decrees.

dedication of churches /ˌdedɪˈkeɪʃn əv ˈtʃɜːrtʃəz/ *cung hiến nhà thờ.* Buổi thờ phượng để dâng nhà thờ cho Đức Chúa Trời. Xem: consecration of churches.

dedication of infants /ˌdedɪˈkeɪʃn əv ˈɪnfənts/ *dâng con.* Trong truyền thống Báp-tít, dâng con cho Đức Chúa Trời là một phần của lễ thờ phượng khi cha mẹ thể hiện lòng biết ơn cho con và dâng con cho mục đích của Đức Chúa Trời; việc dâng con thay cho việc làm phép báp-têm.

deductive method /dɪˈdʌktɪv ˈmeθəd/ *phương pháp suy diễn.* Cách thức suy nghĩ đưa ra kết luận mà các tiền đề và lô-gíc yêu cầu; khác với phương pháp quy nạp. Xem: inductive method.

defrock /ˌdiːˈfrɑːk/ *cách chức.* Tước chức vụ trong giáo hội của một người vì theo giáo lý sai lầm, nan đề phẩm hạnh hoặc một lý do nào khác; là công việc của giáo hội.

degrees of glory /dɪˈgriːz əv ˈglɔːri/ *mức độ vinh quang.* Theo một quan điểm, những mức độ vinh quang trên thiên đàng tùy theo hành động của một người dưới đất.

dehumanization /ˌdiːˌhjuːmənəˈzeɪʃn/ *phi nhân hóa.* Lấy đi đặc tính con người của một người hoặc một cộng đồng như tự do, tính sáng tạo, tình yêu thương, v.v...

deification /ˌdeɪɪfɪˈkeɪʃn/ *sự thần hóa.* Theo quan điểm Chính Thống Phương Đông, là quá trình được dự phần bản tính thiên thượng trong sự cứu rỗi (II Phi 1:4). Xem: divinization.

Deism /ˈdeɪɪzəm/ *tự nhiên thần giáo.* Quan điểm xuất hiện trong thế kỷ XVII, XVIII ở Anh cho rằng có một Đấng Tạo Hóa vũ trụ nhưng Ngài không tiếp tục can thiệp vào vũ trụ nữa; cũng cho rằng có thể hiểu vũ trụ qua lý trí thay cho mặc khải.

deity /ˈdiːəti/ *thần tính; thần.* Đặc tính của thần; cũng có thể là một thần.

deliverance /dɪˈlɪvərəns/ *sự giải cứu.* Việc cứu con người khỏi sự hạn chế, như dân Y-sơ-ra-ên được giải cứu khỏi Ai Cập; hoặc tội nhân được giải cứu khỏi trạng thái và hậu quả của tội lỗi mình.

deliverer /dɪˈlɪvərər/ *Đấng Giải Cứu; người giải cứu.* Người hoặc thần giải cứu người khác.

demigod /ˈdemigɑːd/ *á thần.* Hữu thể được xem là thần nhưng không phải ở mức độ cao nhất.

demiurge /ˈdemiɜːrdʒ/ *hóa công.* Quan điểm triết học Hy Lạp cho rằng có một hữu thể hình thành vũ trụ như bức tượng.

demon possession /ˈdiːmən pəˈzeʃn/ *bị quỷ ám.* Trạng thái bị quỷ điều khiển, không tự do (Mat 8:28-34). Xem: possession, demon.

demon /ˈdiːmən/ *quỷ; ác thần.* Hữu thể độc ác chống lại Đức Chúa Trời nhưng không phải là con người; được đề cập đến nhiều trong các sách Phúc Âm, như trong Mác 5:1-20.

demonic /diˈmɑːnɪk/ *thuộc về quỷ.* Có đặc tính của quỷ.

demonolatry /ˌdiməˈnɒlətri/ *thờ lạy quỷ.* Việc thờ quỷ thay cho Đức Chúa Trời.

demonology /ˌdiməˈnɒlədʒi/ *quỷ sứ học/tà linh học.* Ngành thần học quan tâm đến quỷ và Sa-tan.

demonstrative theology /dɪˈmɑːnstrətɪv θiˈɑːlədʒi/ *thần học thực chứng.* Trong truyền thống Công giáo, là loại thần học kết hợp mặc khải và lô-gíc để chứng minh một điều.

demythologize, demythologization /ˌdimɪˈθɒləˌdʒaɪz, ˌdimɪθɒləˌdʒaɪˈzeɪʃn/ *giải trừ huyền thoại tính.* Phương pháp của nhà thần học Đức Rudolf Bultmann (thế kỷ XX) thay đổi huyền thoại và biểu tượng Kinh thánh sang ý nghĩa của kinh nghiệm bình thường.

denomination /dɪˌnɑːmɪˈneɪʃn/ *giáo phái.* Một nhóm có cùng giáo lý và cách tổ chức, tự quản lý mình (không thuộc về một giáo hội khác).

denominationalism /dɪˌnɒməˈneɪʃənlˌɪzəm/ *chủ nghĩa giáo phái.* Hiện tượng xuất phát sau thời cải chánh có nhiều giáo phái khác nhau hiện ra.

dependence, dependency /dɪˈpendəns, dɪˈpendənsi/ *phụ thuộc.* Trạng thái của người hoặc tổ chức tuỳ thuộc vào người hoặc tổ chức khác (đặc biệt về tài chính).

deposit of faith /dɪˈpɑːzɪt əv feɪθ/ *kho tàng đức tin; giao phó đức tin.* Những chân lý mà Đức Chúa Trời ban cho hội thánh (I Ti 6:20).

depravity /dɪˈprævəti/ *sự hư hoại.* Trạng thái của con người sau sự sa ngã; bị tội lỗi làm hư hoại.

depravity, total Xem: total depravity.

descent into hell /dɪˈsent ˈɪntu hel/ *xuống âm phủ.* Điều trong Bài tín điều các Sứ đồ về việc xuống âm phủ của Đấng Christ, là một cách thức hiểu I Phi 3:19.

descent of the Spirit /dɪˈsent əv ðə ˈspɪrɪt/ *sự giáng lâm của Đức Thánh Linh.* Sự hiện ra của Đức Thánh Linh đến từ Đức Chúa Cha sau lễ phép báp-têm của Đấng Christ (Mác 1:9-11) và sau khi Ngài thăng thiên (Công 2).

desert fathers and mothers /ˈdezərt ˈfɑːðərz ənd ˈmʌðərz/ *tu phụ sa mạc.* Những tín hữu của hội thánh đầu tiên thể hiện lòng yêu mến Chúa bằng cách ra sa mạc của Ai Cập để sống, cầu nguyện và suy ngẫm về Lời Chúa.

design, argument from Xem: teleology.

determinism /dɪˈtɜːrmɪnɪzəm/ *thuyết định mệnh; thuyết tất định.* Quan điểm triết học cho rằng tất cả các sự kiện nhất định vì luật nhân quả hoặc một thần đã quyết định; cho rằng con người không có ý chí tự do thực sự. Xem: fatalism.

Deutero-Isaiah /ˌdutəroʊ-aɪˈzeɪə/ *Đệ nhị Ê-sai.* Theo một quan điểm về quá trình hình thành sách tiên tri Ê-sai, các chương 40-55 hoặc phần thứ hai của sách do một tác giả khác viết. Xem: Trito-Isaiah.

deuterocanonical books /ˌdutəroʊkəˈnɒnɪkəl bʊks/ *sách thứ quy điển.* Những sách trong Kinh thánh Công giáo không có trong 66 sách truyền thống của Tin Lành, đặc biệt là sách trong bản văn cổ Hy-Lạp nhưng không có trong bản văn Hê-bơ-rơ.

Deuteronomistic History /ˌdutəˈrɒnəmɪstɪk ˈhɪstri/ *lịch sử đệ nhị luật.* Theo một quan điểm của học giả Cựu Ước những sách lịch sử trong Cựu Ước được Phục Truyền Luật Lệ Ký giới thiệu, tức Giô-suê, Quan xét (Thẩm phán), Sa-mu-ên và Các Vua.

Deuteronomistic theology /ˌdutəˈrɒnəmɪstɪk θiˈɑːlədʒi/ *thần học đệ nhị luật.* Theo một quan điểm của học giả Cựu Ước, là quan niệm thần học của Phục Truyền Luật Lệ Ký nhấn mạnh rằng sự vâng phục luật lệ mang lại phước lành nhưng sự không vâng phục luật lệ mang lại rủa sả.

devil ransom theory /ˈdevl ˈrænsəm ˈθɪri/ *thuyết cứu chuộc từ Sa-tan.* Lý thuyết giải thích ý nghĩa của sự cứu chuộc cho rằng Đấng Christ phải cứu chuộc con người sa ngã từ Sa-tan (Mác 10:45).

devil Xem: Satan.

devotion /dɪˈvoʊʃn/ *tận tâm.* Cam kết hết lòng theo Chúa.

devotional literature /dɪˈvoʊʃənl ˈlɪtrətʃər/ *sách bồi linh.* Tài liệu Cơ Đốc nhắm vào việc gây dựng đức tin và lòng yêu mến Chúa của tín hữu.

devotions, personal /dɪˈvoʊʃn, ˈpɜːrsənl/ *buổi cầu nguyện riêng tư.* Thói quen của nhiều tín hữu cầu nguyện và đọc Kinh thánh hằng ngày.

diaconal ministry /daɪˈækənl ˈmɪnɪstri/ *những chức vụ của chấp sự.* Công việc của chấp sự, đặc biệt phục vụ tín hữu nghèo hoặc bà goá về nhu cầu vật chất.

dialectic /ˌdaɪəˈlektɪk/ *biện chứng.* Phương pháp lý luận đưa ra kết luận từ hai quan điểm mâu thuẫn; là một đặc điểm của nhà triết học G.W.F. Hegel.

dialectical materialism /ˌdaɪəˈlektɪkl məˈtɪriəlɪzəm/ *duy vật biện chứng.* Quan điểm triết học lịch sử cho rằng lịch sử là một quá trình các yếu tố vật chất mâu thuẫn với nhau dẫn đến xã hội vô giai cấp.

dialectical theology /ˌdaɪəˈlektɪkl θiˈɑːlədʒi/ *thần học biện chứng.* Quan điểm thần học được Karl Barth (thế kỷ XX) đưa ra nhấn mạnh chân lý mâu thuẫn như ân điển và đoán phạt. Xem: neo-orthodoxy.

dialogue /ˈdaɪəlɑːg/ *cuộc đối thoại.* Quá trình trường phái khác nhau gặp nhau và trao đổi; trong thần học dùng cho giáo phái khác nhau trao đổi về vấn đề đức tin.

diaspora /daɪˈæspərə/ *Do Thái kiều.* Thuật ngữ mô tả một dân tộc sống ở nước khác, như Do Thái kiều thời Tân Ước.

dichotomy /daɪˈkɑːtəmi/ *nhị phân pháp.* Cách thức chia một vấn đề thành hai phần như lý thuyết và thực hành, tâm hồn và thân thể.

Didache /ˈdɪdəˌkiː/ *Sách Dạy dỗ của Các Sứ đồ.* Tài liệu Cơ Đốc khoảng năm 100 S.C. dạy về đức tin và thực hành của Cơ Đốc giáo.

dignity, human /ˈdɪgnəti, ˈhjuːmən/ *phẩm cách con người.* Quan điểm cho rằng con người có giá trị vì hình ảnh của Đức Chúa Trời (Sáng 1:26-27).

diocese /ˈdaɪəsɪs/ *giáo phận.* Địa phận do một giám mục quản lý.

direction, spiritual /dəˈrekʃn, ˈspɪrɪtʃuəl/ *linh hướng.* Hướng dẫn về đời sống thuộc linh qua sự cầu nguyện và lời khuyên của một người có ân tứ hướng dẫn người khác.

directions, liturgical /dəˈrekʃnz, lɪˈtɜːrdʒɪkl/ *lời hướng dẫn nghi lễ, lời hướng dẫn phụng vụ.* Lời hướng dẫn cho một lễ thờ phượng.

discernment of spirits /dɪˈsɜːrnmənt əv spɪrɪtz/ *nhận định thần loại.* Đánh giá một nhà tiên tri hoặc một thần là thiện hoặc ác. Xem: distinguishing of spirits.

discernment /dɪˈsɜːrnmənt/ *nhận chân; nhận định.* Khả năng nhận ra sự thật hoặc biết ý muốn của Đức Chúa Trời đối với mình.

disciple /dɪˈsaɪpl/ *môn đồ; môn đệ.* Tiếng La-tinh cho người học trò, dùng trong các sách Phúc Âm cho người theo Đấng Christ.

disciples, Jesus' twelve /dɪˈsaɪplz, ˈdʒiːzəsəz twelv/ *mười hai môn đồ.* Mười hai người được Chúa Giê-xu tuyển để đặc biệt theo Ngài trong chức vụ dưới đất của Ngài (Mat 10:1-4, Lu 6:12-16). Xem: apostle.

discipline, church /ˈdɪsəplɪn, tʃɜːrtʃ/ *kỷ luật hội thánh.* Cách thức một giáo hội hoặc hội thánh địa phương chăm sóc, sửa hoặc thỉnh thoảng dứt phép thông công tín hữu (Mat 18:15-17).

disciplines, spiritual /ˈdɪsəplɪnz, ˈspɪrɪtʃuəl/ *rèn luyện thuộc linh.* Những thực hành dùng để trưởng thành về mặt thuộc linh như cầu nguyện, đọc Kinh thánh, kiêng ăn, dâng hiến, thờ phượng, phục vụ, thông công, v.v...

discipling /dɪˈsaɪplɪŋ/ *môn đồ hóa.* Việc hướng dẫn người khác trưởng thành về mặt thuộc linh.

disembodied state /ˌdɪsɪmˈbɑːdid steɪt/ *tình trạng vô thân; tình trạng hồn lìa khỏi xác.* Theo một số quan điểm thần học là tình trạng của một người chết giữa thời điểm chết và sự sống lại.

disinterested love /dɪsˈɪntrəstɪd lʌv/ *tình yêu không vụ lợi.* Quan điểm thời trung cổ về tình yêu không nhằm mục đích tư lợi. Ví dụ: kính yêu Chúa vì Ngài xứng đáng được yêu chứ không nhằm mục đích được lên thiên đàng.

dispensation of grace /ˌdɪspenˈseɪʃn əv greɪs/ *chế độ ân điển.* Là giao ước mới trong Đấng Christ. Xem: new covenant, dispensationalism.

dispensation of innocence /ˌdɪspenˈseɪʃn əv ˈɪnəsəns/ *chế độ vô tội.* Cách thức Đức Chúa Trời đối xử với A-đam và Ê-va trước sự sa ngã trong Sáng 3. Xem: dispensationalism.

dispensation of law /ˌdɪspenˈseɪʃn əv lɔː/ *chế độ luật pháp.* Cách thức Đức Chúa Trời đối xử với dân Ngài từ Xuất 20 đến Tân Ước, là qua luật pháp. Xem: dispensationalism.

dispensation /ˌdɪspenˈseɪʃn/ *chế độ tôn giáo.* Cách thức Đức Chúa Trời đối xử với dân Ngài, bao gồm giao ước, mệnh lệnh, v.v...

dispensationalism /ˌdɪspənˈseɪʃənlˌɪzəm/ *thuyết chế độ; giai đoạn thần thị thuyết.* Quan điểm thần học Kinh thánh cho rằng Đức Chúa Trời đối xử với dân Ngài theo một số chế độ khác nhau (thường xem là 7 chế độ) trong lịch sử; quan điểm này được John Nelson Darby (thế kỷ XIX) phát triển và The Scofield Reference Bible phổ biến.

dispersion Xem: diaspora.

disposition /ˌdɪspəˈzɪʃn/ *tính khí.* Thuật ngữ đạo đức học về những thái độ đặc tính là nền tảng cho hành động, dù tốt hay xấu; là cách thức một người thường hành động.

distinguishing of spirits /dɪˈstɪŋgwɪʃɪŋ əv ˈspɪrɪtz/ Xem: discernment of spirits.

distribution of the elements /ˌdɪstrɪˈbjuːʃn əv ðə ˈelɪməntz/ *phân phối bánh và rượu nho cho tiệc thánh.* Phần của lễ tiệc thánh khi phát bánh và rượu hoặc nước nho cho hội thánh.

distributive justice /dɪˈstrɪbjətɪv ˈdʒʌstɪs/ *sự công bằng trong việc phân phối.* Một loại công bằng đề cập đến trong cách thức phân phối tài nguyên và quyền lực. Xem: social justice.

district superintendent /ˈdɪstrɪkt ˌsupərɪnˈtɛndənt/ *giáo hạt trưởng.* Trong tổ chức Giám Lý, là một mục sư chịu trách nhiệm quản lý một giáo hạt. Xem: district.

district /ˈdɪstrɪkt/ *giáo hạt.* Đơn vị của tổ chức Giám Lý được một giáo hạt trưởng quản lý. Xem: district superintendent.

ditheism /ˈdaɪθiˌɪzəm/ *thuyết nhị thần.* Quan điểm cho rằng có hai vị thần cạnh tranh với nhau, thường một vị là thiện và một vị là ác. Xem: monotheism, polytheism.

divination /ˌdɪvəˈneɪʃən/ *thuật bói toán.* Phương pháp tìm kiến thức qua những dấu hiệu hoặc điềm báo.

divine attributes Xem: attributes of God.

divine decrees Xem: decree, eternal, decree of God.

divine healing /dɪˈvaɪn ˈhilɪŋ/ *chữa lành từ thiên thượng.* Công việc chữa lành một người, thường về thân thể nhưng cũng có thể về cảm xúc hoặc tâm linh.

divine image Xem: God, image of.

divine law /dɪˈvaɪn lɔ/ *luật pháp thiên thượng.* Các quy định Đức Chúa Trời dùng để cai trị thế giới, được bày tỏ trong Kinh thánh, đặc biệt luật pháp Môi-se và sự dạy dỗ của Chúa Giê-xu trong các sách Phúc Âm.

divine names /dɪˈvaɪn neɪmz/ *các tên thần linh; danh xưng thiên thượng.* Các tên được dùng cho Đức Chúa Trời trong Kinh thánh.

divine presence /dɪˈvaɪn ˈprɛzəns/ Xem: presence, divine.

divine right of kings /dɪˈvaɪn raɪt əv kɪŋz/ *quyền cai trị thiên chức của các vua.* Quan điểm cũ cho rằng chỉ các vị vua có quyền cai trị và làm luật.

divine /dɪˈvaɪn/ *thần; thuộc thần linh.* Mô tả một hữu thể hoặc đặc tính có tính thần linh.

divinity /dɪˈvɪnɪti/ *thần tính.* Có thuộc tính của Đức Chúa Trời; cũng dùng cho môn thần học.

divinization /dɪvəˌnaɪˈzeɪʃən/ *thần thánh hóa.* Xem: deification.

divorce /dɪˈvɔrs/ *ly dị.* Hai vợ chồng không còn ràng buộc về hôn nhân theo luật pháp; vợ chồng bỏ nhau một cách hợp pháp. Xem: annulment.

Docetism /ˈdoʊsɪˌtɪzəm/ *thuyết hiện hình; ảo thân thuyết.* Quan điểm về Cơ Đốc học trong hội thánh đầu tiên cho rằng Chúa Giê-xu không phải thực sự có thân thể mà chỉ thấy như có; quan điểm này bị xem là tà thuyết.

doctors of the church /ˈdɑːktərz əv ðə tʃɜːrtʃ/ *tiến sĩ giáo hội.* Mấy chục nhà thần học được giáo hội Công giáo chấp nhận chính thức là người đóng góp rất nhiều cho giáo hội.

doctrinal freedom /ˈdɑːktrənl ˈfriːdəm/ *quyền tự do giải thích giáo lý.* Quyền của các trường thần học Công giáo dạy giáo lý trong phạm vi cho phép của giáo hội.

doctrinal preaching /ˈdɑːktrənl priːtʃɪŋ/ *giảng giáo lý.* Cách thức giảng tập trung vào và giải thích một giáo lý.

doctrinal theology /ˈdɑːktrənl θiˈɑːlədʒi/ *thần học giáo lý.* Ngành thần học trao đổi về giáo lý.

doctrine /ˈdɑːktrɪn/ *giáo lý.* Những điều một giáo hội hoặc một người cho rằng có thật và dùng để dạy người khác về đức tin.

doctrine, development of /ˈdɑːktrɪn, dɪˈveləpmənt əv/ *sự phát triển của giáo lý.* Quan điểm cho rằng giáo lý phát triển cùng với các thời đại, ít nhất về cách thức giải thích.

documentary hypothesis /ˌdɑːkjuˈmentri haɪˈpɑːθəsɪs/ *giả thuyết bản văn.* Giả thuyết về nguồn gốc và quá trình phát triển của bản văn Ngũ Kinh; dù có nhiều quan điểm khác nhau, quan trọng nhất là quan điểm của J. Wellhausen cho rằng Ngũ Kinh có bốn nguồn khác nhau gọi là J (thế kỷ X/IX T.C.), E (thế kỷ IX/VIII T.C., D (thế kỷ VII T.C.), và P (thế kỷ VI/V T.C.).

dogma /ˈdɔːgmə/ *giáo điều; tín điều.* Một điều tín lý được một giáo hội chấp nhận chính thức.

dogmatic theology /dɔːgˈmætɪk θiˈɑːlədʒi/ *thần học giáo điều.* Ngành thần học trao đổi về giáo điều, đặc biệt bằng cách nghiên cứu các bài tín điều lịch sử. Xem: theology, dogmatic.

dogmatics /dɔːgˈmætɪkz/ *môn thần học giáo điều.* Môn học dạy về thần học giáo điều một cách hệ thống. Xem: systematic theology.

dogmatism /ˈdɔːgmətɪzəm/ *thái độ võ đoán.* Thái độ của một người giữ ý kiến của mình một cách nhất định, không chấp nhận điều khác, dù ý kiến của mình hợp lý hay không.

doing theology /ˈduːɪŋ θiˈɑːlədʒi/ *nghiên cứu thần học.* Việc suy nghĩ và phát biểu về vấn đề thần học.

domination /ˌdɑːmɪˈneɪʃn/ *thống trị.* Việc trội hơn người khác.

Dominican order /də'mɪnɪkən 'ɔːrdər/ *Dòng tu Đa-minh.* Dòng tu được Dominic de Guzman (thế kỷ XIII) thiết lập cho những người giảng dạy lời Chúa và Phúc Âm.

dominion, having /də'mɪniən, 'hævɪŋ/ *quyền thống trị.* Vai trò của con người được Chúa ban cho (Sáng 1:28) để quản lý thế giới.

Donatism /'dɑːnətɪzəm/ *thuyết Donatus.* Phong trào tách ra giáo hội ở Bắc Phi thế kỷ IV dưới lãnh đạo của Donatus vì giáo hội chấp nhận lại những tín hữu và mục sư đã bỏ đức tin khi bị bắt bớ và muốn trở lại.

double effect /'dʌbl ɪ'fekt/ *song hiệu; hiệu quả gấp đôi.* Trong đạo đức học, những kết quả của quyết định và hành động một cách nào đó; kết quả này không phải là mong muốn của người hành động.

double predestination /'dʌbl ˌpriːdestɪ'neɪʃn/ *tiền định song phương.* Quan điểm cho rằng Đức Chúa Trời đã tiền định một số người cho sự cứu rỗi và những người khác cho sự hình phạt.

double procession of the Holy Spirit /'dʌbl prə'seʃn əv ðə 'hoʊli 'spɪrɪt/ *sự lưu xuất song phương của Đức Thánh Linh.* Quan điểm của giáo hội phương tây cho rằng Đức Thánh Linh lưu xuất từ cả Đức Chúa Cha và Đức Chúa Con; khác với giáo hội phương đông (chính thống giáo) cho rằng Đức Thánh Linh chỉ lưu xuất từ Đức Chúa Cha thôi. Xem: Holy Spirit, double procession of the.

doubt, religious /daʊt, rɪ'lɪdʒəs/ *nghi ngờ tôn giáo.* Vấn đề một cá nhân không chắc chắn về chân lý tôn giáo, dù không chối bỏ.

doxology /dɑːk'sɑːlədʒi/ *chúc tụng, ca ngợi.* Cách thức tôn vinh Đức Chúa Trời; nói chung về việc ca ngợi Chúa. Xem: Gloria.

Doxology, the /dɑːk'sɑːlədʒi, ðə/ *Bài ca Tôn vinh Chúa.* Bài hát trong Thánh ca (Thánh ca Việt Nam là số 23) được hát trong nhiều hội thánh truyền thống (đặc biệt ở Mỹ) qua nhiều thế hệ; được Thomas Ken (thế kỷ XVII) soạn.

dualism /'duːəlɪzəm/ *nhị nguyên luận.* Quan điểm cho rằng có hai yếu tố hoặc hai nguyên tắc cùng một lúc như thiện và ác hoặc vật chất và thuộc linh.

duty /'duːti/ *nhiệm vụ.* Trách nhiệm đối với Đức Chúa Trời hoặc đối với người khác.

dynamic presence /daɪ'næmɪk 'prezns/ *sự hiện diện năng động.* Quan điểm về tiệc thánh cho rằng Chúa Giê-xu hiện diện một cách thuộc linh (không phải về mặt vật chất).

Dyophysitism /daɪ'ɒfəˌsaɪtɪzəm/ *nhị tính thuyết.* Quan điểm về bản chất Chúa Giê-xu cho rằng Ngài có hai bản tính, thần tính và nhân tính; quan điểm này được hội thánh chấp nhận chính thức tại Hội đồng Chalcedon năm 451.

E - e

early church /ˈɜːrli tʃɜːrtʃ/ *hội thánh đầu tiên; giáo hội sơ khai.* hội thánh của thời kỳ đầu tiên trong kỷ nguyên Cơ Đốc. Còn được gọi là hội thánh thời Tân Ước hay hội thánh thế kỷ I.

earth, new /ɜːrθ, nuː/ *đất mới.* Vũ trụ được hoàn toàn cứu chuộc trong tương lai; được dùng trong cụm từ "trời mới đất mới" trong II Phi 3:13.

earthly body /ˈɜːrθli ˈbɑːdi/ *thân xác; thể xác.* Thân xác con người khi sống trên trần gian (xem I Cô 15:42-50).

earthly kingdom /ˈɜːrθli ˈkɪŋdəm/ *vương quốc trần gian.* Nước Trời trên đất. Cụm từ này cũng được dùng để ám chỉ sự trị vì ngàn năm của Đấng Christ trong tương lai.

Easter /ˈiːstər/ *Lễ Phục sinh.* Chúa nhật kỷ niệm sự sống lại của Đấng Christ.

Eastern Orthodox Church /ˈiːstərn ˈɔːrθədɑːks tʃɜːrtʃ/ *Đông giáo hội Chính thống; giáo hội Chính thống Đông phương.* Những hội thánh phát xuất từ sự tách ra giữa các hội thánh Tây phương và Đông phương năm 1054 ở dưới quyền lãnh đạo của các giáo phụ Constantinople.

Eastern religions /ˈiːstərn rɪˈlɪdʒəns/ *các tôn giáo phương Đông.* Những niềm tin tôn giáo xuất phát từ Á châu như Khổng giáo, Lão giáo, Ấn độ giáo và Phật giáo.

easy believism /ˈiːzi bɪˈliːvɪzəm/ *Thuyết "tin rất dễ".* Câu khẩu hiệu của quan điểm cho rằng chỉ cần "tin" để được cứu mà không cần phải sống theo tinh thần đạo Cơ Đốc.

Ebionism /ˈibiəˌnɪzəm/ *Tà thuyết Ebionites.* Là một tà thuyết của những Cơ Đốc nhân gốc Do Thái. Chủ trương tuân giữ luật pháp Môi-se, tin rằng Chúa Giê-xu không phải là Đức Chúa Trời mà chỉ trở thành Con Đức Chúa Trời khi Thánh Linh ngự trên Ngài lúc chịu Báp-têm. (Mat 3:16).

ecclesiastical /ɪˌkliːziˈæstɪkl/ *thuộc về giáo hội.* Liên hệ đến chức sắc tôn giáo, tổ chức của giáo hội, hành chính hay quản trị.

ecclesiasticism /ɪkliːzɪˈastɪsɪzəm/ *tinh thần câu nệ thể chế.* Thuật ngữ chỉ sự phản kháng đối với những người chú tâm quá mức đến chi tiết thuộc hình thức trong việc thực hành và điều hành giáo hội.

ecclesiology /ɪˌkli:zɪˈɒlədʒi/ *hội thánh học.* Ngành học về hội thánh qua cái nhìn của Kinh thánh và thần học.

economic Trinity /ˌi:kəˈnɑ:mɪk ˈtrɪnəti/ *quan điểm Ba Ngôi chức năng.* Cách tiếp cận Ba Ngôi Đức Chúa Trời của Hippolytus và Tertulian nhấn mạnh công tác và chức năng khác nhau của Ba thân vị. Xem: Trinity, economic.

economy, divine /ˌi:kəˈnɑ:mɪk, dɪˈvaɪn/ *kế hoạch thiên thượng.* Kế hoạch cứu rỗi và sự quan phòng toàn vũ trụ.

ecstasy, ecstatic utterances /ˈekstəsi, ɪkˈstætɪk ˈʌtərənsiz/ *lời lắp bắp lúc xuất thần.* Ngôn ngữ nói trong lúc xuất thần, người nghe không hiểu được.

ecumenical (oecumenical) /ˌi:kju:ˈmenɪkl/ *cộng đồng.* Được hiểu theo nghĩa tất cả các hội thánh trong mối quan hệ với nhau, cũng như mối quan hệ giữa Cơ Đốc giáo với các tôn giáo khác.

ecumenical movement /ˌi:kju:ˈmenɪkl ˈmu:vmənt/ *phong trào liên hiệp các giáo hội.* Một phong trào rộng khắp, khởi sự từ 1910 nhằm đem sự hiệp nhất đến cho các giáo hội Cơ Đốc khác nhau.

ecumenism /ɪˈkju:mənɪzəm/ *phong trào đại kết.* Ước ao hiệp nhất giữa các hội thánh và tín hữu trong Chúa Giê-xu Christ.

Eden, Garden of /ˈi:dn, ˈgɑ:rdn əv/ *Vườn Êđen.* Mô tả địa điểm A-đam và Ê-va hiện diện sau khi được tạo dựng theo lời Kinh thánh. (Sáng 2:8 -3:24). Xem: paradise.

edification /ˌedɪfɪˈkeɪʃn/ *sự gây dựng.* Sự củng cố đời sống tâm linh của Cơ Đốc nhân và hội chúng.

effectual calling /ɪˈfektʃuəl ˈkɔ:lɪŋ/ *sự kêu gọi công hiệu.* Theo thần học cải chánh, đó là sự kêu gọi thành công với người được chọn, vì họ đáp ứng trong đức tin.

efficacy /ˈefɪkəsi/ *hiệu lực; công hiệu.* Hoàn thành mục đích.

egoism /ˈegoʊɪzəm/ *chủ nghĩa vị kỷ.* Tập trung vào bản ngã.

eisegesis /ˌaɪsɪˈdʒisɪs/ *chú giải diễn cách.* Đưa thêm ý của mình vào bản văn Kinh thánh trái ngược với “rút ý ra” từ bản văn. Xem: exegesis.

elder /ˈeldər/ *trưởng lão.* Người lãnh đạo trong nhà hội vào thời hội thánh đầu tiên hay tại hội thánh địa phương ngày nay (tùy theo hệ phái). Truyền thống cải chánh phân biệt hai dạng trưởng lão: dạy dỗ và quản trị.

elder, ruling /ˈeldər, ˈru:lɪŋ/ *trưởng lão quản trị.* Theo truyền thống cải chánh, đây là một nhân sự (chức viên) chịu trách nhiệm coi sóc phần tâm linh tại hội thánh địa phương.

elder, teaching /ˈeldər, ˈtiːtʃɪŋ/ *trưởng lão dạy dỗ.* Theo truyền thống cải chánh, đây là người được phong chức mục sư, do đó, chịu trách nhiệm dạy dỗ tại hội thánh địa phương.

elect /ɪˈlekt/ *người được chọn.* Là những người được Chúa chọn để nhận sự cứu rỗi. Rô 8:33; Côl 3:12; Tít 1:1. Xem: nonelect.

election of officers /ɪˈlekʃn əv ˈɔːfɪsərz/ *chọn lựa các chức viên.* Cách thức tuyển người lãnh đạo thông qua quá trình bầu phiếu của thành viên, diễn ra trong hội thánh địa phương. Việc này diễn ra tại hội chúng địa phương cũng như ở các cơ cấu điều hành cao hơn.

elements /ˈelɪmənt/ *bánh và chén.* Bánh và rượu nho dùng trong Lễ Tiệc Thánh.

emanation(ism) /ˌeməˈneɪʃn(ɪɪzəm)/ *thuyết phát xuất.* Sự phát xuất, thường dùng để chỉ ý tưởng cho rằng sự sáng tạo không phải là từ hư vô, nhưng phát xuất từ chính bản chất của Đức Chúa Trời. Đối nghĩa với creation ex nihilo (tạo dựng từ hư vô).

emancipation /ɪˌmænsɪˈpeɪʃn/ *giải thoát; giải phóng.* (Từ chữ La-tinh: *emancipare*, tuyên bố tự do) tăng trưởng hay lớn lên trong tự do, dùng trong thần học giải phóng hay thần học phụ nữ để ám chỉ những thay đổi trong cơ cấu xã hội hiện hành hay sự biến đổi cơ cấu xã hội.

Emmanuel, Immanuel /ɪˈmanjʊəl/ *Em-ma-nu-ên.* Đức Chúa Trời ở cùng chúng ta.

empirical approach /ɪmˈpɪrɪkl əˈproʊtʃ/ *cách tiếp cận thực nghiệm.* Phương pháp luận thần học nhằm đạt được tri thức qua tri giác bằng giác quan.

empirical theology /ɪmˈpɪrɪkl θiˈɑːlədʒi/ *thần học kinh nghiệm.* Thần học dựa trên dữ kiện từ giác quan.

empirical /ɪmˈpɪrɪkl/ *thuộc về kinh nghiệm; thực nghiệm.* Liên quan đến các giác quan hoặc cảm nhận bằng giác quan.

empiricism /ɪmˈpɪrɪsɪzəm/ *chủ nghĩa kinh nghiệm.* Triết lý thần học cho rằng tất cả tri thức đều thông qua tri giác bằng giác quan.

empowerment /ɪmˈpaʊərmənt/ *trao quyền, làm cho có khả năng, cho phép.* Thuật ngữ của một số nhà thần học giải phóng ám chỉ việc đạt được quyền hành và kiểm soát cuộc sống của những nhóm người bị áp bức.

enchiridion /ˌɛnkaiˈrɪdɪən/ *tuyển tập; cẩm nang.* (Hy Lạp: điều gì đó có sẵn trong tay) Một quyển giáo khoa ngắn gọn. Một quyển chỉ dẫn của Công giáo La Mã bao gồm tín lý dùng để học thần học.

encounter /ɪnˈkaʊntər/ *gặp gỡ; chạm trán.* Liên quan đến thần học của Emil Brunner.

end of the world /end əv ðə wɜːrld/ *tận thế.* Thời điểm kết thúc lịch sử loài người trên đất. Trong thần học Cơ Đốc, từ này ám chỉ sự tái lâm của Chúa Giê-xu Christ.

ends and means /endz ənd miːnz/ *cứu cánh và phương tiện.* Thuật ngữ trong đạo đức học nói đến kết quả của hành động (cứu cánh) và phương tiện để đạt được kết quả (phương tiện).

endurance /ɪnˈdʊrəns/ *sự chịu đựng; bền chí.* Sự bền chí của Cơ Đốc nhân trong đời sống Cơ Đốc trải qua khó khăn nhờ sự nâng đỡ của ân điển Chúa (Lu 21:19; Rô 5:3-4: Gia 1:3-4).

energies, divine /ˈenərdʒiz, dɪˈvaɪn/ *năng lực thiên thượng.* Theo Chính Thống giáo Đông phương, điều này dùng để chỉ sự hiện diện, vận hành của Đức Chúa Trời trong toàn cõi vũ trụ.

Enlightenment, the /ɪnˈlaɪtnmənt, ði/ *thời kỳ Khai sáng.* Phong trào triết học thế kỷ XVIII, đặc biệt là ở Đức và Pháp. Thiên về chủ nghĩa duy lý và thường hằn học với tôn giáo.

enthusiasm /ɪnˈθuːziæzəm/ 1. *thần ứng.* Cảm nhận linh hướng hay thăng hoa. Cũng được dùng để mô tả sự nhiệt thành tôn giáo của những nhóm Thanh giáo hay Giám Lý nhằm phản ứng lại chủ nghĩa hình thức của các hội thánh lâu đời. 2. sự nhiệt tình, niềm say mê.

entire sanctification /ɪnˈtaɪər ˌsæŋktɪfɪˈkeɪʃn/ *sự nên thánh toàn vẹn.* Quan điểm của truyền thống Wesley và các giáo phái thánh thiêng dạy rằng một Cơ Đốc nhân đạt tới sự tự do khỏi tội lỗi và nên thánh trọn vẹn trong đời này.

envy /ˈenvi/ *ganh tị; đố kỵ.* Ước ao sở hữu điều thuộc về người khác.

Epicureanism /ˌepɪkjʊˈriːənɪzəm/ *chủ nghĩa khoái lạc.* Quan điểm đạo đức của Hy Lạp theo Epicurus (341-270 T.C.) cho rằng sự thỏa mãn là tối thiện. Thuyết này nhằm đạt hạnh phúc mà không có đau khổ và lo lắng.

Epiphany Sunday /ɪˈpɪfəni ˈsʌndeɪ/ *Chúa nhật Hiển linh.* Chúa nhật giữa ngày 2 và 8 tháng Giêng, được các hội thánh Cơ Đốc kỷ niệm lễ Hiển linh. Ngày này thừa nhận sự mặc khải của Đức Chúa Giê-xu Christ đến toàn thế gian thông qua việc các bác sĩ đến thờ lạy Con Trẻ (Mat 2).

Epiphany /ɪˈpɪfəni/ *Sự hiển hiện.* Đề cập đến sự hiển hiện lần đầu và lần tái lâm của Đức Chúa Giê-xu Christ. Cũng là ngày lễ theo lịch Cơ Đốc (6 tháng Giêng).

episcopacy /ɪˈpɪskəpəsi/ *chức/hàng Giám mục.* Hệ thống điều hành hội thánh đặt thẩm quyền chính yếu nơi giám mục.

episcopal church government /ɪˈpɪskəpl tʃɜːrtʃ ˈɡʌvərnmənt/ *giáo hội theo thể chế giám mục.* Một hình thức điều hành hội thánh xem Giám mục là thẩm quyền chủ yếu.

Episcopalian /ɪˌpɪskəˈpeɪliən/ *tín hữu hội thánh theo thể chế giám mục.* Những người thuộc hội thánh theo thể chế giám mục.

episcopalism /ɪˌpɪskəˈpeɪlizəm/ *thể chế giám mục.* Quan điểm cho rằng thẩm quyền điều hành hội thánh phải thuộc về một hội đồng giám mục, chứ không thuộc cá nhân như giáo hoàng hay giáo phụ.

episcopate /ɪˈpɪskəpət/ *chức giám mục; hàng giám mục.* Một nhóm giám mục; cũng có nghĩa là nhiệm kỳ giám mục.

epistemology /ɪˌpɪstəˈmɑːlədʒi/ *nhận thức luận.* Lý thuyết về tri thức hay tìm tòi cách thức để đạt được tri thức. Xem: religious epistemology.

epistle /ɪˈpɪsl/ *thư tín.* (Từ Hy Lạp: *epistole*) thuật ngữ dùng để gọi một bức thư trong Tân Ước.

equality /iˈkwɑːləti/ *sự bình đẳng.* Quan điểm cho rằng tất cả mọi người đều có cùng cơ hội về nhân quyền. Một số nhà thần học nữ quyền xem việc phụ nữ được hoàn toàn bình đẳng trong những quyền chính thức như một cách để chấm dứt việc phụ nữ phải phục tùng nam giới trong những xã hội do nam giới thống trị.

equivocal /ɪˈkwɪvəkl/ *lập lờ; hai nghĩa.* Đề cập đến hai quan điểm đều đúng như nhau.

equivocity Xem: equivocal.

eschatological /eˌskætəˈlɑːdʒɪkl/ *thuộc về lai thế học.*

eschatology /ˌeskəˈtɑːlədʒi/ *lai thế học.* Môn học nghiên cứu về những điều cuối cùng, hay tận thế. Về phương diện thần học thì môn này liên quan đến sự tái lâm của Chúa Giê-xu và sự phán xét sau cùng.

eschaton /ˈɛskətɒn/ *sự việc cuối cùng.* Biến cố sau cùng trong lịch sử, được nhiều nhà thần học cho là sự tái lâm của Chúa Giê-xu trên đất.

essence of Christianity /ˈesns əv ˌkrɪstiˈænəti/ *bản chất của Cơ Đốc giáo.* Sự cố gắng khám phá những phương diện cốt lõi, căn bản và thiết yếu nhất của Cơ Đốc giáo.

essence /ˈesns/ *bản thể; bản tính; thể yếu; yếu tính.* Điều mà tự nó là khía cạnh vĩnh cửu, so với cái "bất ngờ, ngẫu nhiên" hay một trạng thái đặc biệt ở một thời điểm nào đó. Trong Cơ Đốc học, Đức Chúa Giê-xu Christ có hai bản tính - nhân tính và thần tính – trong cùng một thân vị.

Essenes /ˈesiːnz/ *phái Essenes.* Một tiểu phái người Do Thái thời thế kỷ II T.C. cho đến thế kỷ I S.C. sống biệt lập, khắc khổ tại Qumran gần Biển Chết. Có thể họ chính là những thầy ký lục đã chép lại Những Cuộn Biển Chết. Họ tuân thủ nghiêm ngặt Ngũ Kinh, sống theo nguyên tắc triệt để và tổ chức chặt chẽ.

essential humanity /ɪˈsenʃl hjuːˈmænəti/ *nhân tính thiết yếu.* Phần nhân tính được sáng tạo như dự tính của Đức Chúa Trời, trái ngược với bản tính thiên nhiên có sau sự sa ngã.

eternal consequences of sin /ɪˈtɜːrnl ˈkɑːnsəkwensiz əv sɪn/ *hậu quả đời đời của tội lỗi.* Hậu quả đời đời không dứt của tội lỗi, trái với hậu quả tạm thời sẽ kết thúc khi qua đời.

eternal destiny /ɪˈtɜːrnl ˈdestəni/ *số phận đời đời.* Tình trạng tương lai của một người, hoặc ở thiên đàng hay hỏa ngục, với Đức Chúa Trời hay không có Ngài.

eternal life /ɪˈtɜːrnl laɪf/ *sự sống đời đời.* Sự sống được ban cho tín hữu, về phẩm chất thì vượt xa sự sống tự nhiên và cũng kéo dài qua đời này đến cõi vĩnh hằng.

eternal punishment /ɪˈtɜːrnl ˈpʌnɪʃmənt/ *hình phạt đời đời.* Tình trạng vô hạn của hình phạt mà tội nhân phải chịu bên kia cuộc đời.

eternal security /ɪˈtɜːrnl səˈkjʊrəti/ *sự an ninh đời đời.* Giáo lý dạy rằng những tín đồ thật sự được tái sinh sẽ không bị mất sự cứu rỗi.

eternal state /ɪˈtɜːrnl steɪt/ *tình trạng đời đời.* Tình trạng của mỗi cá nhân sau sự phục sinh, dù ở thiên đàng hay địa ngục.

eternal /ɪˈtɜːrnl/ *đời đời; vĩnh hằng.*

eternity /ɪˈtɜːrnəti/ *cõi đời đời.* Tính siêu việt của thời gian, không có khởi đầu và kết thúc, chất lượng cũng siêu đẳng hơn thời hiện tại.

ethical code /ˈeθɪkl koʊd/ *qui tắc đạo đức.* Những qui tắc đánh giá một hành vi, thái độ hay sự chọn lựa là đúng hay sai.

ethical purity /ˈeθɪkl ˈpjʊrəti/ *đạo đức thuần khiết.* Sống tuân thủ nghiêm ngặt chuẩn mực đạo đức, có thể bao hàm chủ nghĩa khổ hạnh.

ethical teaching /ˈeθɪkl ˈtiːtʃɪŋ/ *dạy dỗ đạo đức.* Sự dạy dỗ mô tả phương cách người ta có thể chọn lựa, quyết định hay hành động.

ethics /ˈeθɪkz/ *đạo đức học.* Sự nghiên cứu về điều đúng và sai để quyết định một người nên làm gì và điều gì là tốt cho nhân loại.

ethics, Christian /ˈeθɪkz, ˈkrɪstʃən/ *đạo đức học Cơ Đốc.* Điều được cho là đúng hay sai hoặc sự hình thành một đời sống đạo đức đúng theo đức tin Cơ Đốc.

ethics, situation /ˈeθɪkz, ˌsɪtʃuˈeɪʃn/ *đạo đức học tình huống.* Quan điểm cho rằng những sự chọn lựa, quyết định và hành động của con người phải được thực thi dựa trên bối cảnh của một tình huống đặc biệt. Bối cảnh này còn quan trọng hơn gấp nhiều lần những qui tắc đạo đức cứng nhắc khi muốn biết nên có hành động đạo đức nào.

ethos /ˈiːθɑːs/ *tác phong; phong thái.* Những giá trị, ý tưởng và diễn cảm văn hóa xác định một thời điểm hoặc nơi chốn đặc biệt. Những điều này được định hình từ quan điểm tôn giáo và thần học.

etiology /ˌiːtiˈɑːlədʒi/ *thuyết nguyên nhân.* (Hy Lạp: *aitiologia*) Khảo sát nguồn gốc những câu chuyện được cho là xuất hiện để giải thích một hiện tượng. Tháp Ba-bên có thể được xem như dùng để giải thích lý do có nhiều ngôn ngữ (Sáng 11:1-9).

Eucharist /ˈjuːkərɪst/ *Thánh thể; Tiệc Thánh.* (Hy Lạp: *eucharistein*, cảm tạ) Thuật ngữ dùng cho Tiệc Thánh rút ra từ chính lời cầu nguyện cảm tạ về bánh và chén của Chúa Giê-xu khi Ngài liên hệ với thân và huyết của Ngài ban cho những người Ngài yêu quí (Mat 26:26-29; Mác 14:22-25; Lu 22:15-20; I Cô 11:23-26).

eulogy /ˈjuːlədʒi/ *điếu văn.* Một bài diễn văn đọc tại lễ tang nhằm ca ngợi cuộc đời của người quá cố. Những lễ tang Cơ Đốc thường thay thế điếu văn bằng một bài giảng Phúc Âm nói về hy vọng của Cơ Đốc nhân.

euthanasia /ˌjuːθəˈneɪʒə/ *cái chết tự chọn.* Chấm dứt cuộc sống con người nhằm mục đích kết thúc nỗi đau và khổ sở. Điều đó có thể là một hành động hoặc bỏ không cứu chữa, tự nguyện hoặc bắt buộc, trực tiếp hoặc gián tiếp. Đây là điều vẫn còn gây tranh cãi về phương diện đạo đức. Cũng có tên khác là "an tử" hay "cái chết êm dịu" (mercy killing: vì thương mà giết). Xem: mercy killing.

Eutychianism /yuˈtɪkiənɪzəm/ *thuyết Duy nhất tính.* Thuyết của Eutyches (375-454 S.C.) dạy rằng Chúa Giê-xu chỉ có một bản tính.

evangel /ɪˈvandʒɛl/ *Phúc Âm; Tin Mừng.* (Hy Lạp: *euangelion*, tin tốt lành) tin mừng hay Tin Lành cứu rỗi qua Đức Chúa Giê-xu Christ.

evangelical /ˌiːvænˈdʒelɪkl/ *giáo phái Tin Lành; thuộc Phúc Âm.* Thuật ngữ bên Âu châu dùng chỉ người theo đạo Tin Lành (Protestants). Từ này để chỉ người nhấn mạnh nhu cầu cần có một mối quan hệ cá nhân bởi đức tin với Chúa Giê-xu Christ (tại Mỹ).

evangelicalism /ˌiːvænˈdʒelɪklizəm/ *thuyết Phúc Âm.* Một phong trào liên hệ phái trong các hội thánh Tin Lành Mỹ quốc nhấn mạnh đến việc truyền bá Phúc Âm qua việc truyền giảng và nhu cầu cần có mối quan hệ cá nhân bởi đức tin với Đức Chúa Giê-xu Christ.

evangelism /ɪˈvændʒəlɪzəm/ *việc truyền giảng.* Chia sẻ Phúc Âm của Đức Chúa Giê-xu Christ bằng nhiều phương cách khác nhau.

evangelist /ɪˈvændʒəlɪst/ *nhà truyền đạo.* Người chia sẻ Phúc Âm của Đức Chúa Giê-xu Christ.

evangelistic crusades /ɪˌvændʒəˈlɪstɪk kruːˈseɪdz/ *những chiến dịch giảng Tin Lành.* Những cố gắng truyền giảng được tổ chức qui mô nhắm đến với cả thành phố hay khu vực. Thông thường có sự liên kết cộng tác giữa nhiều hội thánh.

evangelists, the four /ɪˈvændʒəlɪstz, ðə fɔːr/ *bốn trước giả Phúc Âm.* Tên của những người có liên quan đến bốn sách Phúc Âm trong Tân Ước: Ma-thi-ơ, Mác, Lu-ca và Giăng.

everlasting life /ˌevərˈlæstɪŋ laɪf/ *sự sống đời đời.* Xem: eternal life.

evidences of Christianity /ˈevɪdənsiz, əv ˌkrɪstiˈænəti/ *những chứng cớ của Cơ Đốc giáo.* Những dữ kiện thực sự được các nhà thần học dùng để tranh luận về tính chính xác của Cơ Đốc giáo, thường bao gồm lời tiên tri và phép lạ.

evil one /ˈiːvl wʌn/ *kẻ ác; Sa-tan.* Một thuật ngữ chỉ Sa-tan (xem Mat 5:37; 6:13; 13:19; Gi 17:15; Êph 6:16).

evil powers /ˈiːvl ˈpaʊərz/ *thế lực đen tối, thế lực gian ác.* Thuật ngữ chỉ những thế lực chống nghịch Chúa (xem Mat 4:1-11; Gi 12:31; 16:11; Êph 2:1-2; 6;12; I Phi 5:8; I Gi 3:8-10; Khải 13:1).

evil spirits /ˈiːvl ˈspɪrɪts/ *ác linh.* Ma quỷ; những thế lực hành động chống lại Đức Chúa Trời và mục đích của Ngài (Lu 7:21; Công 19:12-15).

evil /ˈiːvl/ *điều ác.* Điều chống lại ý Chúa. Điều tồi tệ và nguy hiểm về phương diện luân lý, đạo đức.

evil, problem of /ˈiːvl, ˈprɑːbləm əv/ *vấn nạn tội ác.*

evolution debate /ˌiːvəˈluːʃn dɪˈbeɪt/ *tranh luận về tiến hóa.* Sự xung khắc giữa những người theo giáo lý sáng tạo và những người theo thuyết tiến hóa. Những người chống lại một sự giải hoà giữa thuyết tiến hóa với Cơ Đốc giáo tin rằng thuyết tiến hóa chống lại cách hiểu theo nghĩa đen những ký thuật về sự sáng tạo trong sách Sáng Thế Ký.

evolution /ˌiːvəˈluːʃn/ *sự tiến hóa.* (La-tinh: *evolutio*, mở ra, trải ra) tiến trình phát triển từ hình thức này sang hình thức khác. Thuật ngữ này được dùng cho quan điểm của Charles Darwin (1809-1882), liên quan đến cách thức đời sống động vật và loài người hiện hữu và quá trình trở thành những hình thái sự sống phức tạp.

evolution, naturalistic /ˌiːvəˈluːʃn, ˌnætʃrəˈlɪstɪk/ *tiến hóa tự nhiên.* Quan điểm cho rằng sự tiến hóa là một tiến trình của các năng lực tự nhiên không có sự can thiệp thiên thượng.

evolution, theistic /ˌiːvəˈluːʃn, ˈθiːˈɪstɪk/ *tiến hóa hữu thần.* Quan điểm cho rằng Đức Chúa Trời đã chỉ đạo quá trình tiến hóa và dùng nó như một phương tiện để đạt được mục đích thiên thượng. Xem: theistic evolution.

ex cathedra /ˌeks kəˈθiːdrə/ *uy quyền tông toà; quyền bất khả ngộ.* Nghĩa đen là "từ trên ngai", khái niệm hành động từ uy quyền của chức vị. Thường dùng cho sự giải thích giáo lý về đức tin hay luân lý của giáo hoàng. Đây là mức độ cao nhất của giáo hoàng trong sự dạy dỗ, được xem là không sai trật.

exaltation of Jesus Christ /ˌegzɔːlˈteɪʃn əv ˈdʒiːzəs kraɪst/ *sự tôn cao Đức Chúa Giê-xu Christ.* Diễn tả thần học về sự phục sinh và thăng thiên của Đức Chúa Giê-xu Christ khiến công tác của Ngài đắc thắng (Êph 1:20; Phil 2:9-11; Khải 3:21). Điều này đối nghịch với sự hạ mình của Chúa Giê-xu trong sự giáng sinh và chết trên thập tự giá. Xem: state of exaltation.

exclusivism /ɪkˈskluːsɪvɪzəm/ *độc nhất thuyết; xu hướng dành riêng.* Quan điểm cho rằng Đức Chúa Trời sẽ không ban sự cứu rỗi cho ai không tin Đức Chúa Giê-xu Christ hoặc ở ngoài hội thánh Cơ Đốc (Gi 14:6; Công 4:12).

excommunication /ˌekskəˌmjuːnɪˈkeɪʃn/ *dứt phép thông công.* Việc cắt đứt hay trục xuất một người khỏi mối thông công với giáo hội.

exegesis /ˌeksɪˈdʒiːsɪs/ *giải kinh.* Việc thu được ý nghĩa của một phân đoạn bằng cách rút ra ý nghĩa từ ngay chính phân đoạn ấy, chứ không phải đưa ý của mình vào. Xem: eisegesis.

exegetical method /ˌɛksɪˈdʒɛtɪkəl ˈmeθəd/ *phương pháp giải kinh.* Kỹ thuật giải kinh.

exemplarism /ɪgˈzɛmpləˌrɪzəm/ *thuyết mô hình lý tưởng.* Quan điểm cho rằng sự chết của Chúa Giê-xu cung ứng sự cứu chuộc bằng cách miêu tả Ngài như điển hình tối thượng của tình yêu Đức Chúa Trời, qua đó khiến những người tin Chúa ăn năn và yêu thương.

exile, the /ˈeksaɪl, ði/ *sự lưu đày.* Khoảng thời gian những người Do Thái bị bắt đi lưu đày tại Ba-by-lôn cổ (587-538 T.C.).

existence of God, arguments for the /ɪɡˈzɪstəns əv ɡɑːd, ˈɑːrɡjuməntz fɔːr ðə/ *tranh luận về sự thực hữu của Đức Chúa Trời.*

existence /ɪɡˈzɪstəns/ *sự hiện hữu.* Tình trạng hoặc phẩm chất của sự tồn tại.

existential theology /ˌeɡzɪˈstenʃəl θiˈɑːlədʒi/ *thần học hiện sinh.* Thần học dựa trên triết lý hiện sinh.

existentialism, Christian /ˌeɡzɪˈstenʃəlɪzəm, ˈkrɪstʃən/ *thuyết hiện sinh Cơ Đốc.* Sử dụng các phạm trù và sự hiểu biết sâu sắc từ triết học hiện sinh trong phạm vi Cơ Đốc căn bản.

existentialism, existential philosophy /ˌeɡzɪˈstenʃəlɪzəm, ˌeɡzɪˈstenʃəl fəˈlɑːsəfi/ *thuyết hiện sinh; triết lý hiện sinh.* Phong trào triết lý phát sinh từ sự nhấn mạnh của Soren Kierkegaard (1813-1855) trên đường đi tìm sự thật qua tính chất chủ quan của con người và sự dự phần của một người trong "thực tại". Thuyết này được Martin Heidegger (1889-1976) khai triển, nó cũng tác động đến Rudolf Bultmann (1884-1976) trong hướng tiếp cận đến những vấn đề như tính siêu việt của Đức Chúa Trời, đức tin và lịch sử, thích kinh học, Giê-xu con người lịch sử và Lai thế học.

exodus /ˈeksədəs/ *sự xuất Ai Cập (Xuất Ê-díp-tô Ký).* Thuật ngữ dùng để chỉ việc được giải thoát khỏi sự áp bức của dân Y-sơ-ra-ên từ Ai Cập nhờ quyền năng giải phóng của Đức Chúa Trời, vào khoảng 1200 T.C. Cũng là tên sách thứ nhì của Kinh thánh.

exorcism /ˈeksɔːrsɪzəm/ *việc đuổi quỉ.* Đuổi những ác thần/tà linh ra khỏi một người.

experience, religious /ɪkˈspɪriəns, rɪˈlɪdʒəs/ *kinh nghiệm tôn giáo.* Nói chung, là tất cả những phương cách mà những cá nhân hay tập thể đạt đến nhận thức về sự việc hay sự kiện có thể xem là thiêng liêng. Thần học Cơ Đốc có những cách đánh giá khác nhau về vai trò của kinh nghiệm trong sự hiểu biết thần học, một số nhà thần học cho nó một vị thế nổi bật.

expiation /ˌekspiˈeɪʃn/ *chuộc tội; đền tội.* (La-tinh: *expiatus*, *ex*: ra khỏi; *piare*: tìm kiếm hoặc tẩy sạch bởi một nghi thức thiêng liêng) Sự hủy bỏ tội. Tha khỏi tình trạng có tội với những phương cách mà sự tha thứ này được hoàn tất.

exposition of Scripture /ˌekspəˈzɪʃn əv ˈskrɪptʃər/ *chú giải Kinh thánh.* Giải thích, làm sáng tỏ một khúc Kinh thánh.

expositor /ɪkˈspɒzɪtər/ *người chú giải.* Người giải thích Kinh thánh.

expository sermon /ɪkˈspɑːzətɔːri ˈsɜːrmən/ *bài giảng giải kinh.* Một bài giảng nhằm giải nghĩa và giải thích một khúc Kinh thánh.

extempore prayer /ekˈstempəri prer/ *lời cầu nguyện ứng khẩu.* Lời cầu nguyện tự phát chứ không do suy nghĩ trước hoặc viết trước.

external grounds /ɪkˈstɜːrnl graʊndz/ *nền tảng ngoại tại.* Những phương cách được dùng để minh chứng cho một quan điểm thần học hoặc một khúc Kinh thánh. Xem: internal grounds.

externalism /ɪkˈstəːnəlɪzəm/ *hình thức chủ nghĩa; duy hình thức thuyết.* Nhấn mạnh những thực hành bề ngoài, những hình thức hoặc nghi lễ của một tôn giáo, trái ngược với ý nghĩa và giá trị sâu sắc của chính tôn giáo ấy.

extrabiblical materials /ˈekstrəˈbɪblɪkl məˈtɪriəl/ *tài liệu ngoại Kinh.* Những tài liệu không tìm thấy trong Kinh thánh hay những tác phẩm có nền tảng Kinh thánh.

extrabiblical sources /ˈekstrəˈbɪblɪkl sɔːrsiz/ *nguồn gốc ngoại Kinh.* Những nguồn gốc độc lập với Kinh thánh hoặc những tác phẩm không có nền tảng từ Kinh thánh.

F - f

faith and reason /feɪθ ənd ˈriːzn/ *đức tin và lý trí.* Theo truyền thống thì đây là hai phương tiện để biết Đức Chúa Trời và giữ vững niềm tin nơi Ngài. Tương quan giữa đức tin và lý trí được đánh giá cách khác nhau suốt lịch sử tư tưởng Cơ Đốc. Có khi bổ sung cho nhau, có khi là nghịch lý, hoặc mâu thuẫn và cũng có người đánh giá chúng tùy theo ưu tiên.

faith healing /feɪθ ˈhiːlɪŋ/ *chữa lành bởi đức tin.* Thực hành sự tin tưởng nơi sự chữa lành kỳ diệu của Đức Chúa Trời đối với người bệnh hay bị thương dựa trên niềm tin rằng Ngài sẽ chữa. Phương cách thường là cầu nguyện và đặt tay (Gia 5:14).

faith /feɪθ/ *đức tin.* (Hy Lạp: *pistis*; La-tinh: *fides*, tin tưởng, niềm tin) Tin vào hoặc chú tâm vào một điều gì hay một người nào. Đức tin Cơ Đốc là niềm tin hoàn toàn vào Đấng Christ và công tác của Ngài như là nền tảng cho mối quan hệ cá nhân với Đức Chúa Trời. Xem: belief.

faith, confession of /feɪθ, kənˈfeʃn əv/ *tuyên xưng đức tin.* Một sự xưng nhận công khai đức tin, dù đó là tuyên bố cá nhân như trong lễ báp-têm hay kể ra những tín lý cách chính thức, như trong Bài Tuyên xưng Augsburg hay Westminster.

faith, gift of /feɪθ, gɪft əv/ *ơn đức tin.* Một trong những ân tứ thuộc linh được nhắc đến trong I Cô 12:9. Sự thừa nhận rằng đức tin là sự ban cho từ Thánh Linh của Đức Chúa Trời cho người không xứng nhận, và không phải là kết quả từ nỗ lực của con người (Êph 2:8-9).

faith, the /feɪθ, ðə/ *niềm tin.* Phần chính yếu của tín lý Cơ Đốc được hội thánh tin vào và được giải thích trong bài tín điều cũng như bài tuyên xưng đức tin.

faithfulness /ˈfeɪθfʊlnəs/ *sự trung tín; thành tín.* Sự thành tín của Đức Chúa Trời đối với con dân của Ngài dựa trên giao ước chính Ngài hứa với họ, và sự trung thành tương tự của con dân Chúa đối với Ngài dựa trên cam kết của mình.

fall, effects of the /fɔːl, ɪˈfektz əv ðə/ *hậu quả của sự sa ngã.* Hậu quả, như là mặc cảm tội lỗi, bản chất bị tha hóa, tất cả đều có sau sự sa ngã.

fall, the /fɔːl, ðə/ *sự sa ngã.* Hành động bất tuân của A-đam và Ê-va, như được nói đến trong Sáng 3, vì thế mất đi mối quan hệ với Chúa, là mối tương giao mà vì đó họ được dựng nên. Xem: alienation.

fallenness of humanity /ˈfɔːlənnɪs əv hjuːˈmænəti/ *bản tính sa đoạ của nhân loại.* Về phương diện thần học là tình trạng tội lỗi của con người vì sa ngã trong tội lỗi (Sáng 3).

falling away Xem: apostasy.

false Christs /fɔːls kraɪstz/ *những Christ giả.* Những người sẽ giả mạo xưng mình là Đấng Christ trong thời kỳ cuối cùng (Mat 24:5,24; Mác 13:22).

false prophet /fɔːls ˈprɑːfɪt/ *tiên tri giả.* Thuật ngữ dùng trong bản Bảy Mươi, trong đó Cựu Ước tiếng Hê-bơ-rơ mô tả cách tiêu cực những kẻ tiên tri nghịch lại nhà tiên tri của Đức Chúa Trời khi họ tìm cách dẫn dân sự xa lạc ý Chúa (Giê 6;13; 26:7-8,11,16; 27:9; 28:1 ff; Xa 13:2). Kinh thánh cũng đưa ra cách thử lời tiên tri thật và giả (Phục 13:1-5; 18:15-22). Chúa Giê-xu cảnh báo về tiên tri giả (Mat 24:24; Mác 13:22; I Gi 4:1-3).

family devotions Xem: family prayers.

family prayers /ˈfæməli prerz/ *giờ nhóm gia đình lễ bái.* Gia đình họp lại cầu nguyện, thờ phượng chung với nhau, thường là mỗi ngày. Đây là cách làm của Thanh giáo, vốn xem gia đình là hội thánh thu nhỏ.

family values /ˈfæməli ˈvæljuːz/ *những giá trị gia đình.* Những xác tín đạo đức và tôn giáo tán đồng cho hạnh phúc gia đình và cổ xúy cho cuộc sống gia đình lý tưởng.

family worship Xem: family prayers.

fast, fasting /fæst, fæstɪŋ/ *kiêng ăn.* Sự kiêng ăn vì lý do sốt sắng tôn giáo và kỷ luật tâm linh.

fatalism /ˈfeɪtəlɪzəm/ *thuyết định mệnh.* Niềm tin rằng mọi sự xảy ra đều do một thế lực khách quan điều khiển, mà quyết định và hành động của con người không thể thay đổi được. Đây là triết lý khá bi quan. Đôi khi nó bị nhầm lẫn với tín lý tiền định của Cơ Đốc giáo. Xem: determinism.

fate /feɪt/ *định mệnh.* Quyền lực khách quan được xem như điều khiển tất cả vận mệnh để cuối cùng tất cả mọi mục tiêu đều đúng như định trước. Những triết thuyết cổ như Khắc kỷ đều mang đậm dấu ấn của định mệnh. Cơ Đốc giáo chủ trương ý của Đức Chúa Trời chứ không phải định mệnh.

father of lies /ˈfɑːðər əv laɪz/ *cha của sự dối trá.* Mô tả Sa-tan (Gi 8:44).

Father, God the /ˈfɑːðər, gɑːd ðə/ *Đức Chúa Cha.* Ngôi thứ nhất trong Ba Ngôi. Đấng mà Chúa Giê-xu tôn xưng là "A-ba, Cha" (Mác 14:36; Rô 8:15; Ga 4:6), là Đấng được con dân Chúa dâng lên lời nguyện cầu (Mat 6:9) và là Đấng có mối quan hệ độc đáo với Chúa Giê-xu (Ga 1:3; Êph 1:2; Phil 1:2).

fathers, church /ˈfɑːðərz, tʃɜːrtʃ/ *các giáo phụ.* Những thần học gia hàng đầu của sáu thế kỷ đầu tiên trong kỷ nguyên Cơ Đốc.

fault /fɔːlt/ *sai sót; lỗi lầm.* Một hành động hay trạng thái mà một người làm ngược lại với trật tự luật pháp.

fear of God (the Lord) /fɪr əv gɑːd (ðə lɔːrd)/ *sự kính sợ Chúa.* (La-tinh: *timor Dei*) "Sợ hãi" Chúa dựa trên hình phạt (nô úy: sợ như một nô lệ sợ chủ). "Thảo kính" thừa nhận Đức Chúa Trời là Đấng công bình, do đó kính sợ Chúa khiến cho một người không muốn làm phật ý Ngài. Trong Kinh thánh, từ Hê-bơ-rơ *yir'â*, "sợ" nghĩa là "kính sợ" (Châm 9:10).

feast, Old Testament /fiːst, oʊld ˈtestəmənt/ *lễ hội Cựu Ước.* Ba lễ hội hàng năm mà người Do Thái tập hợp tại Giê-ru-sa-lem để ăn mừng: Lễ Vượt qua (Lễ bánh không men), Lễ trái đầu mùa (Lễ các Tuần) và Lễ lều tạm (Phục 16:16).

feasts, Christian /fiːst, ˈkrɪstʃən/ *lễ hội Cơ Đốc.* Những ngày lễ kỷ niệm những biến cố đặc biệt trong năm Cơ Đốc như trong đời sống của Chúa Giê-xu, các thánh hay người Cơ Đốc. Sự phục sinh của Chúa Giê-xu được cử hành vào Chúa nhật. "Lễ không cố định" thì không có ngày cố định, như Lễ Phục sinh. Trong khi "lễ cố định" thì không thay đổi, như Lễ Giáng sinh. Xem: festivals, ecclesiastical.

federal headship /ˈfedərəl ˈhedʃɪp/ *đứng đầu liên đới.* Quan điểm cho rằng khi A-đam phạm tội thì ông hành động như một đại diện của nhân loại và hệ quả là toàn thể nhân loại đều nếm trải hậu quả của hành vi tội lỗi đó (Rô 5:12, 17-19).

federal theology /ˈfedərəl θiˈɑːlədʒi/ *thần học liên đới.* Trường phái tư tưởng do Johannes Cocceius (1603-1669). Trường phái này chủ trương A-đam là đại diện của nhân loại trong giao ước của việc làm do Đức Chúa Trời thiết lập. Còn có tên khác là "Thần học giao ước".

fellowship with God /ˈfeloʊʃɪp wɪð gɑːd/ *thông công với Chúa.* Mối quan hệ yêu thương mà một tín hữu có với Chúa, bao gồm những sẻ chia về mối bận tâm chung, những điều ưa thích và giá trị mà hai bên đều trân trọng.

fellowship /ˈfeloʊʃɪp/ *sự thông công.* (Hy Lạp: *koinonia*) Ý thức cộng đồng mà Cơ Đốc nhân chia sẻ với nhau trong công việc, khi cầu nguyện với nhau, khích lệ và an ủi nhau.

feminism /ˈfemənɪzəm/ *phong trào nữ quyền.* Phong trào binh vực cho sự bình đẳng và tham gia trọn vẹn của nữ giới trong mọi lĩnh vực của xã hội và văn hóa. Trong số những vấn đề được quan tâm có: bạo hành với phụ nữ, phân biệt chủng tộc, phân biệt giới tính, tàn phá môi trường và những phương cách đạt sự hiểu biết.

feminist criticism /ˈfemənɪst ˈkrɪtɪsɪzəm/ *cách phê bình theo quan điểm nữ quyền.* Một phương pháp phê bình bằng cách đọc Kinh thánh nhắm vào quyền về chính trị, xã hội và kinh tế của phụ nữ. Những mục tiêu và phương pháp khác nhau được sử dụng với nhìn nhận chung là tất cả các bản văn đều phân biệt giới tính. Điều này nhấn mạnh chẳng những các bản văn phản ánh sự khác biệt giữa nam và nữ giới, mà còn bao hàm cả quyền lực. Cách phê bình theo quan điểm này tìm cách làm sáng tỏ những giả định thiên về văn hóa tìm thấy trong bản văn.

feminist theologies /ˈfemənɪst θiˈɑːlədʒiz/ *thần học nữ quyền (thần học phụ nữ).* Thần học nhấn mạnh trên địa vị và sự giải phóng nữ giới.

feminist /ˈfemənɪst/ *người ủng hộ nữ quyền.* Nhận thức được nâng cao của một người về sự áp bức đối với nữ giới và nhìn nhận sự khác biệt của nữ giới, cùng với chỗ đứng trong cộng đồng của họ. Đây là một quan niệm tập chú vào giới nữ và bênh vực cho nữ quyền cùng với sự bình đẳng của phụ nữ với nam giới.

festivals, ecclesiastical Xem: feasts, Christian.

fiat creationism /ˈfiːæt kriˈeɪʃnɪzəm/ *thuyết sáng tạo bằng mệnh lệnh.* niềm tin rằng Đức Chúa Trời tạo dựng vũ trụ bằng một hành động mệnh lệnh trực tiếp. Ngụ ý rằng sự sáng tạo xảy ra trong một khoảng thời gian rất ngắn và không hề có sự phát triển tự nhiên của một hình thái trung gian nào. Con người, do đó, được Đức Chúa Trời tạo nên bằng một hành động trực tiếp.

fideism /ˈfi:deiɪzəm/ *duy tín thuyết.* Quan điểm cho rằng những đối tượng của niềm tin và sự hứa nguyện phải được chấp nhận bởi đức tin chứ không phải bằng cách minh chứng bởi lý trí.

filioque /ˌfi:lɪˈɑ:kwei/ *và Chúa Con.* Thuật ngữ La-tinh có nghĩa "và Chúa Con" dùng trong bản tín điều Nicea trong các bản dịch Tây phương. Đề cập đến quan điểm cho rằng Đức Thánh Linh lưu xuất từ cả Chúa Cha và Chúa Con. Lúc đầu, cụm từ này không có trong bài Tín Điều, nhưng xuất hiện lần đầu tại Hội nghị Toledo (589 S.C.). giáo hội Đông phương hay Hy Lạp không thừa nhận sự dạy dỗ này, và sự khác biệt này chính là tín lý then chốt dẫn đến sự ly khai của giáo hội Đông phương khỏi giáo hội Tây phương năm 1054.

filled with the Holy Spirit /fɪld wɪð ðə ˈhoʊli ˈspɪrɪt/ *đầy dẫy Đức Thánh Linh.* Mô tả đời sống một tín hữu Cơ Đốc ở dưới sự dẫn dắt và điều khiển của Đức Thánh Linh (Công 11:24; 13:9, 52).

final judgment Xem: last judgment.

final state /ˈfaɪnl steɪt/ *tình trạng đời đời.* Xem: eternal state.

finite God /ˈfaɪnaɪt gɑ:d/ *Thiên Chúa hữu hạn.* Quan điểm cho rằng Đức Chúa Trời bị giới hạn. Edgar S. Brightman và những người khác dùng quan điểm này như một giải pháp cho vấn nạn tội ác: Điều ác tồn tại vì Thiên Chúa không thể ngăn chặn.

finite /ˈfaɪnaɪt/ *hữu hạn.* (La-tinh: *finitus*, giới hạn) liên quan đến sự giới hạn của sự vật và con người, không có khả năng vượt qua ranh giới của sự hiện hữu.

finitude /ˈfɪnɪtu:d/ *tính hữu hạn.* Tình trạng hữu hạn hoặc bị giới hạn trong không gian và thời gian.

First and Last /fɜ:rst ənd læst/ *Đầu tiên và Cuối cùng.* Xem: Alpha and Omega.

first cause /fɜ:rst kɔ:z/ *nguyên nhân đầu tiên.* Mô tả của triết học về Đức Chúa Trời như là một hữu thể sẵn có, là Đấng khiến cho tất cả mọi điều khác hiện hữu trong vũ trụ.

first death Xem: death, first.

first fruits /fɜ:rst fru:tz/ *những trái đầu mùa.* Những của dâng thời Cựu Ước từ mùa thu hoạch đầu tiên trong năm. Chúng được dâng lên cho Chúa nhằm xưng nhận rằng đất và sản vật của đất đều do Chúa ban và thuộc về Ngài; Hình ảnh ứng dụng cho Chúa Giê-xu Christ, là Đấng được quyền năng của Đức Chúa Trời làm cho sống lại từ cõi chết, cũng là điển hình cho lời hứa rằng tín hữu qua đời bây giờ sẽ được sống lại trong ngày của Chúa (I Cô 15:20, 23).

first mover Xem: prime mover.

first Person of the Trinity /fɜːrst ˈpɜːrsn əv ðə ˈtrɪnəti/ *Ngôi thứ nhất trong Đức Chúa Trời Ba Ngôi.* Đức Chúa Cha.

first resurrection /fɜːrst ˌrezəˈrekʃn/ *sự phục sinh đầu tiên.* Xem: resurrection, first.

firstborn of (from) the dead /ˈfɜːrstbɔːrn əv (frəm) ðə ded/ *người sinh ra đầu hết từ trong kẻ chết.* Một mô tả về Đấng Christ (Cô 1:18; Khải 1:5) chỉ rõ rằng Ngài là người đầu tiên được sống lại từ cõi chết. Lời hứa là những người khác sẽ theo sau.

firstborn of all creation /ˈfɜːrstbɔːrn əv ɔːl kriˈeɪʃn/ *con đầu lòng trong toàn cõi thọ tạo.* Đề cập đến Đức Chúa Giê-xu Christ (Cô 1:15; Hê 1:6) nhấn mạnh địa vị đứng đầu của Ngài trên toàn cõi thọ tạo.

five articles of Arminianism /faɪv ˈɑːrtɪklz əv ɑːˈmɪnɪənɪzəm/ *năm giáo luật của Arminius.* Quan điểm khác biệt của thuyết Arminian so với của Calvin: sự chọn lựa dựa trên sự biết trước của Đức Chúa Trời về đức tin, sự chuộc tội phổ thông, sự cứu rỗi chỉ nhờ ân điển, ân điển có thể cần thiết nhưng không phải là không thể cưỡng lại, khả năng bị rơi khỏi ân điển.

five points of Calvinism /faɪv pɔɪntz əv ˈkælvɪnɪzəm/ *năm điểm của thuyết Calvin.* Xem: TULIP.

flesh /fleʃ/ *xác thịt.* Bản tính con người. Trong Kinh thánh, thuật ngữ này có cả hai nghĩa: đen và bóng. Nó có nghĩa bản chất vật lý và bản chất tội lỗi của con người.

flight from the world /flaɪt frəm ðə wɜːrld/ *thoát tục.* Một biểu cảm của thái độ Cơ Đốc khi khước từ thế gian. Những vị thánh sa mạc chọn lựa tinh thần này rất sớm. Ngày nay, điều này được mang một ý nghĩa thuộc linh nhằm từ khước những thái độ phổ biến như tham lam và chỉ biết tiêu xài, hưởng thụ.

flight into Egypt /flaɪt ˈɪntu ˈiːdʒɪpt/ *trốn qua Ai cập.* Ám chỉ hành trình của Giô-sép, Ma-ri và em bé Giê-xu đi Ai Cập khi vua Hế-rốt sai giết trẻ em nhằm tìm diệt đứa trẻ mà các nhà thông thái tâu trình (Mat 2:13-23).

Flood, the /flʌd, ðə/ *trận Hồng thủy.* Trong thời Nô-ê, một trận mưa lớn đổ xuống kéo dài trong bốn mươi ngày và bốn mươi đêm, kết quả mọi sinh vật đều chết, ngoại trừ những người ở trong tàu. Một số học giả theo quan điểm nước lụt khắp đất (thuyết lụt phổ thông), trong khi những người khác thì cho rằng trận lụt chỉ ở trong vùng Nô-ê sinh sống mà thôi (thuyết lụt địa phương). Cả hai phe đều trưng Kinh thánh và những nguồn khác để chứng minh quan điểm của mình.

folk religion /foʊk rɪˈlɪdʒən/ *tôn giáo dân gian.* Những niềm tin và thực hành tôn giáo phổ biến tồn tại song song hay chống đối lại những truyền thống tôn giáo nổi trội. Thường điều này bao gồm ma thuật, chữa bệnh, sấm truyền và những người lãnh đạo nhiệt thành.

folklore /ˈfoʊklɔːr/ *văn học dân gian.* Thuật ngữ do William Toms (1846) đặt ra khi nói về nghiên cứu phong tục tập quán "thời xưa". Nói chung, đó là học tập từ dân gian. Những điều này thường do truyền khẩu chứ không thành văn, có liên hệ trực tiếp đến lao động, thương mại và thủ công nghệ. Trong một số xã hội, đời sống tôn giáo rất gắn bó với văn hóa đến nỗi việc học tập dân gian này là chìa khóa để hiểu những niềm tin tôn giáo.

font, baptismal /fɑːnt, bæpˈtɪzməl/ *giếng rửa tội.* Một loại chậu to đựng nước dùng cho phép báp-têm. Thường thấy ở gần cửa ra vào, ở cung rửa tội, hoặc trong nhà thờ gần bục giảng.

foot washing /fʊt ˈwɑːʃɪŋ/ *sự rửa chân.* Việc thực hành của một số Cơ Đốc nhân muốn làm trọn lời dạy của Chúa Giê-xu là rửa chân cho người khác (Gi 13:14). Vào Thứ năm Tuần thánh theo truyền thống Công giáo La Mã, giáo hoàng sẽ rửa chân cho 13 vị linh mục (hoặc người nghèo).

forbearance /fɔːrˈberəns/ *chịu đựng; nhẫn nhục.* Kiên nhẫn và nhịn nhục là phẩm hạnh của Đức Chúa Trời (Rô 2:4; 3:26) nên cũng là dấu ấn của Cơ Đốc nhân (Êph 4:2; Cô 3:13).

forbidden tree /fərˈbɪdn triː/ *cây cấm.* Cây biết điều thiện và điều ác mà A-đam và Ê-va bị cấm ăn (Sáng 2).

foreknowledge of faith /fɔːrˈnɑːlɪdʒ əv feɪθ/ *biết trước về đức tin.* Quan điểm cho rằng Đức Chúa Trời biết ai sẽ có đức tin, và đó là nền tảng hay nguyên nhân của sự chọn lựa để được cứu rỗi. Đây là đặc điểm của phái Arminius.

foreknowledge /fɔːrˈnɑːlɪdʒ/ *tiền tri; sự biết trước.* Sự biết trước hay nhìn thấy trước của Đức Chúa Trời liên quan đến những biến cố tương lai.

forensic act /fə'rensɪk ækt/ *hành động hợp pháp.* Một hành động hay tuyên bố hợp pháp, dùng trong thần học Tin Lành liên quan đến "sự công nghĩa" và "xưng công nghĩa". Nó ngụ ý rằng Đức Chúa Trời "tuyên bố" một tội nhân là công nghĩa hay được xưng nghĩa qua Đức Chúa Giê-xu Christ.

foreordination /ˌfɔːrɔː'dɪ'neɪʃən/ *dự định; định trước.* Chúa dự định hay định trước điều sẽ xảy ra trong lịch sử và có liên quan đến sự cứu chuộc loài người (Công 4:28; Rô 8:29-30; Êph 1:5,11).

forerunner /'fɔːrʌnər/ *người tiền phong; tiền khu (từ cũ).* Người đi trước hoặc chuẩn bị sẵn. Thuật ngữ đặc biệt dùng cho công tác của Giăng Báp-tít trong chức vụ mở đường cho Chúa Giê-xu (Mác 1:2-9).

forgiveness of sins /fər'gɪvnəs əv sɪnz/ *sự tha thứ tội lỗi.* Hành động của Đức Chúa Trời khi tha thứ, xá tội, bao gồm bỏ hình phạt mà người làm tội xứng đáng phải chịu. Sự tha thứ tội lỗi đến từ Đức Chúa Giê-xu Christ (Cô 1:14) và cũng phải là một dấu hiệu trong đời sống Cơ Đốc (Mat 6:12-15; 18:21-35).

forgiveness /fər'gɪvnəs/ *sự tha thứ.* (Hy Lạp: *aphesis,* "bỏ qua") Tha thứ, xá tội. Nó phục hồi mối quan hệ tốt đẹp với Đức Chúa Trời, tha nhân, hoặc bản ngã sau khi phạm tội.

form criticism Xem: criticism, form.

formal cause /'fɔːrml kɔːz/ *nguyên nhân mô thức.* Rút ra từ bốn nguyên nhân của Aristote (384-322 T.C.) và dùng để giải thích nguyên nhân cho bất cứ cái gì. Trong giáo lý Cơ Đốc về sự xưng nghĩa của tội nhân, sự công nghĩa của Đức Chúa Giê-xu Christ là nguyên nhân mô thức, vì nhờ đó mà sự xưng nghĩa mới có thể diễn ra. Xem: instrumental cause.

formal norms /'fɔːrml nɔːrmz/ *tiêu chuẩn thông thường.* Trong đạo đức học, là những chuẩn mực, luật lệ, qui tắc phải tuân theo như những tiêu chuẩn cho những quyết định hay hành vi.

formal principle /'fɔːrml 'prɪnsəpl/ *nguyên tắc mô thức.* Nguồn của thẩm quyền hay tiêu chuẩn mà hội thánh dựa vào làm nền tảng cho niềm tin và sự giáo huấn của mình. Những nhà cải chánh thế kỷ XVI xem Kinh thánh là nguyên tắc mô thức cho niềm tin Cơ Đốc.

formalism /'fɔːrməlɪzəm/ *chủ nghĩa hình thức.* Chú tâm quá mức đến việc tuân thủ hình thức những lễ nghi tôn giáo đồng thời lại thiếu quan tâm đến ý nghĩa thuộc linh hay nội dung của "hình thức". Trong đạo đức học, đó là lý thuyết nhằm tìm nền tảng cho hành động đạo đức chỉ trong hình thức của luật luân lý.

fornication /ˌfɔːrnɪˈkeɪʃn/ *tà dâm; dâm dục; gian dâm; thông dâm.* Theo nghĩa rộng nhất, là tất cả các loại tình dục vô luân; theo nghĩa hẹp, sự tình nguyện quan hệ tình dục khác phái giữa hai người không kết hôn. Theo nghĩa hẹp hơn, cũng cùng hành động ấy nhưng giữa một người đã kết hôn với một người không phải là vợ hay chồng của mình. Điều này bị Kinh thánh và hội thánh Cơ Đốc xem là tội lỗi (I Cô 6:13,18; Ga 5:19; Êph 5:3; I Tê 4:3).

fortitude /ˈfɔːrtətuːd/ *dũng cảm.* (La-tinh: *fortitudo*, sức mạnh) Một sự vững chãi và kiên trì đối với sự công nghĩa tương ứng với Phước lành thứ tư (Mat 5:6). Điều này được xem là một đức hạnh cốt yếu ngang với sự can đảm. Có người cho rằng điều này bày tỏ rõ ràng nhất trong sự tuận đạo. Đồng nghĩa với dũng khí, nghị lực, cương nghị.

fortunate fall /ˈfɔːrtʃənət fɔːl/ *sự vấp ngã may mắn.* (La-tinh: *felix culpa*, happy crime) Sự diễn tả của đức tin về quyền năng tối thượng của Đức Chúa Trời để biến điều xấu thành tốt. Được dùng trong lễ nghi cổ xưa để ca ngợi sự cứu chuộc khỏi tội lỗi mà Đức Chúa Trời ban cho bởi Đức Chúa Giê-xu Christ; Ý tưởng cho rằng Chúa cho phép sự sa ngã xảy ra là một điều tốt, vì nó khiến Ngài mặc khải rõ hơn bản tính cơ yếu của Ngài thông qua công tác cứu chuộc.

forum of conscience /ˈfɔːrəm əv ˈkɑːnʃəns/ *toà án lương tâm.* Thừa nhận thẩm quyền của lương tâm mỗi người trong sự quyết định.

foundation of election /faʊnˈdeɪʃn əv ɪˈlekʃn/ *nền tảng của sự chọn lựa.* Thuật ngữ do các nhà thần học cải chánh dùng để chỉ Đức Chúa Giê-xu Christ, là Đấng qua đó Đức Chúa Trời chọn lựa những người được cứu. Những thần học gia theo phái Arminian cho rằng quyết định của con người trong việc tin nhận Chúa Giê-xu mới là nền tảng cho sự chọn lựa kẻ được cứu rỗi.

foundation of faith /faʊnˈdeɪʃn əv feɪθ/ *nền tảng đức tin.* (La-tinh: *fundamentum fidei*) mô tả về Đức Chúa Giê-xu, là nền tảng của đức tin và sự cứu rỗi của con người.

foundational theology /faʊnˈdeɪʃnəl θiˈɑːlədʒi/ *thần học nền tảng.* Trong thần học Công giáo, tổng hợp của Kinh thánh, lịch sử, tín lý và thần học hệ thống hình thành và được hình thành bởi thần học tâm linh.

foundationalism /faʊnˈdeɪʃnəlɪzəm/ *chủ nghĩa nền tảng.* Những cách tiếp cận về triết lý và thần học để khẳng định những lẽ thật đặc biệt là căn bản và tiêu chuẩn cho toàn bộ những lẽ thật khác.

Four Causes /fɔːr kɔːziz/ *Bốn Nguyên nhân.* Theo Aristote (384-322 T.C.) có những dạng nguyên nhân: chất thể, mô thức, tác thành và cứu cánh.

Những nguyên nhân này được các nhà thần học Cơ Đốc như Thomas Aquinas (1225-1274 S.C.) dùng để quy mọi sự cho mục đích tối thượng của Đức Chúa Trời.

Four Horsemen of the Apocalypse /fɔːr ˈhɔːrsmən əv ði əˈpɑːkəlɪps/ *Bốn Kỵ sĩ trong sách Khải Thị.* Là hình ảnh của sự tàn diệt trong sách Khải Thị. Bốn kỵ sĩ là: Chiến thắng, Bạo lực, Đói kém và Chết chóc. Họ ngồi trên những con ngựa sắc trắng, đỏ, đen và xanh xao. (Khải 6:1-8).

Four Spiritual Laws /fɔːr ˈspɪrɪtʃuəl lɔːz/ *Bốn Định luật Thuộc linh.* Những lẽ thật căn bản của Phúc Âm do Bill Bright, chủ tịch tổ chức Campus Crusade for Christ cô đọng: (1) Đức Chúa Trời yêu thương và có một kế hoạch tuyệt diệu cho mỗi cá nhân; (2) loài người thì tội lỗi và xa cách Đức Chúa Trời; (3) Đức Chúa Giê-xu Christ là giải pháp duy nhất từ Đức Chúa Trời để tha thứ tội lỗi con người; (4) mỗi cá nhân cần tự mình tin nhận Đức Chúa Giê-xu Christ làm Cứu Chúa và Chủ đời sống mình.

fourfold sense of Scripture /ˈfɔːrfoʊld sens əv ˈskrɪptʃər/ *Bốn phương diện ý nghĩa của Kinh thánh.* Quan điểm thời Trung cổ cho rằng Kinh thánh có thể giải thích theo nghĩa đen, nghĩa luân lý đạo đức, nghĩa ngụ ngôn và loại suy. Và rằng những phân đoạn Kinh thánh có thể có hơn một nghĩa nêu trên.

fraction /ˈfrækʃn/ *bẻ.* Hành động bẻ miếng bánh dùng trong Tiệc Thánh trước khi phân phát, giống như Chúa Giê-xu đã làm trong Bữa Tiệc Cuối cùng (Mác 14:22; Lu 22:19).

free choice /friː tʃɔɪs/ *chọn lựa tự do.* (La-tinh: *liberum arbitrium*) Khả năng của ý chí con người, tự do khỏi sự ép buộc hoặc áp đặt cần thiết từ bên ngoài.

free churches /friː tʃɜːrtʃis/ *hội thánh tự do.* Những hội thánh không do bất cứ chính quyền nào thiết lập hay yểm trợ. Vào thế kỷ XVII tại Anh quốc, những hội thánh nào không tán thành sự thực hành giáo nghi hay tuân thủ theo giáo hội Anh quốc giáo được gọi là Kẻ Bất phục tùng hoặc Độc lập.

free will /friː wɪl/ *ý chí tự do.* Thuật ngữ mô tả sự chọn lựa tự do của ý chí mà ai cũng có. Nó được dùng như một giải pháp cho vấn nạn tội ác: Điều ác được hiểu là hậu quả của việc sử dụng sai sự tự do Chúa ban. Có những tranh luận thần học nảy sinh về cách thức và mức độ mà tội lỗi tác động trên nặng lực chọn lựa điều thiện thay vì ác, và đó là ý chí tự do.

freedom of the will /ˈfriːdəm əv ðə wɪl/ *sự tự do của ý chí.* Xem: free choice.

freedom, Christian /ˈfriːdəm, ˈkrɪstʃən/ *sự tự do Cơ Đốc.* Sự tự do của Cơ Đốc nhân, dựa trên công tác của Đức Chúa Giê-xu Christ bởi Đức Thánh Linh, được tự do khỏi quyền lực của tội lỗi dưới bất cứ hình thức nào (Gi 8:36; Rô 6:18, 22; Gal 5:1).

freethinker /ˌfriːˈθɪŋkər/ *người không tín ngưỡng; vô tôn giáo.* Người đi đến chỗ tin chắc chỉ dựa trên lý trí con người mà thôi, chứ không cần truyền thống giáo hội hay sự mặc khải Kinh thánh gì cả. Thuật ngữ này thường hàm ý chống Cơ Đốc giáo rõ rệt.

freewill offering /friːwɪl ˈɔːfərɪŋ/ *dâng hiến tự nguyện.* Trong thời Cựu Ước, một của lễ tự nguyện (lạc ý) là một phần trong sự đòi hỏi của Đức Chúa Trời hoặc là lòng biết ơn đối với những điều Ngài đã làm. Vì cớ do tự nguyện nên có thể dâng một sinh tế không hoàn hảo (Lê 22:23); Ngày nay, từ này được dùng để mô tả một sự dâng hiến thiện nguyện hoặc số tiền dâng từ những buổi nhóm thường xuyên hoặc đặc biệt vì mục đích đặc biệt.

Freudian /ˈfrɔɪdiən/ *theo học thuyết Freud.* Quan điểm có nguồn gốc từ Sigmund Freud (1856-1939). Những quan điểm này được nhiều tác giả, trong đó có các tác giả binh vực cho nữ quyền, phê phán, phủ nhận, thay đổi và triển khai.

friar /ˈfraɪər/ *tu sĩ; thầy dòng.* Thành viên của một dòng tu Công giáo khấn hứa tinh thần khó nghèo, cộng với một nếp sống gồm cả chiêm niệm và hoạt động.

Friends of God /frendz əv gɑːd/ *Bạn Thiên Chúa.* Một nhóm những người thần bí thế kỷ XIV gồm Johann Tauler (1300-1361) và Henry Suso (1295-1366). Họ nhấn mạnh đến năng lực biến đổi để liên hiệp với Chúa.

Friends, Society of /frendz, səˈsaɪəti əv/ *Hội ái hữu.* Xem: Quakers (Society of Friends).

fruit of the Spirit /fruːt əv ðə ˈspɪrɪt/ *trái của Thánh Linh.* Mô tả cách thức Đức Thánh Linh hành động trong mỗi đời sống Cơ Đốc nhân (Rô 8:23; Gal 5:22-23).

fullness of time /ˈfʊlnəs əv taɪm/ *thời kỳ viên mãn (kỳ hạn đã được trọn).* Cụm từ trong Ga 4:4 mô tả lần đến thứ nhất của Chúa Giê-xu Christ. Thời điểm này được xem như thời khắc Đức Chúa Trời dự định, cùng lúc với những điều kiện sẵn sàng trong thế giới để Chúa giáng sinh.

fundamental theology /ˌfʌndəˈmentl θiˈɑːlədʒi/ *thần học cơ bản.* Môn học về những điều cơ bản nhất trong thần học. Thường được dùng nhiều nhất trong thần học Công giáo để thiết lập điều khả tri cơ bản trong thần học.

Sử dụng phương pháp triết học, ngôn ngữ học và những nghiên cứu phê bình lịch sử.

fundamentalism /ˌfʌndəˈmentəlɪzəm/ *căn bản thuyết.* Một phong trào thần học bảo thủ khởi sự vào cuối thế kỷ XIX sang thế kỷ XX. Phong trào này nhấn mạnh việc phải gìn giữ những tín lý căn bản như: tính vô ngộ của Kinh thánh, việc Chúa Giê-xu được sinh bởi nữ đồng trinh và việc giải thích Kinh thánh theo nghĩa đen. Ý muốn chống lại thần học tự do và thượng phê bình Kinh thánh. Từ đồng nghĩa: phái cơ yếu, duy văn tự, não trạng chính thống cực đoan.

fundamentalist Xem: fundamentalism.

fundamentalist-modernist controversy /ˌfʌndəˈmentəlɪst-ˈmɑːdərnɪst ˈkɑːntrəvərsi/ *cuộc tranh luận giữa những người theo chính thống với những người theo thuyết hiện đại.* Xem: modernist-fundamentalism controversy.

funeral, funeral service /ˈfjuːnərəl, ˈfjuːnərəl ˈsɜːrvɪs/ *tang lễ; Lễ tang.* Một buổi nhóm nhằm an ủi những người thân của người quá cố đồng thời công bố hy vọng về sự sống lại và sự sống đời đời.

future body /ˈfjuːtʃər ˈbɑːdi/ *thân thể tương lai.* Thân thể phục sinh mà tín hữu sẽ có (I Cô 15:53-54).

future kingdom /ˈfjuːtʃər ˈkɪŋdəm/ *vương quốc tương lai.* Sự cai trị tối thượng, vĩnh cửu của Đức Chúa Trời trong "vương quốc" do Đức Chúa Giê-xu Christ thiết lập khi Ngài trở lại trần gian.

future punishment /ˈfjuːtʃər ˈpʌnɪʃmənt/ *hình phạt tương lai.* Hình phạt tuyên ra từ kết quả sự đoán phạt của Đức Chúa Trời.

future state Xem: final state.

G - g

gap theory /gæp ˈθiːəri/ *thuyết khoảng trống.* Niềm tin rằng có một khoảng trống thời gian giữa Sáng 1:2 và 1:3 giải thích cho thời gian địa chất giữa lần sáng tạo đầu tiên và lần tái tạo thế giới tiếp theo.

gaps, God of the /gæpz, gɑːd əv ðə/ *thần lấp kẽ hở.* Thuật ngữ thông dụng dùng chỉ sự nài xin Thiên Chúa giải đáp cho những huyền bí trong thiên nhiên và những lỗ hổng trong tri thức của con người.

Garden of Eden /ˈgɑːrdn əv ˈiːdn/ *Vườn Ê-đen.* Địa điểm nơi Thiên Chúa đặt người nam và người nữ đầu tiên, đó cũng là nơi họ bị đuổi ra sau khi phạm tội. Một số học giả cố tìm cách xác định vị trí của khu vườn, dựa trên ký thuật của Sáng 2:10-14, ở đâu đó tại Mê-sô-bô-ta-mi.

gathered church /ˈɡæðərd tʃɜːrtʃ/ *hội thánh địa phương.* Những người xem mình là thánh nhân hữu hình, họp nhau lại như một tập hợp những người Cơ Đốc độc lập. Quan điểm này, theo hội thánh học, thì hội thánh là một hội chúng gồm những tín hữu địa phương. Nó trực tiếp ngược lại với quan điểm hội thánh theo thứ bậc ở dưới quyền của một hệ thống cấp bậc.

Gehenna /ɡəˈhɛnə/ *địa ngục.* Phiên âm của từ Hê-bơ-rơ dùng chỉ trũng Hinnôm bên ngoài thành Giê-ru-sa-lem, nơi người ta đổ rác và đốt cháy liên tục (II Vua 23:10). Nó cũng có nghĩa là tình trạng cuối cùng của những người không tin Chúa (Mat 10:28; Mác 9:43). Hình ảnh này được Tân Ước dùng chỉ địa ngục nơi tội nhân sẽ chịu phán xét và hình phạt đời đời.

General Assembly /ˈdʒenrəl əˈsembli/ *Đại hội đồng Tổng liên.* Trong các hội thánh Trưởng lão, đây là cuộc họp thường niên của những mục sư và trưởng lão được bầu chọn từ những chi hội để lập thành một tổ chức quản trị cao nhất.

general calling /ˈdʒenrəl ˈkɔːlɪŋ/ *sự kêu gọi phổ quát.*

General Conference /ˈdʒenrəl ˈkɑːnfərəns/ *Đại hội đồng Tổng liên.* Ban điều hành cao nhất trong hội thánh Giám Lý Liên hiệp. Họp lại 4 năm một lần để ban hành những thay đổi có tính cách lập pháp trong những tiêu chuẩn điều hành giáo hội, lập qui và thực hành tín lý.

general redemption (unlimited atonement) /ˈdʒenrəl rɪˈdempʃn (ʌnˈlɪmɪtɪd əˈtoʊnmənt)/ *sự cứu chuộc phổ quát.* Tín lý dạy rằng sự chết của Chúa Giê-xu có giá trị cứu rỗi cho toàn thể nhân loại, cho dù mọi người có đặt niềm tin của mình nơi Ngài hay không. Cũng được gọi là sự chuộc tội không giới hạn.

general resurrection /ˈdʒenrəl ˌrezəˈrekʃn/ *sự phục sinh phổ quát.* Sự phục sinh trong tương lai cho toàn thể mọi người.

general revelation Xem: revelation, general.

General Synod /ˈdʒenrəl ˈsɪnəd/ *Hội đồng Tối cao.* Trong các Hội thánh Lutheran, đây là tổ chức quản trị cao nhất, thực thi thẩm quyền cao nhất của giáo hội.

generation of the Son Xem: generation of the Word.

generation of the Word /ˌdʒenəˈreɪʃn əv ðə wɜːrd/ *sự nhiệm sinh của Ngôi Lời.* Trong giáo lý Ba ngôi, sự lưu xuất của Đức Chúa Con đời đời từ Đức Chúa Cha đời đời (Gi 1:14,18; 3:16,18).

genre /ˈʒɑːnrə/ *thể loại văn chương.* Một genre là một thể loại văn chương đặc biệt. Nói rõ hơn thì genre là những cách nói kiểu mẫu theo qui ước và lập đi lập lại trong truyền khẩu và văn viết. Nó được dùng cho giao tiếp giữa người với người được dễ dàng hơn. Khi giải thích Kinh thánh thì bước quan trọng là nhận ra thể loại văn chương.

Gentile /ˈdʒentaɪl/ *dân ngoại.* Thuật ngữ được người Do Thái dùng để chỉ những người không có cùng sắc dân với họ. Trong Cựu Ước, Kinh thánh thường dùng từ "các dân tộc" (Hê-bơ-rơ: *gôyim*). Từ đồng nghĩa: ngoại đạo, dân ngoại bang.

genuflect, genuflection /ˈdʒenjuflekt, ˌdʒenjuˈflekʃn/ *quì gối; khuỵu gối.* (La-tinh: *genu*, gối; *flectere*, quị) Quị nhanh gối phải chứng tỏ lòng thành kính đối với sự hiện diện của Đức Chúa Trời. Đây là truyền thống của Công giáo La Mã khi bước vào và bước ra khỏi nhà thờ, cũng như khi đi ngang bàn Tiệc Thánh.

Gethsemane, agony in /gɛθˈsɛməni, ˈæɡəni ɪn/ *nỗi thống khổ trong vườn Ghết-sê-ma-nê.* Nỗi thống khổ của Chúa Giê-xu trong đêm trước khi Ngài bị đóng đinh trên thập tự giá tại vườn Ghết-sê-ma-nê, lúc Chúa cầu nguyện và rồi bị bắt (Mat 26:36 ff; Mác 14:32 ff; Lu 22:43,44).

Ghost, Holy /goʊst, ˈhoʊli/ *Đức Thánh Linh.* Đây là từ tiếng Anh chỉ Đức Thánh Linh dùng trong bản King James.

gifts of the Magi /gɪfts əv ðə ˈmædʒaɪ/ *tặng phẩm của các nhà thông thái.* Những tặng phẩm các nhà thông thái mang đến tặng hài nhi Giê-xu: vàng, nhũ hương và mộc dược (Mat 2:11).

gifts of the Spirit Xem: gifts, spiritual.

gifts, spiritual /gɪfts, ˈspɪrɪtʃuəl/ *ân tứ Thánh Linh.* Những khả năng được Đức Thánh Linh ban cho trong hội thánh để gây dựng hội thánh. Danh sách được liệt kê trong Rô 12:6-8; I Cô 12:4-11; Êph 4:11 và I Phi 4:11.

giving /gɪvɪŋ/ *ban cho; hiến tặng; dâng hiến.* Một đáp ứng của lòng thành đối với Chúa và phước hạnh Chúa ban. Điều này bao gồm việc sử dụng tài nguyên của cải để yểm trợ công việc Chúa trên thế giới. Tiêu biểu là hội thánh thường đề cập việc dâng thì giờ, tài năng và "của cải" do lòng biết ơn Chúa.

Gloria in Excelsis /ˈglɔːrɪə ɪn eksˈselsɪs/ *sáng danh Chúa trên cao.* Bài ca do các thiên sứ hát trong đêm Chúa Giê-xu giáng sinh (Lu 2:14).

Gloria Patri /ˈglɔːrɪə ˈpɑːtri/ *vinh danh Chúa Cha.* Lời ngợi khen tán tụng Ba Ngôi Đức Chúa Trời: "Vinh danh Chúa Cha, Chúa Con và Chúa Thánh Linh". Sau này thêm vào: "như thuở ban đầu, bây giờ và còn mãi, thế giới bất tận. Amen". Xin tìm trong bài Kinh Sáng Danh để biết nguyên văn.

Gloria Xem: doxology.

glorification of God /ˌglɔːrɪfɪˈkeɪʃn əv gɑːd/ *làm vinh hiển Chúa.* Hành động ngợi khen và tôn vinh danh Chúa.

glorification /ˌglɔːrɪfɪˈkeɪʃn/ *sự vinh hiển; vinh danh.* Bước cuối cùng trong sự cứu rỗi; bao gồm hoàn tất sự thánh hóa và xóa bỏ những khiếm khuyết thuộc linh.

glorified with Christ /ˈglɔːrɪfaɪd wɪð kraɪst/ *được vinh hiển với Đấng Christ.* Lời hứa chia sẻ vinh quang thiên quốc với Đấng Christ dành cho những ai cùng sẻ chia chịu khổ với Ngài trên đất (Rô 8:17).

Glorious mysteries, the five /ˈglɔːriəs ˈmɪstriz, ðə faɪv/ *Năm sự mầu nhiệm vinh hiển.* Trong thần học Công giáo, phần thứ ba của Chuỗi Mân côi là kỉ niệm sự phục sinh, sự thăng thiên, Đức Thánh Linh giáng lâm, Trinh nữ Ma-ri lên trời và lễ gia miện của bà Ma-ri.

glory of God /ˈglɔːri əv gɑːd/ *sự vinh hiển của Đức Chúa Trời.* (La-tinh: *Gloria Dei*) Bản thể thiên thượng của Đức Chúa Trời thật lộng lẫy và vĩ đại tối thượng (Khải 21:23). Sự ca ngợi và tôn kính Đức Chúa Trời là CHÚA siêu việt của mọi loài (I Cô 10:31; Phil 2:11). Xem: God, glory of.

glory /ˈglɔːri/ *sự vinh hiển.* Tôn cao, ca ngợi và vinh danh. Sự vinh hiển là một thuộc tính của Đức Chúa Trời.

glory, theology of /ˈglɔːri, θiˈɑːlədʒi əv/ Xem: theology of glory.

gloss /glɑːs/ *giải thích.* Một từ hay nhiều từ thêm vào bên lề hoặc giữa những hàng chữ trong một bản văn để giải thích những từ nước ngoài hay từ khó. Nói chung, là một chú thích Kinh thánh, đặc biệt trong thời Trung cổ (La-tinh: glossa ordinaria, giải thích thông thường) khi có trích dẫn tác phẩm của các giáo phụ. Từ đồng nghĩa: chú thích, chú giải.

glossolalia /ˌglɒsəˈleɪlɪə/ *nói tiếng lạ.* Để chỉ việc nói huyên thuyên một thứ tiếng mà bản thân người nói không biết, được xem như sự ban cho của Thánh Linh để người ấy ca ngợi và thờ phượng Đức Chúa Trời (I Cô 14:2; Công 2:4-13).

gluttony /ˈglʌtəni/ *ham ăn.* Do các nhà thần học thời Trung cổ hiểu là một trong "7 tội đáng chết". Điểm đặc biệt là người ham ăn thường thỏa mãn mình bằng cách ăn và uống quá mức (ngược lại với kiêng khem). Từ đồng nghĩa: phàm ăn, tham ăn.

Gnosis /ˈnoʊsɪs/ *Tri thức.* Thuật ngữ Hy Lạp mở đường cho thuyết "Trí huệ phái" (Ngộ đạo thuyết) bởi nhiều hình thức khác nhau (I Ti 6:20). "Tri thức bí ẩn" có thể giải phóng "người được chọn" khỏi những giới hạn của trần gian (tinh thần khỏi vật chất; sự sáng khỏi tối tăm) và khiến người ấy có thể hồi gia là vương quốc sáng láng (sự cứu rỗi).

Gnosticism /ˈnɒstɪˌsɪzəm/ *Trí huệ phái.* Phong trào không có định dạng trong thời hội thánh đầu tiên ở thế kỷ I đã: (1) nhấn mạnh một lẽ thật cao siêu đặc biệt mà chỉ những người được khai sáng hơn mới nhận được từ Đức Chúa Trời, (2) dạy rằng vật chất là xấu, (3) chối bỏ nhân tính của Chúa Giê-xu.

God Almighty /gɑːd ɔːlˈmaɪti/ *Đức Chúa Trời toàn năng.* Từ đồng nghĩa: Thiên Chúa toàn năng.

God as necessary being /gɑːd æz ˈnesəseri ˈbiːɪŋ/ *Đức Chúa Trời là hữu thể cần thiết.*

God as subject /gɑːd æz subject/ *Đức Chúa Trời là chủ thể.*

God as Trinity /gɑːd æz Trinity/ *Đức Chúa Trời Ba Ngôi.*

God /gɑːd/ *Đức Chúa Trời.* (Hy Lạp: *theos*; La-tinh: *Deus*) Hữu thể siêu việt là Đấng sáng tạo và cai trị toàn vũ trụ (Sáng 1:1). Cơ Đốc nhân tin là Đức Chúa Trời có Ba Ngôi: Cha, Con và Thánh Linh; ba thân vị trong một Đức Chúa Trời. Ngài tạo dựng loài người theo hình ảnh thiên thượng (Sáng 1:26) và yêu thương trong Đấng Christ (Gi 3:16).

God, absoluteness of /gɑːd, ˈæbsəluːtnəs əv/ *sự tuyệt đối của Đức Chúa Trời.* Đề cập đến giáo lý dạy rằng Đức Chúa Trời là toàn hảo và bất biến.

God, aseity of /gɑːd, əˈsiːɪti əv/ *tính tự hữu của Đức Chúa Trời.* Liên quan đến sự kiện là nền tảng của sự sống của Đức Chúa Trời là tự Ngài có, chứ không do bất cứ một điều gì ngoại tại.

God, attributes of /gɑːd, əˈtrɪbjuːts əv/ *mỹ đức của Đức Chúa Trời.* Xem: attributes of God.

God, changelessness of /gɑːd, ˈtʃeɪndʒləsnəs əv/ *tính bất biến của Đức Chúa Trời.* Tín lý dạy rằng bản thể của Đức Chúa Trời không thay đổi, vì vậy Ngài tồn tại đời đời mà không phát triển.

God, essence of /gɑːd, ˈesns əv/ *bản thể của Đức Chúa Trời.*

God, eternity of /gɑːd, ɪˈtɜːrnəti əv/ *sự vĩnh hằng của Đức Chúa Trời.* Sự kiện là Đức Chúa Trời không có khởi đầu và cũng không có kết thúc. Ngài luôn hiện hữu và sẽ mãi mãi còn nguyên.

God, foreknowledge of /gɑːd, fɔːrˈnɑːlɪdʒ əv/ *sự biết trước của Đức Chúa Trời.* Đức Chúa Trời biết mọi sự và mọi việc từ trước khi chúng xảy ra trong lịch sử. Một phương diện của sự toàn tri thần hựu; nó có liên quan đến quan điểm của con người về thời gian, vì mọi vật đều được Chúa biết từ đời đời và cùng một lúc, kể cả sự cứu rỗi (Rô 8:29).

God, general will of /gɑːd, ˈdʒenrəl wɪl əv/ *nguyên chỉ phổ quát của Đức Chúa Trời.* Những dự định phổ quát của Đức Chúa Trời, những giá trị căn bản mà Ngài ưa thích.

God, glory of Xem: glory of God.

God, goodness of /gɑːd, ˈgʊdnəs əv/ *sự thiện lành của Đức Chúa Trời.* (La-tinh: *bonitas Dei*) Bản tính đạo đức của Đức Chúa Trời; những mỹ đức của Ngài như yêu thương và thành tín. Sự thiện lành của Chúa khác với sự cao cả của Ngài – quyền năng, tri thức và sự vĩnh hằng của Chúa.

God, grace of /gɑːd, greɪs əv/ *ân điển của Đức Chúa Trời.* Đức Chúa Trời đối xử với nhân loại không dựa trên điều họ xứng đáng, mà dựa vào nhu cầu của họ tùy theo sự thiện lành và bao dung của Ngài. Xem: grace of God.

God, greatness of /gɑːd, greɪtnəs əv/ *sự cao cả/vĩ đại của Đức Chúa Trời.* Những thuộc tính tự nhiên của Chúa, như là quyền năng, tri thức và sự vĩnh hằng.

God, holiness of /gɑːd, ˈhoʊlinəs əv/ *sự thánh khiết của Đức Chúa Trời.* Sự cách ly của Chúa khỏi mọi điều, nhất là khỏi mọi điều ác.

God, image of /gɑːd, ˈɪmɪdʒ əv/ *hình ảnh của Đức Chúa Trời.* (La-tinh: *imago Dei*) Điều phân biệt con người với mọi loài thọ tạo khác. Một số nhà thần học tin rằng hình ảnh này liên quan đến những phẩm chất trọng yếu thường trực trong bản tính con người; một số khác cho rằng đó là mối quan hệ với Chúa mà con người bước vào. Còn những người khác nữa tin rằng đó là điều con người làm.

God, immanence of /gɑːd, ˈimənəns əv/ *tính nội tại của Đức Chúa Trời.* Sự hiện diện và hoạt động của Chúa bên trong thế giới thiên nhiên thọ tạo.

God, immateriality of /gɑːd, ɪmməˈtɪriəlti əv/ *tính phi vật chất của Đức Chúa Trời.* Đề cập đến sự kiện Đức Chúa Trời là thần linh, nên không có vật chất tính hay vật lý tính.

God, immutability of /gɑːd, ɪˌmjuːtəˈbɪləti əv/ *tính bất biến của Đức Chúa Trời.* Tín lý dạy rằng Đức Chúa Trời không thay đổi. Nhấn mạnh đến sự toàn hảo bất biến và sự kiên định thần hựu. Xem: immutability, divine.

God, impassibility of /gɑːd, ɪmˈpasɪˈbɪlɪti əv/ *tính không thể làm tổn thương được của Đức Chúa Trời.* Quan điểm thần học truyền thống rằng Đức

Chúa Trời bất biến, do đó không bị tác động gì bởi những hành động trên thế giới, nhất là với những cụm từ như kinh nghiệm đau khổ hay đau đớn. Từ này nhấn mạnh rằng Đức Chúa Trời rất chủ động chứ không bị động hay bị ảnh hưởng bởi những tác nhân khác. Xem: impassibility, divine.

God, inclusive language about /gɑːd, ɪnˈkluːsɪv ˈlæŋgwɪdʒ əˈbaʊt/ *ngôn từ bao gồm về Đức Chúa Trời.* Cách dùng cả hai hình ảnh nam và nữ khi mô tả Đức Chúa Trời. Trong Kinh thánh có cả hai dạng (Lu 15:20; Ês 49:15).

God, incomprehensibility of /gɑːd, ɪnˌkɑːmprɪˌhensəˈbɪləti əv/ *tính bất khả thấu đạt của Đức Chúa Trời.* Đề cập đến việc chúng ta không thể nào thấu hiểu Ngài cách trọn vẹn vì Chúa quá cao siêu.

God, independence of /gɑːd, ˌɪndɪˈpendəns əv/ *tính độc lập của Đức Chúa Trời.* Đức Chúa Trời không cần bất cứ điều gì ngoại tại hỗ trợ cho sự tồn tại của Ngài.

God, infinity of /gɑːd, ɪnˈfɪnəti əv/ *tính vô hạn của Đức Chúa Trời.* Bản chất vĩ đại của Chúa không có giới hạn và không thể bị giới hạn.

God, integrity of /gɑːd, ɪnˈtegrəti əv/ *tính chính trực của Đức Chúa Trời.* Những thuộc tính của Đức Chúa Trời có liên quan đến chân lý tính. Chính trực gồm chân thành (lòng thành thực), thành thật (nói thật) và thành tín (chứng tỏ là thật).

God, invisibility of /gɑːd, ɪnˌvɪzəˈbɪləti əv/ *tính vô hình của Đức Chúa Trời.* Đề cập đến việc Đức Chúa Trời là thần, nên không thể thấy được Ngài, trừ phi Ngài muốn bày tỏ chính mình trong một dạng thức nào đó.

God, justice of /gɑːd, ˈdʒʌstɪs əv/ *tính công chính của Đức Chúa Trời.* Việc điều hành vương quốc của Đức Chúa Trời phù hợp với luật lệ của Ngài.

God, kingdom of /gɑːd, ˈkɪŋdəm əv/ *nước Đức Chúa Trời.* Xem: reign of God.

God, knowledge (as an attribute) of /gɑːd, ˈnɑːlɪdʒ (əz ən əˈtrɪbjuːt) əv/ *sự hiểu biết của Đức Chúa Trời.* Đức Chúa Trời biết chính mình Ngài và tất cả những hoạt động thần hựu một cách toàn hảo.

God, law of /gɑːd, lɔː əv/ *luật của Đức Chúa Trời.* Điều Đức Chúa Trời cho là đúng và tốt.

God, life of /gɑːd, laɪf əv/ *sự sống của Đức Chúa Trời.* (La-tinh: *vita Dei*) Đức Chúa Trời là hữu thể hằng sống, khác với tất cả các thần tượng hay đối tượng được con người thờ lạy.

God, love of /gɑːd, lʌv əv/ *tính yêu thương của Đức Chúa Trời.* (La-tinh: *amor Dei*) Sự quan tâm và hành động vì hạnh phúc của tạo vật của Ngài. Xem: love of God.

God, majesty of /gɑːd, ˈmædʒəsti əv/ *sự uy nghiêm của Đức Chúa Trời.* Sự cao trọng và vinh hiển tối thượng của Chúa (I Sử 29:11; Thi 29:4; 104:1; Ês 33:3).

God, mercy of /gɑːd, ˈmɜːrsi əv/ *tính thương xót của Đức Chúa Trời.* Sự quan phòng thương yêu của Chúa đối với con dân Ngài; cách đối xử nhân từ của Chúa với người nghèo khó.

God, moral purity of /gɑːd, ˈmɔːrəl ˈpjʊrəti əv/ *đạo đức thuần khiết của Đức Chúa Trời.* Sự thánh khiết và công chính của Chúa khiến Ngài tách biệt với tội lỗi và mọi điều gian ác trong thế giới thọ tạo.

God, names of /gɑːd, neɪm əv/ *danh xưng của Đức Chúa Trời.* (La-tinh: *nomina Dei*) Tước hiệu và danh vị của Chúa. Trong Cựu Ước: Gia-vê (Giê-hô-va), Đấng Tối Cao, Đức Chúa Trời đời đời, Đấng toàn năng, Thần mạnh sức, Đức Chúa Trời, Giê-hô-va vạn quân. Trong Tân Ước: từ "Chúa" cũng được dùng cho Đức Chúa Giê-xu Christ (Rô 15:6; Êph 1:3; Cô 1:3).

God, nature of /gɑːd, ˈneɪtʃər əv/ *bản tính của Đức Chúa Trời.* Tự thân Đức Chúa Trời, khác với hành động của Chúa hay hoạt động của Ngài. Trong Kinh thánh, bản tính của Chúa gồm Ngài là Đấng sáng tạo, cứu chuộc, nguồn của luật pháp, công chính, yêu thương, nhân từ, thành tín, nhẫn nại, thương xót, Đấng ban sự sống và bình an, tể trị, quan án, công bình, chân thật. Xem: nature of God.

God, omnipresence of /gɑːd, ˌɑːmnɪˈprezns əv/ *sự toàn tại của Đức Chúa Trời.* Đức Chúa Trời là hữu thể thần linh vô hạn có mặt cùng một lúc ở mọi nơi trong vũ trụ (Thi 139:7-10; Giê 23:23-24). Xem: omnipresence of God.

God, omniscience of /gɑːd, ɑːmˈnɪsiəns əv/ *sự toàn tri của Đức Chúa Trời.* Đức Chúa Trời biết tất cả mọi sự, mọi biến cố, mọi hoàn cảnh một cách tức thì và hoàn toàn (Hê 4:13). Xem: omniscience of God.

God, oneness of /gɑːd, ˈwʌnnəs əv/ *tính độc nhất của Đức Chúa Trời.* Đức Chúa Trời là một bản thể độc nhất hiện hữu trong ba ngôi vị: Cha, Con, và Thánh Linh.

God, perfection of /gɑːd, pərˈfekʃn əv/ *sự toàn hảo (toàn mỹ) của Đức Chúa Trời.* Chúa không khiếm khuyết bất cứ điều gì, và cũng không bị một khuyết điểm luân lý nào.

God, persistence of /gɑːd, pərˈsɪstəns əv/ *sự kiên định của Đức Chúa Trời.* Mục đích của Chúa cứ liên tục đem sự cứu rỗi đến cho con người mặc dù họ bất tín, tội lỗi và chối bỏ công tác của Ngài.

God, personality of /gɑːd, ˌpɜːrsəˈnæləti əv/ *phẩm vị của Đức Chúa Trời.* Đức Chúa Trời là một hữu thể có thân vị mà con người có thể nhận biết và liên hệ, chứ không phải chỉ là một quyền lực không có thân vị và lãnh đạm.

God, plan of /gɑːd, plæn əv/ *kế hoạch của Đức Chúa Trời.* Nguyên chỉ của Đức Chúa Trời được tỏ ra trong lịch sử để tiến đến mục đích tối thượng phù hợp với ý của Ngài.

God, power of /gɑːd, ˈpaʊər əv/ *quyền năng của Đức Chúa Trời.* Năng lực của Chúa nhằm đạt đến những mục đích thần hựu.

God, preceptive will of /gɑːd, prɪˈsɛptɪv wɪl əv/ *ý chỉ của Đức Chúa Trời.* Mạng lệnh Chúa truyền phải được thi hành.

God, primordial nature of /gɑːd, praɪˈmɔːrdiəl ˈneɪtʃər əv/ *bản tính căn bản của Đức Chúa Trời.* Theo thần học của North Whitehead: bản thể trừu tượng bất biến của Đức Chúa Trời.

God, righteousness of /gɑːd, ˈraɪtʃəsnəs əv/ *tính công nghĩa của Đức Chúa Trời.* Bản tính của Đức Chúa Trời như là nguyên thủy của mọi điều đúng đắn và cũng là Đấng có quyền phán quyết điều gì là đúng (Thi 7:11; 50:6; Ês 5:16). Trong Tân Ước, Đức Chúa Trời ban sự công nghĩa cho những ai đặt lòng tin nơi Đức Chúa Giê-xu Christ, vì Ngài vốn là sự công nghĩa của Đức Chúa Trời (Rô 1:17; 3:21-31).

God, secretive will of /gɑːd, ˈsiːkrətɪv wɪl əv/ *ý chỉ mầu nhiệm của Đức Chúa Trời.*

God, simplicity of /gɑːd, sɪmˈplɪsəti əv/ *tính đơn giản của Đức Chúa Trời.* Đức Chúa Trời là hữu thể tối thượng và toàn hảo không do nhiều phần hay nhiều chất hợp lại. Không phải toàn bộ thuộc tính của Đức Chúa Trời hợp lại để hình thành nên Ngài; mà chính những thuộc tính của Chúa đồng nhất với bản thể của Ngài và tạo thành tính chất độc nhất của Chúa. Xem: simplicity.

God, Spirit of /gɑːd, ˈspɪrɪt əv/ *Thần của Đức Chúa Trời.* Danh xưng của Đức Thánh Linh, là Ngôi thứ ba trong Ba Ngôi (Rô 8:9,14; I Cô 12:3; Êph 4:30).

God, transcendence of /gɑːd, trænˈsendəns əv/ *tính siêu việt của Đức Chúa Trời.* Đức Chúa Trời là hữu thể lớn hơn và ở trên mọi trật tự sáng tạo và siêu phàm hơn tất cả mọi điều đó trong mọi phương diện.

God, unity of /gɑːd, ˈjuːnəti əv/ *tính hiệp nhất của Đức Chúa Trời.* Đề cập đến sự kiện Đức Chúa Trời chỉ có một, không có nhiều.

God, veracity of /gɑːd, vəˈræsəti əv/ *tính chân thật của Đức Chúa Trời.* Đức Chúa Trời là tuyệt đối chân thật (Dân 23:19).

God, will of /gɑːd, wɪl əv/ *ý chỉ của Đức Chúa Trời.* Theo nghĩa tổng quát, là dự định của Chúa cho một người hay một nhóm người đặc biệt.

God, wisdom of /gɑːd, ˈwɪzdəm əv/ *sự khôn ngoan của Đức Chúa Trời.* Thuộc tính của Đức Chúa Trời bởi đó Ngài hành động với sự khôn ngoan toàn vẹn và những giá trị đúng đắn. Xem: wisdom of God.

God, wrath of /gɑːd, ræθ əv/ *cơn thịnh nộ của Đức Chúa Trời.* Sự tức giận của Chúa đối với điều ác; được thể hiện trong sự phán xét và trừng phạt. Xem: wrath of God.

God-breathed /gɑːd-briːðd/ *Đức Chúa Trời hà hơi.*

God-man /gɑːd-mæn/ *Đấng Thần-Nhân.*

Goddess /ˈgɑːdəs/ *Nữ thần.* Một hình ảnh thần linh phái nữ. Một số nhà thần học phụ nữ biện luận rằng những biểu tượng của Nữ thần có thể chống lại với những tôn giáo độc thần thiên về phụ hệ đàn áp.

Godhead /ˈgɑːdhed/ *Thiên Chúa.* Bản tính hay bản thể của Ba Ngôi Đức Chúa Trời: Cha, Con và Thánh Linh.

godliness /ˈgɑːdlinəs/ *sự tin kính.* Bày tỏ một tâm tính giống như Chúa (I Tim 2:2; 4:7-8; 6:11; II Phi 1:5-7).

golden calf /ˈgoʊldən kæf/ *con bò vàng.* Một vật thể được dân Do Thái dựng lên để thờ phượng trong đồng vắng. Nó trở thành đối tượng cho sự thờ hình tượng trong lúc Môi-se lên núi Si-na-i lãnh luật pháp. Ông đã ra lệnh nghiền nát nó ra thành bột, bắt dân chúng uống. Hậu quả của việc thờ con bò vàng là một trận dịch (Xuất 32).

Golden Rule /ˈgoʊldən ruːl/ *Luật Vàng.* Lời dạy của Chúa Giê-xu trong việc đối xử với người khác: "Hễ điều gì anh em muốn người ta làm cho mình, hãy làm điều đó cho họ. (Mat 7:12; Lu 6:31;)".

Golgotha /ˈgɒlgəθə/ *Gô-gô-tha.* "Chỗ Sọ" là ngọn đồi giống sọ người nằm bên ngoài thành Giê-ru-sa-lem, nơi Chúa Giê-xu bị đóng đinh (Gi 19:17).

Good Friday /gʊd ˈfraɪdeɪ/ *ngày thứ sáu tốt lành.* Tiếng Anh thời Trung cổ (thế kỷ XII-XVI S.C.): God's Friday. Ngày thứ Sáu của Tuần Thánh, trước Chúa nhật Phục sinh, là ngày hội thánh Cơ Đốc kỷ niệm ngày Đức Chúa Giê-xu Christ bị đóng đinh.

good news /gʊd nuːz/ *Tin Lành.* (Hy Lạp: *euangelion*) Tin Lành của Đức Chúa Giê-xu Christ (Mác 1:1).

Good Shepherd /gʊd ˈʃepərd/ *Người Chăn Hiền Lành.* Một hình ảnh của Đức Chúa Giê-xu Christ (Gi 10:11; Hê 13:20; I Phi 2:24; 5:4).

good works /gʊd wɜːrkz/ *công đức/việc lành.* Những hành động của Cơ Đốc nhân xuất phát từ sự vận hành của Thánh Linh. Đó là sự đáp ứng lại với ân điển của Đức Chúa Trời trong Chúa Giê-xu (Gia 2:17) và gồm những hành động như bác ái, chăm sóc và công bằng thông qua sự phục vụ cụ thể dành cho tha nhân. Vai trò của nó trong chương trình cứu rỗi vốn là một nguyên nhân gây tranh cãi. Xem: works, good.

goodness /ˈgʊdnəs/ *sự thiện lành.* (La-tinh: *bonitas*) điều xuất sắc trong luân lý hoặc trong phạm trù Cơ Đốc, là những gì phù hợp với bản tính của Đức Chúa Trời.

gospel hymns and songs /ˈgɑːspl hɪmz ənd sɔːŋz/ *những bài thánh ca Tin Lành và biệt thánh ca.* Những bài thánh ca phổ biến từ những buổi cắm trại và nhóm phục hưng bên Mỹ ở thế kỷ XIX. Đặc điểm là nhấn mạnh đến từng trải tôn giáo có tính cá nhân, niềm an ủi và an ninh trong đức tin Cơ Đốc.

gospel of Christ /ˈgɑːspl əv kraɪst/ *Phúc Âm của Đấng Christ.* Cụm từ trong Tân Ước do thánh Phao-lô dùng để chỉ rõ sứ điệp cứu rỗi của hội thánh (Rô 15:19; I Cô 9:12; Ga 1:7; Phil 1:27).

gospel /ˈgɑːspl/ *Phúc Âm.* Sứ điệp cứu rỗi của Đức Chúa Trời ban tặng cho ai tin nhận; Một trong bốn sách đầu của Tân Ước ký thuật cuộc đời và sự dạy dỗ của Chúa Giê-xu.

Gospel, Social /ˈgɑːspl, ˈsoʊʃl/ *Tin Lành xã hội.*

Gospels, the four /ˈgɑːsplz, ðə fɔːr/ *Bốn sách Phúc Âm.* Bốn sách đầu của Tân Ước gồm: Ma-thi-ơ, Mác, Lu-ca, Giăng. Chủ đề của cả bốn sách là: Phúc Âm của Đức Chúa Giê-xu Christ (Mác 1:1); câu chuyện Chúa Giê-xu (Mác 13:10; 14:9). Đây là một loại văn chương đặc thù, mỗi sách phụ thuộc vào điểm chung, nhưng lại rất độc đáo, vừa có truyền khẩu lẫn thành văn.

governing assembly /ˈgʌvərnɪŋ əˈsembli/ *ban trị sự.* Một nhóm người lèo lái và quyết định cho một bộ phận đặc biệt của Cơ Đốc nhân hay hội thánh.

government, church /ˈgʌvərnmənt tʃɜːrtʃ/ *sự quản trị hội thánh.* Xem: church government.

government, divine /ˈgʌvərnmənt, dɪˈvaɪn/ *sự cai trị thần hựu.* Một phạm trù của sự quan phòng của Đức Chúa Trời, qua đó Ngài điều hướng và cai trị trên mọi vật đi theo ý chỉ của Ngài.

grace at meals /greɪs æt miːlz/ *cầu nguyện dùng bữa/ăn cơm.* Lời cảm ơn Chúa trước khi ăn, đó là điều được làm thường xuyên.

grace of God Xem: God, grace of.

grace /greɪs/ *ân điển, ân sủng.* Chúa đối xử với con người theo những cách thức mà con người không xứng đáng nhận lãnh; điều này xuất phát từ lòng nhân ái và bao dung của Đức Chúa Trời. Xem: theology of grace.

grace, cheap /greɪs, tʃiːp/ *ân điển rẻ rúng.* Cụm từ trong những tác phẩm của Dietrich Bonhoeffer (1906-1945) đề cập đến việc tiếp nhận ân điển cứu rỗi của Đức Chúa Trời mà không muốn ăn năn tội hoặc sống một đời sống Cơ Đốc vâng phục.

grace, common /greɪs, ˈkɑːmən/ *ân điển phổ quát.* Ân điển ban cho tất cả mọi người bởi sự thần hựu của Đức Chúa Trời, ví dụ như: phương tiện sinh sống, mưa nắng, vẻ đẹp, điều ưa thích, sự học hỏi v.v.... Theo John Wesley thì cụm từ này có thể hiểu như Tiền Ân dành cho mọi người để giúp họ có thể tin nhận Chúa Giê-xu. Xem: common grace.

grace, cooperating /greɪs, koʊˈɑːpəreɪtɪŋ/ *Ơn trợ giúp.* Theo thần học Công giáo, là sự vận hành của Đức Thánh Linh nhằm giúp con người đáp ứng lại với sự khởi đầu của Thiên Chúa trong việc thiết lập mối quan hệ cá nhân giữa người với Chúa. Đó cũng là ân điển giúp Cơ Đốc nhân sống đời sống Cơ Đốc.

grace, covenant of /greɪs, ˈkʌvənənt əv/ *giao ước ân điển.* Xem: covenant of grace.

grace, efficacious /greɪs, ˌefɪˈkeɪʃəs/ *hiệu sủng/ân điển hiệu quả.* Là ân điển của Đức Chúa Trời hoàn tất mục đích cứu rỗi.

grace, free /greɪs, friː/ *ân điển nhưng không/ân điển không phải trả tiền.* Thuật ngữ của John Wesley (1703-1791) đề cập đến ân điển của Thiên Chúa ban cho cách phổ quát không tùy thuộc vào sự tốt lành hay xứng đáng của con người.

grace, glorifying /greɪs, ˈglɔːrɪfaɪɪŋ/ *ân điển vinh quang.* Thuật ngữ dùng trong thần học Wesley ám chỉ sự diễn đạt cuối cùng của ân điển nên thánh, là đạt được sự trọn vẹn trong tình yêu thương.

grace, irresistible /greɪs, ˌɪrɪˈzɪstəbl/ *ân điển không thể cưỡng lại.* Sự nhấn mạnh của thần học cải chánh rằng ân điển của Đức Chúa Trời thì luôn

luôn hiệu nghiệm và hoàn tất trong những người Chúa chọn để nhận sự cứu rỗi.

grace, justifying /greɪs, ˈdʒʌstɪfaɪɪŋ/ *ơn công chính hóa.* Thuật ngữ dùng trong thần học Wesley ám chỉ ân điển của Thiên Chúa dành cho những người tin nhận Đức Chúa Giê-xu Christ, do đó, được xưng công nghĩa hay được cứu.

grace, means of /greɪs, miːnz əv/ *những phương tiện của ân điển.* Những phương tiện qua đó Chúa ban phước hạnh xuống cho con người; ví dụ như bánh và chén; hoặc lời cầu nguyện và học Kinh thánh. Xem: means of grace.

grace, prevenient /greɪs, prɪˈviːnɪənt/ *tiền ân điển.* ân điển "đến trước" bất kỳ sự đáp ứng nào của con người đối với Thiên Chúa trong sự xưng nghĩa hay tin nhận. Trong thần học cải chánh, ân điển này được xem là không thể cưỡng lại. Theo thuyết Arminian và Wesleyan thì Đức Chúa Trời ban ân điển, còn con người có thể chọn tin hoặc không tin Đức Chúa Giê-xu Christ. Những quyết định của người trung tín là nhằm đáp ứng lại với ân điển của Thiên Chúa và do ân điển cho phép.

grace, sanctifying /greɪs, ˈsæŋktɪfaɪɪŋ/ *ơn thánh hóa.* Trong thần học Công giáo, ân điển truyền qua Thánh thể gồm cả "xưng nghĩa" và "thánh hóa". Còn có tên gọi là "ơn thường sủng". Trong thần học Wesley, ân điển này được Chúa ban cho trong suốt cuộc đời của Cơ Đốc nhân để người ấy có thể sống đời trung tín.

grace, saving /greɪs, ˈseɪvɪŋ/ *ân điển cứu rỗi.* (La-tinh: *gratia salvifica*) Ân huệ của Chúa trong sự cứu rỗi dựa trên công tác của Đức Chúa Giê-xu Christ.

graces, Christian /greɪs, ˈkrɪstʃən/ *đức hạnh Cơ Đốc.* Những đức hạnh như yêu thương, tha thứ, khiêm nhường và nhẫn nhục bày tỏ trong đời sống Cơ Đốc nhân.

Grail, Holy /greɪl, ˈhoʊli/ *Ly thánh.* Chiếc ly được Chúa Giê-xu dùng trong Bữa Tiệc Ly được tiểu thuyết hóa trong những truyền thuyết thời Trung cổ về chiếc ly thánh. Tương truyền ai sở hữu chiếc ly này sẽ nhận được hiệu quả từ Tiệc Thánh.

grammatico-historical exegesis /grəˈmætɪko-hɪˈstɔːrɪkl ˌeksɪˈdʒiːsɪs/ *giải kinh theo ngữ pháp và lịch sử.* Việc giải thích những bản văn Kinh thánh dựa trên cú pháp, bối cảnh văn hóa và lịch sử.

gratitude /ˈgrætɪtuːd/ *lòng biết ơn.* Bày tỏ lòng biết ơn với Chúa vì những phước hạnh Ngài ban bằng sự ca ngợi và suy ngẫm. Trong bối cảnh Cơ

Đốc, những tín hữu tỏ lòng cảm tạ đối với những sự "ban cho không xiết kể" của Đức Chúa Giê-xu Christ (II Cô 9:15) là Đấng thể hiện trọn vẹn ân điển Đức Chúa Trời.

gratuity of the kingdom /grəˈtuːəti əv ðə ˈkɪŋdəm/ *ân huệ của Nước Trời.* Thuật ngữ ám chỉ nước của Đức Chúa Trời đến như một sự ban cho và không phải do con người kiếm được hay đạt được nhờ công đức của mình.

Great Awakenings, the /greɪt əˈweɪkənɪŋz, ðə/ *Cơn Đại Phấn hưng.* Hai cuộc phục hưng ở Mỹ trong thế kỷ XVIII, một là cơn phấn hưng tại các thuộc địa của Mỹ (1725-1760). Những nhà lãnh đạo có George Whitefield (1714-1770) và Jonathan Edwards (1703-1758). Cơn thứ nhì (khởi sự năm 1787) được đánh dấu bởi sự dẫn dắt của nhiều người và diễn ra trong những lều trại.

Great Commission /greɪt kəˈmɪʃn/ *Đại mạng lệnh.* Mạng lệnh của Chúa Giê-xu truyền cho hội thánh phải rao giảng Phúc Âm cho toàn thế giới (Mat 28:19-20).

Great Tribulation Xem: tribulation period.

greed /griːd/ *sự tham lam.* Một trong "bảy tội đáng chết", ngược lại với "tính hào phóng, rộng rãi".

Greek Church /griːk tʃɜːrtʃ/ *hội thánh Hy Lạp.* Thuật ngữ dùng để chỉ hội thánh Đông phương hay giáo hội chính thống Đông phương.

Greek dualism /griːk ˈduːəlɪzəm/ *nhị nguyên thuyết Hy Lạp.* Một đặc điểm của triết lý Hy Lạp cổ, phân biệt rạch ròi vật chất và phi vật chất. Nguyên tắc này được sử dụng trong cả hệ thống trong việc phân biệt thể xác với linh hồn.

Greek fathers /griːk ˈfɑːðərz/ *các giáo phụ Hy Lạp.* Những nhà thần học đầu tiên từ những vùng phương Đông gồm John Chrysostom (347-407 S.C.), Athanasius (293-373 S.C.) và Basil the Great (330-379 S.C.).

Greek metaphysics /griːk ˌmetəˈfɪzɪks/ *siêu hình học Hy Lạp.* Tư tưởng của những triết gia Hy Lạp cổ đại như Platon và Aristote về bản chất của thực tại. Những quan điểm này đã tác động mạnh lên thần học Cơ Đốc trong vô số điều, ví dụ như: sự phân biệt giữa "xác" và "hồn".

Greek Orthodox Church /griːk ˈɔːrθədɑːks tʃɜːrtʃ/ *giáo hội chính thống Hy Lạp.* Hội thánh quốc gia Hy Lạp, hay tổng quát hơn, là thuật ngữ dùng để chỉ giáo hội Chính thống Đông phương.

Greek, Koine /griːk, ˈkɔɪnei/ *tiếng Hy Lạp.* Là ngôn ngữ đời thường dùng trong thời Tân Ước được viết ra và là ngôn ngữ của Tân Ước Hy Lạp.

Gregorian calendar /grɪˈgɔːrɪən ˈkælɪndər/ *lịch của Giáo hoàng Gregory.* Lịch được dùng phổ biến trong phần lớn thế giới Cơ Đốc giáo. Đó là kết quả sự cải cách lịch do Giáo hoàng Gregory XIII ban hành (1582).

Gregorian chant /grɪˈgɔːrɪən tʃænt/ *bình ca.* Bài hát lễ nghi lịch sử được dùng trong các hội thánh phương Tây, đặt theo tên của Gregory Đại, giám mục La Mã trong những năm 590-604, là người đã tiêu chuẩn hóa việc dùng nó.

Gregorian reform /grɪˈgɔːrɪən rɪˈfɔːrm/ *cải cách Gregory.* Phong trào cải cách trong giáo hội do giáo hoàng Gregory VII (1073-1085) khởi xướng, nhằm giải phóng giáo hội khỏi sự can thiệp của thế tục trong những vụ việc tôn giáo. Những cải cách nhắm đặc biệt vào việc xóa bỏ mua quan bán tước, cũng như đòi hỏi hàng giáo phẩm ở độc thân.

ground of being /graʊnd əv ˈbiːɪŋ/ *căn nguyên của sự tồn tại.* Thuật ngữ do Paul Tillich (1886-1965) dùng để nói rằng Đức Chúa Trời là nguồn của mọi thực tại cũng như hiện hữu.

guardian angel /ˈgɑːrdiən ˈeɪndʒl/ *thiên sứ bảo hộ.* Là thiên sứ được chỉ định để canh giữ và chăm sóc cho mỗi cá nhân dựa theo Mat 18:10 và Công 12:15.

guilt offering /gɪlt ˈɔːfərɪŋ/ *của lễ chuộc sự mắc lỗi.* Trước khi Đền thờ Giê-ru-sa-lem bị hủy phá, thì của lễ chuộc tội là một con dê cộng với những đền bù cho người mình phạm lỗi (Lê 5:1-7:10).

guilt /gɪlt/ *mặc cảm tội lỗi.* (La-tinh: *culpa*) Về phương diện thần học, là tình trạng một người bị xa rời Đức Chúa Trời vì cớ tội lỗi, khiến cho đứt đoạn mối quan hệ trời-người. Việc vi phạm luật lệ của Đức Chúa Trời có thể kèm theo mặc cảm tội lỗi, cảm giác xấu hổ.

H - h

habit /ˈhæbɪt/ La-tinh: *habere*, sở hữu 1. *thói quen.* Thuật ngữ dùng trong thần học Công giáo thời Trung cổ để mô tả một đặc điểm hay phẩm hạnh ở trong "lòng" và ảnh hưởng lên toàn bộ con người. 2. *trang phục tu sĩ.* Thuật ngữ dùng chỉ y phục truyền thống của các thầy dòng, tu sĩ, nữ tu và những hàng giáo phẩm khác.

Hades /ˈheɪdiːz/ *địa ngục.* Từ Hy Lạp dùng trong bản Bảy Mươi, để chỉ nơi ở của người chết, tiếng Hê-bơ-rơ là *še'ôl.* Trong Mat 11:23; Lu 10:15 và 16:23, nó tượng trưng cho chỗ để trừng phạt kẻ ác.

haggadah /hagaˈdɑ/ *thư tập haggada.* Tài liệu ngoại luật thuộc truyền thống chú giải Kinh thánh của các rabi Do Thái. Ngược lại với "halakah"; Đây cũng là bản tường thuật về cuộc giải phóng dân Y-sơ-ra-ên ra khỏi Ai Cập trong bữa ăn Lễ Vượt qua (Xuất 13:8).

Hagiographa /ˌhagɪˈɒgrəfə/ *Thánh văn.* (từ Hy Lạp có nghĩa là những tác phẩm thiêng liêng) Phần thứ ba của Cựu Ước gồm những sách không phải là sách Luật pháp hoặc Tiên tri. Đó là Thi Thiên, Châm Ngôn, Gióp, Ru-tơ, Ca Thương, Nhã Ca, Truyền Đạo, Ê-xơ-tê, Đa-ni-ên, I và II Sử Ký, E-xơ-ra và Nê-hê-mi. Còn gọi là "Các Tác phẩm". Từ đồng nghĩa: Thánh kinh thư.

hagiography, hagiology /ˌhægiˈɑːgrəfi, ˌhagɪˈɒlədʒi/ *tiểu sử các thánh.* Văn chương nói đến cuộc đời của những thánh nhân Cơ Đốc. Môn học về các thánh nhân và sự tôn kính dành cho họ.

hagiolatry /ˌhagɪˈɒlətri/ *thờ các thánh.* Sự thờ phượng các thánh hoặc những người được xem là thánh thiện. Cũng đề cập đến sự cầu khẩn các thánh như là người trung gian với Chúa để mong chắc chắn được phước.

Hail Mary /heɪl ˈmɛːri/ *Kinh kính mừng.* (La-tinh: *Ave Maria*) Theo truyền thống Công giáo, đây là hình thức cầu nguyện lên Đức Mẹ Đồng trinh Ma-ri, dựa trên lời chào của thiên sứ Gáp-ri-ên (Lu 1:28) và của bà Ê-li-sa-bét (Lu 1:42) Bài kinh này được dùng thường xuyên hàng ngày.

hallelujah (alleluia) /ˌhælɪˈluːjə/ *ca ngợi Chúa.* Một tiếng dùng trong sự ca ngợi và vui mừng. Từ này chỉ có trong Thi Thiên bản Hê-bơ-rơ từ 104-150, và được phiên âm trong bản Bảy Mươi và bản Vulgate. Thời Y-sơ-ra-ên cổ xưa, từ này được dùng trong nghi lễ đọc thuộc Thi Thiên để khích lệ hội chúng. Nó trở thành một từ để ca ngợi Đức Chúa Trời (III Ma-ca-bê 7:13; Khải 19:1-8) và là phần quan trọng trong lễ nghi Cơ Đốc. Xem: Praise the Lord.

hallow /ˈhaləʊ/ *thánh thiêng hóa.* Biệt riêng, xem là thánh, tôn kính như thần thánh.

Halloween /ˌhæloʊˈiːn/ *Lễ hội các thánh.* Tên dùng để chỉ ngày 31 tháng Mười, trước ngày Hội các thánh.

halo /ˈheɪloʊ/ *vầng hào quang.* Dùng trong nghệ thuật Cơ Đốc để vẽ chung quanh đầu các vị thánh, hàm ý sự thánh thiện và tình trạng của họ trên thiên đàng.

hamartiology /həˌmɑːtɪˈɒlədʒi/ *tội khiên học.* Thuật ngữ thần học chỉ việc nghiên cứu giáo lý về tội lỗi.

hands, laying on of (imposition of) /hænd, leɪɪŋ ɑ:n əv (ˌɪmpəˈzɪʃn əv)/ *nghi thức đặt tay.* Một hình thức chúc phước trong Cựu Ước (Sáng 48), được Chúa Giê-xu dùng và được sử dụng suốt cả lịch sử hội thánh Cơ Đốc (Công 8:18; 13:3; 19:6; I Ti 4:14).

haplography /hapˈlɒgrəfi/ *lối viết lược âm tiết trùng.* Việc vô tình bỏ sót một chữ cái hay một nhóm chữ cái khi sao chép tài liệu. Một số tài liệu Kinh thánh gặp phải vấn đề này.

hardening (hardness) of heart /ˈhɑ:rdnɪŋ (hɑ:rdnəs) əv hɑ:rt/ *làm cứng lòng.* Thuật ngữ chỉ sự phản kháng của con người trước lời, hay ý chỉ của Chúa (Mat 19:8).

harmonistic school /hɑ:rˈmɑ:nɪstik sku:l/ *trường phái hài hoà.* Những người cố gắng dung hòa các phân đoạn Kinh thánh trái ngược nhau rõ rệt.

harrowing of hell /ˈhærouɪŋ əv hel/ *làm tổn thương địa ngục; sự đau đớn của địa ngục.* Đức Chúa Giê-xu Christ đánh bại Sa-tan và điều ác khi Ngài xuống địa ngục trong khoảng thời gian giữa sự đóng đinh và sự phục sinh. Đây là chủ đề của những vở kịch tôn giáo ở Anh thời Trung cổ.

hate /heɪt/ *ghét; căm ghét; ghét bỏ.* Trái ngược hẳn với "yêu thương"; ước muốn sự tàn hại và điều dữ sẽ xảy đến cho một người khác. Đây là đặc điểm của tội nhân trong mối quan hệ với Đức Chúa Trời (Gi 15:23) và với tha nhân (Ga 5:20). Điều này trái ngược hẳn với tình yêu thương mà Chúa Giê-xu khuyên dạy (Mat 22:37-40).

healing /ˈhi:lɪŋ/ *chữa lành.* Phục hồi sức khỏe, đem lại sự toàn vẹn hoặc lành mạnh trong mọi lĩnh vực của đời sống con người. Chúa Giê-xu đã chữa lành (Mat 14:36; Lu 6:18), các môn đồ cũng chữa lành (Lu 9:2) và những môn đồ sau này cũng vậy (Công 4:22; 9:34; I Cô 12:9).

heart /hɑ:rt/ *tâm hồn; tấm lòng.* Nói theo Kinh thánh thì đây là trung tâm của một con người, nơi tình cảm và các giá trị được nuôi dưỡng. Nó được hình dung là "xảo quyệt" và "bại hoại" (Giê 17:9), hay "trong sạch" (Thi 51:10; Mat 5:8) và "ngay thẳng" (Thi 32:11). Tấm lòng này được Chúa biết (I Sa 16:7).

heathen Xem: pagan.

heaven /ˈhevn/ *thiên đàng.* Nơi ngự của Đức Chúa Trời. Trong thần học Cơ Đốc, đó là nơi ở tương lai của những người tin nhận Chúa Giê-xu. Nơi ấy được mô tả là nơi phước hạnh, không còn đau đớn hay điều ác, một nơi hạnh phúc và vui thỏa, vì có sự hiện diện của Đức Chúa Trời.

heaven, new /ˈhevn, nu:/ *trời mới.* Xem: new creation.

heavenly Father /ˈhevnli ˈfɑːðər/ *Cha thiên thượng.* Ngôi thứ nhất trong Ba Ngôi, là Đấng mà Chúa Giê-xu cầu nguyện (Mat 6:9).

heavenly host /ˈhevnli hoʊst/ *cơ binh trên trời.* Thiên sứ của Đức Chúa Trời (Lu 2:13).

Hebraic /hiˈbreiɪk/ *mang tính người Hê-bơ-rơ.* Chỉ đến phần của văn hóa của người Hê-bơ-rơ, nhất là trong Kinh thánh Cựu Ước.

Hebrew Bible /ˈhiːbruː ˈbaɪbl/ *Kinh thánh Hê-bơ-rơ.* Thuật ngữ dùng để chỉ những tác phẩm kinh điển mà người Cơ Đốc xem là Cựu Ước. Bản kinh điển Do Thái của Kinh thánh Hê-bơ-rơ có 24 sách chia ra như sau: Torah (Luật pháp) (5), Tiên tri (8) và Các tác phẩm (11) mà trong bản hiện tại là 39 sách. Đây là nền tảng cho niềm tin và đời sống người Do Thái, cũng là Kinh thánh Cựu Ước của Cơ Đốc nhân.

Hebrew Scriptures Xem: Hebrew Bible.

Hebrew /ˈhiːbruː/ *tiếng/người Hê-bơ-rơ.* Dân Y-sơ-ra-ên xưa (hiện nay gọi là người Do Thái), đồng thời cũng là ngôn ngữ của dân Y-sơ-ra-ên xưa. Trong bản danh sách các dân tộc (Sáng 10:21) thì họ là dòng dõi của Hê-be, con trai của Sem; trong thời hội thánh đầu tiên, thuật ngữ này nói đến những Cơ Đốc nhân nói tiếng Hê-bơ-rơ hay Aram (Công 6:1).

hedonism /ˈhiːdənɪzəm/ *khoái lạc chủ nghĩa.* Một triết lý của cuộc sống xem sự khoái lạc là tuyệt hảo. Có thể xem là ích kỷ hay chủ nghĩa cá nhân vì dạy rằng mỗi người nên làm theo điều mình ưa thích cách tối đa.

Hegelianism /heɪˈgiːlɪənɪzəm/ *thuyết Hegel.* Một hệ thống tư tưởng triết học, dựa trên tác phẩm của G. W. F. Hegel (1770-1831), có ảnh hưởng rất lớn trên triết học thế kỷ XIX, nhất là chủ nghĩa Mác-xít và một vài hệ thống thần học Cơ Đốc. Thuyết này dạy rằng lịch sử được định đoạt bởi mô hình chính đề/phản đề/tổng hợp.

hegemony /hɪˈdʒemoʊni/ *bá quyền.* Ảnh hưởng vượt trội của quốc gia này trên quốc gia khác. Thuật ngữ này được dùng trong thần học giải phóng để chỉ sự thống trị của các nước phương Tây trên kinh tế của những nước đang phát triển. Sự áp bức và kết quả là sự ức chế về quyền tự trị.

hell /hel/ *địa ngục.* Trong thần học Cơ Đốc, đây là chỗ ở của người qua đời sau khi chết, nơi kẻ ác bị hình phạt đời đời và là nơi không có sự hiện diện của Đức Chúa Trời (Mat. 25:46; Lu 10:15; Khải 20:13-15). Từ này cũng được giải thích theo hình bóng là sự xa cách sâu sắc khỏi sự hiện diện của Đức Chúa Trời.

Hellenism /ˈhelɪnɪzəm/ *văn minh Hy Lạp.* Văn hóa và tư tưởng Hy Lạp ảnh hưởng trên thế giới ngoài Hy Lạp sau Alexandre Đại đế (356-323 T.C.).

Nó ảnh hưởng trên toàn bộ đời sống, từ ngôn ngữ (tiếng Hy Lạp trở thành phương tiện truyền thông quốc tế), đến kiến trúc và tư tưởng. Nó khiến cho việc phổ biến Cơ Đốc giáo trở nên dễ dàng hơn.

Hellenistic /ˌhelɪˈnɪstɪk/ *thuộc về văn hóa Hy Lạp.* Nói đến văn minh Hy Lạp và ảnh hưởng của nó trên hội thánh đầu tiên và sự phát triển của thần học Cơ Đốc thời sơ khai.

heresy trial /ˈherəsi ˈtraɪəl/ *phiên toà xử dị giáo.* Một tiến trình chính thức của giáo hội để xét xử theo pháp lý một người tán thành hay dạy dỗ điều đi ngược lại với niềm tin đúng theo thần học của giáo hội.

heresy /ˈherəsi/ *tà giáo; dị giáo.* Một quan điểm được chọn khác với sự dạy dỗ chính thức của giáo hội. Một quan điểm như vậy được xem là sai trật và tiềm tàng mối hiểm họa cho đức tin.

heresy, christological /ˈherəsi, krɪˈstɒlədʒikl/ *tà giáo về Cơ Đốc học.* Quan điểm không phù hợp với sự dạy dỗ hay tín lý chính thức của giáo hội về thân vị của Đức Chúa Giê-xu Christ.

heretics, baptism of /ˈherətɪk, ˈbæptɪzəm əv/ *báp-têm cho những người vốn theo tà giáo.* Là nan đề thần học hồi thế kỷ III, khi có thắc mắc nêu lên là có nên làm báp-têm lại cho những người trước đây tin Chúa theo những tà phái, và đã được báp-têm trong những tà phái đó. Các hội nghị của giáo hội quyết định rằng nếu họ được báp-têm nhân danh Ba Ngôi thì không cần phải báp-têm lại.

hermeneutical circle /ˌhɜːrməˈnjuːtɪkl ˈsɜːrkl/ *vòng chú giải.* Một sự thừa nhận đương thời trong giải thích Kinh thánh rằng bản thân người giải thích cũng là một phần trong tiến trình giải thích. Nếu vậy, thì người giải thích sẽ thấy rằng bất cứ cách giải thích nào về khúc Kinh thánh và bối cảnh của khúc Kinh thánh ấy cũng bị bối cảnh của người ấy tác động đến.

hermeneutics of suspicion /ˌhɜːrməˈnjuːtɪks əv səˈspɪʃn/ *chú giải hoài nghi.* Một cách tiếp cận tìm kiếm những động cơ ẩn giấu trong tác phẩm cũng như hành động.

hermeneutics /ˌhɜːrməˈnjuːtɪks/ *thích kinh học.* Là những nguyên tắc được dùng để tìm hiểu ý nghĩa những bản văn, đặc biệt là bản văn Kinh thánh. Từ đồng nghĩa: chú giải.

heterodox, heterodoxy /ˈhetərədɑːks, ˈhetərədɑːksi/ *dị giáo; dị thuyết.* Điều đi ngược lại hay khác biệt với niềm tin chính thống được chấp nhận trong giáo hội.

heterosexuality /ˌhetərəˌsekʃuˈæləti/ *dị tính luyến ái.* Quan hệ tình dục giữa những người khác giới.

heuristic theology /hjuˈrɪstɪk θiˈɑːlədʒi/ *thần học tầm kiện/thần học khám phá sự kiện.* Một cách tiếp cận thần học nhằm gợi mở một vấn đề hay một tranh cãi để tìm hiểu kỹ hơn.

Hexateuch /ˈhɛksətjuːk/ *Lục thư.* Một thuật ngữ dùng để gọi sáu sách đầu tiên trong Kinh thánh Hê-bơ-rơ, do Julius Wellhausen (1844-1918) sử dụng, cho thấy ông ta tin rằng chỉ có một nguồn văn chương đứng sau tất cả các sách ấy.

hierarchicalism /ˌhaɪəˈrɑːrkɪklɪzəm/ *chủ nghĩa phẩm trật.* Sự phân cấp về tiêu chuẩn và giá trị dựa trên những giả định văn hóa. Theo các tác giả tranh đấu cho nữ quyền thì những giả định ấy phản ánh tiêu chuẩn của nam giới và được thiết lập bởi quyền lực thống trị của nam giới trong xã hội.

hierarchy /ˈhaɪərɑːrki/ *hệ thống phẩm trật.* Một hệ thống điều hành trong giáo hội gồm nhiều phẩm trật, càng ở chức cao thì càng có nhiều thẩm quyền.

hierology /haɪərˈɒlədʒi/ *tri thức và văn chương thánh.* Một khối lượng tri thức và văn chương thánh.

high altar /haɪ ˈɔːltər/ *bàn thờ chính.* Thuật ngữ chỉ bàn thờ chính trong nhà thờ.

High Church /haɪ tʃɜːrtʃ/ *Thượng giáo hội, giáo hội Anh quốc giáo thượng phái.* Thuật ngữ chỉ bộ phận của Anh quốc Giáo nhấn mạnh lễ nghi và có cơ cấu tổ chức rất giống với Công giáo La Mã.

high priest /haɪ priːst/ *thầy thượng tế.* Người đứng đầu các thầy tư tế Lêvi (Xuất 28). Sau thời kỳ lưu đày ở Babylôn, thầy thượng tế cũng trở thành người lãnh đạo nhà nước Do Thái. Trong suốt sách Hê-bơ-rơ, Đức Chúa Giê-xu Christ được nhắc đến trong vai trò của một thầy thượng tế do công tác cứu chuộc của Ngài (Hê 2:17; 3:1; 6:20; 8:1). Từ cũ: thầy tế lễ thượng phẩm. Xem: priest, high.

high-priestly prayer of Jesus /haɪ- ˈpriːstli prer əv ˈdʒiːzəs/ *lời cầu nguyện của Chúa Giê-xu như thầy thượng tế.* Chúa Giê-xu cầu nguyện cho các môn đồ được "hiệp một". (Gi 17).

higher criticism /ˈhaɪər ˈkrɪtɪsɪzəm/ *thượng phê bình.* Một phương pháp giải thích Kinh thánh bằng cách tìm xem quyền tác giả và thời gian trước tác, những tài liệu văn chương tiềm ẩn và độ tin cậy về lịch sử. Thượng phê bình khác với hạ phê bình, vì phương pháp sau tập trung vào việc đọc chính xác bản văn.

Higher Life theology /ˈhaɪər laɪf θiˈɑːlədʒi/ *Thần học về nếp sống cao khiết.* Một hình thức giữ sự thánh thiện Cơ Đốc phổ biến ở Anh và Mỹ vào đầu thế kỷ XIX bằng những quyển sách bán chạy nhất và Keswick Convention (Hội nghị tại Keswick). Hình thức này nhấn mạnh sự giải thoát khỏi tội lỗi một cách tỏ tường, sự liên tục được tẩy sạch bằng cách theo gương Chúa Giê-xu và đầy dẫy Thánh Linh.

Hillel, school of /ˈhɪlɛl, skuːl əv/ *trường phái Hillel.* Vào thời của Chúa Giê-xu, đây là những người theo sự dạy dỗ của Rabi Hillel, theo một phương cách giải thích luật pháp của Do Thái một cách nhân hậu hơn quan điểm khắt khe của trường phái Shammai.

historical consciousness /hɪˈstɔːrɪkl ˈkɑːnʃəsnəs/ *ý thức tính lịch sử.* Quan điểm cho rằng những bản văn cổ xưa được hình thành từ bối cảnh văn hóa và tư tưởng của trước giả, ngược với quan điểm cho rằng có thể áp đặt lý luận và hiểu biết hiện đại lên bản văn.

historical criticism /hɪˈstɔːrɪkl ˈkrɪtɪsɪzəm/ *phê bình lịch sử.*

historical Jesus, quest of the /hɪˈstɔːrɪkl ˈdʒiːzəs, kwest əv ðə/ *tìm hiểu về nhân vật Giê-xu trong lịch sử.* Thuật ngữ do Albert Schweitzer (1875-1965) dùng để mô tả việc các học giả Kinh thánh tìm hiểu về những phát ngôn và hành động của nhân vật Giê-xu trong lịch sử.

historical Jesus, the /hɪˈstɔːrɪkl ˈdʒiːzəs, ðə/ *nhân vật Giê-xu trong lịch sử.* Thuật ngữ mô tả Giê-xu ở Na-xa-rét, người có thật trong lịch sử và có thể học hỏi về cuộc đời của Ngài bằng phương pháp khảo cứu lịch sử. Từ này đối nghịch với "Christ của đức tin" (là Christ phục sinh mà các sứ đồ và hội thánh đầu tiên tin và giảng dạy, đó là Christ trong thần học của Phao-lô và các trước giả Tân Ước khác) do một số học giả nhấn mạnh sự khác biệt của cả hai. Xem: Jesus, historical.

historical method /hɪˈstɔːrɪkl ˈmeθəd/ *phương pháp lịch sử.* Kỹ thuật được dùng trong môn học về lịch sử.

historical-critical method /hɪˈstɔːrɪkl-ˈkrɪtɪkl ˈmeθəd/ *phương pháp phê bình lịch sử.* Cách tiếp cận với ý nghĩa của các bản văn Kinh thánh dựa trên ý nghĩa của bản văn trong hình thức và bối cảnh xưa nhất của nó.

historicity /ˌhɪstəˈrɪsɪti/ *tính lịch sử.* Chính xác về lịch sử vì dựa trên những sự kiện và ký thuật có thể xác minh được; tình trạng của nhân loại là những sinh vật tồn tại trong không gian và thời gian, do đó tất yếu mang "tính lịch sử".

history of doctrine /ˈhɪstri əv ˈdɑːktrɪn/ *lịch sử giáo lý*. Sự tiến triển của những điều dạy dỗ và hiểu biết về giáo lý của hội thánh Cơ Đốc trải qua nhiều giai đoạn.

history of dogma /ˈhɪstri əv ˈdɔːgmə/ *lịch sử tín lý/tín điều*. Sự phát triển của các dạy dỗ chính thức trong các giáo hội Cơ Đốc trải qua một khoảng thời gian vì nó chuyển tải sự hiểu biết của đức tin Cơ Đốc như một tổng thể.

history of religion(s) school /ˈhɪstri əv rɪˈlɪdʒən skuːl/ *lịch sử những trường phái tôn giáo*. Trường phái tư tưởng nghiên cứu sự phát triển của tôn giáo. Những lĩnh vực được ưa thích gồm giải thích đức tin Do Thái - Cơ Đốc giáo về mặt phát triển lịch sử mà các tôn giáo phải trải qua.

history, theology of /ˈhɪstri, θiˈɑːlədʒi əv/ *thần học lịch sử*. Nghiên cứu về sự phát triển theo thứ tự thời gian của tư tưởng thần học. Trong trường hợp của Cơ Đốc giáo, nghiên cứu sự phát triển của thần học Cơ Đốc từ thời của Kinh thánh cho đến ngày nay.

Holiness Code /ˈhoʊlinəs koʊd/ *luật thánh sạch*. Những điều Đức Chúa Trời dạy cho dân Y-sơ-ra-ên (Lê 17-26) về những qui tắc trong xã hội và đời sống riêng tư liên quan đến ý muốn của Chúa đối với dân Ngài. Những luật lệ này về bản chất có cả tính thần học và đạo đức.

Holiness movements /ˈhoʊlinəs ˈmuːvməntz/ *những Phong trào thánh khiết*. Những nhóm tôn giáo ở Mỹ trong thế kỷ XIX tìm cách duy trì quan điểm của Giám Lý về sự nên thánh trọn vẹn và khái niệm về sự trọn vẹn của Cơ Đốc nhân theo như cách hiểu của John Wesley (1703-91). Các phong trào khác có liên quan, nhưng khác biệt với Phong trào Ngũ Tuần.

holiness /ˈhoʊlinəs/ *sự thánh khiết*. Tình trạng tinh sạch hay thoát khỏi tội lỗi, hoặc được biệt riêng cho sự phục vụ đặc biệt.

holiness, Christian /ˈhoʊlinəs, ˈkrɪstʃən/ *sự thánh khiết Cơ Đốc*. Sự thánh hóa hay sự kính mến Chúa thật sự của tín đồ.

Holiness, churches /ˈhoʊlinəs, tʃɜːrtʃəz/ *giáo phái thánh thiện*. Những giáo phái Cơ Đốc khởi nguyên từ những Phong trào thánh thiện thế kỷ XIX ở Mỹ nhấn mạnh kinh nghiệm trong đức tin Cơ Đốc.

holism /ˈhoʊlɪzəm/ *thuyết tổng thể*. Những tác giả ủng hộ nữ quyền từ chối chia phe nam nữ và ủng hộ những mối quan hệ không bóc lột, không đẳng cấp và hỗ tương.

holistic salvation /hoʊˈlɪstɪk sælˈveɪʃn/ *sự cứu rỗi toàn vẹn*. Quan điểm cho rằng sự cứu rỗi Cơ Đốc ảnh hưởng và liên quan đến toàn bộ con người kể cả những hành động dù cá nhân hay tập thể, thuộc linh hay thuộc thể, tạm thời hay đời đời.

holy angels /'hoʊli 'eɪndʒlz/ *thiên sứ thánh.*

Holy Communion /'hoʊli kə'mju:njən/ *Tiệc Thánh.* Xem: Lord's Supper.

Holy Father /'hoʊli 'fɑ:ðər/ *Đức Thánh Cha.* Danh hiệu của Đức Giáo Hoàng.

Holy Ghost /'hoʊli goʊst/ *Đức Thánh Linh.* Xem: Holy Spirit.

Holy Land /'hoʊli lænd/ *Đất thánh; xứ thánh.* Thuật ngữ dùng chỉ đất Palestine và những địa điểm thiêng liêng tại đó. Xứ Y-sơ-ra-ên được kể là Đất thánh từ thời Trung cổ. Những cuộc hành hương Cơ Đốc khởi sự từ thế kỷ IV.

holy mutability /'hoʊli ˌmju:tə'bɪləti/ *thay đổi thánh.* Thuật ngữ do Karl Barth (1886-1968) dùng để diễn tả quan điểm cho rằng sự tự do của Đức Chúa Trời cho phép Ngài hoãn, chỉnh sửa hoặc thay thế những sắc lệnh của chính Ngài.

Holy of Holies /'hoʊli əv 'hoʊliz/ *Nơi Chí thánh.* Phần bên trong tận cùng của Đền thờ Do Thái, nơi chỉ có thầy thượng tế được phép vào mỗi năm một lần nhân ngày Đại Lễ Chuộc tội để dâng tế lễ tẩy sạch (Hê 9:3).

Holy Office /'hoʊli 'ɔ:fɪs/ *Thánh chức.*

Holy One of Israel /'hoʊli wʌn əv 'ɪzreɪl/ *Đấng Thánh của Y-sơ-ra-ên.* Một danh xưng của Đức Chúa Trời, đặc biệt là trong sách Ê-sai.

Holy Place /'hoʊli pleɪs/ *Nơi Thánh.* Phần thánh điện bên ngoài của đền tạm hay đền thờ. Phần này gồm nơi để lư hương, bàn thờ, bàn để bánh trần thiết và chân đèn vàng. Còn Nơi Chí Thánh là căn phòng thứ nhì bằng nửa chiều dài của Nơi Thánh (Xuất 26:16, 18, 22-24; I Vua 6:17,20).

holy places /'hoʊli pleɪsiz/ *thánh địa/các nơi thánh.* Những địa điểm tại Đất Thánh có liên quan đến Chúa Giê-xu. Nổi tiếng nhất là Phòng Cao, Via Dolorosa (Đường Thập giá), Nhà thờ Mộ Thánh và núi Ô-liu. Tín đồ cơ đốc thường hành hương đến các nơi này.

Holy Roller /'hoʊli 'roʊlər/ *tín hữu Ngũ Tuần.* Thuật ngữ trong thế kỷ XX để chỉ những người bày tỏ xúc cảm quá mức về đức tin Cơ Đốc, nhất là những người Ngũ tuần. Ngày nay không còn dùng từ này thường xuyên nữa.

Holy Scripture(s) /'hoʊli 'skrɪptʃər/ *Kinh thánh.* Xem: Scripture.

Holy Spirit /'hoʊli 'spɪrɪt/ *Đức Thánh Linh.* Ngôi thứ ba trong Ba Ngôi Đức Chúa Trời. Đức Chúa Cha, Đức Chúa Con và Đức Thánh Linh hiệp lại thành Đức Chúa Trời. Đức Thánh Linh linh cảm cho các trước giả Kinh thánh, tỏ rõ công tác cứu chuộc của Đức Chúa Giê-xu Christ và là Đức Chúa Trời hiện diện trong và với hội thánh. Thánh Linh vận hành để kết hợp mọi sự với Ba Ngôi Đức Chúa Trời.

Holy Spirit, baptism of the /ˈhoʊli ˈspɪrɪt, ˈbæptɪzəm əv ðə/ *báp-têm trong Thánh Linh.* Xem: baptism of the Holy Spirit.

Holy Spirit, deity of the /ˈhoʊli ˈspɪrɪt, ˈdeɪəti əv ðə/ *thần tính của Đức Thánh Linh.* Mô tả về Đức Thánh Linh trọn vẹn về thần tính, và cùng thần tính với Đức Chúa Cha và Đức Chúa Con (Hy Lạp: *homoousios*, có cùng thể yếu).

Holy Spirit, double procession of the Xem: double procession of the Holy Spirit.

Holy Spirit, personality of the /ˈhoʊli ˈspɪrɪt, ˌpɜːrsəˈnæləti əv ðə/ *thân vị Đức Thánh Linh.* Ám chỉ thân vị Đức Thánh Linh nhờ đó Ngài có thể bước vào mối quan hệ với con người, chứ Ngài không phải là một thế lực hay một nguyên tắc vô ngã.

Holy Spirit, single procession of the Xem: single procession of the Holy Spirit.

Holy Spirit, witness of the /ˈhoʊli ˈspɪrɪt, ˈwɪtnəs əv ðə/ *sự chứng thực của Đức Thánh Linh.* Sự vận hành của Đức Thánh Linh khi làm chứng cho lòng con người những điều liên quan đến thần hựu và lẽ thật Kinh thánh. Giáo lý này do Augustine triển khai và được Calvin giải nghĩa tường tận.

holy table Xem: altar.

Holy Trinity /ˈhoʊli ˈtrɪnəti/ *Ba Ngôi Thánh.* Xem: Trinity, doctrine of the.

holy war /ˈhoʊli wɔːr/ *thánh chiến.* Một cuộc chiến do một tôn giáo khởi xướng. Thông thường, những cuộc thánh chiến nhằm bảo vệ hoặc phổ biến niềm tin. Quan điểm thánh chiến không nhận được sự ủng hộ của những người phản đối việc bày tỏ tôn giáo bằng bạo lực. Theo đạo đức Cơ Đốc thì thánh chiến cũng bị xem là không phù hợp với Cơ Đốc giáo.

holy water /ˈhoʊli ˈwɔːtər/ *nước thánh.* Nước được chúc phúc như một cách nhắc nhớ về báp-têm. Trong một số nhà thờ, nước này được đựng trong chậu gần cửa ra vào, dùng để vẩy lên người và đồ vật.

Holy Week /ˈhoʊli wiːk/ *Tuần Thánh.* Tuần lễ giữa Chúa nhật Lễ lá và Phục Sinh. Xem: Passion Week.

Holy Writ /ˈhoʊli rɪt/ *Thánh Kinh.* Một tên khác để gọi Kinh thánh.

holy /ˈhoʊli/ *thánh.* Điều được xem là thánh, hay có thể chuyển tải một ý niệm về Chúa. Cũng có nghĩa là điều được biệt riêng theo ý Chúa, hoặc cho Chúa sử dụng, hoặc điều nào đó giống Chúa khi trọn vẹn về thuộc linh, tinh sạch hay toàn hảo.

homage /ˈhɑːmɪdʒ/ *sự thần phục.* Hành động chứng tỏ lòng tôn kính và trọng vọng đối với Đức Chúa Trời.

home missions /hoʊm ˈmɪʃnz/ *truyền giáo trong nước.* Thuật ngữ dùng để chỉ những công việc truyền giáo được làm trong nội địa hay tại địa phương của một hội thánh, ngược lại với "truyền giáo hải ngoại".

homiletical /ˌhɒmɪˈlɛtɪkl/ *thuộc về tuyên đạo pháp.* Liên quan đến việc giảng hay học giảng.

homiletics /ˌhɒmɪˈlɛtɪkz/ *tuyên đạo pháp.* Môn thần học có liên hệ đến việc chuẩn bị, xây dựng và trình bày bài giảng; còn gọi là học giảng.

homily /ˈhɑːməli/ *bài giảng ngắn.* Bài giảng cho một nhóm thính giả.

homoiousios /ˌhoʊmɔɪˈusiɒs/ *giống về thể yếu (bản thể).* Là thuật ngữ được những người theo thuyết Arian và những người khác dùng trong những cuộc tranh luận Cơ Đốc học từ rất sớm, khi họ xem Chúa Giê-xu là "giống" Đức Chúa Cha (homoiousios), nhưng không có "cùng" thể yếu với Đức Chúa Cha (*homoousios*).

homoousios /ˌhoʊmoʊˈusiɒs/ *cùng thể yếu (bản thể).* Là thuật ngữ được dùng trong những cuộc tranh luận về Cơ Đốc học trong hội thánh từ rất sớm. Từ này được hội đồng Nicea (325) và Constantinople (381) chấp nhận để chỉ rằng Đức Chúa Giê-xu Christ có cùng bản thể với Đức Chúa Cha.

homophobia /ˌhoʊməˈfoʊbiə/ *nỗi sợ hãi đồng tính.* Thuật ngữ do George Weinberg (1973) dùng để gọi "nỗi sợ hãi" (phobia) mà những người tình dục khác giới cảm thấy khi đến gần những người đồng tính. Từ này thường được dùng và đặc biệt nhằm hàm ý sự ghẻ lạnh cũng như phân biệt đối xử với những người đồng tính.

homosexuality /ˌhoʊməˌsekʃuˈæləti/ *đồng tính luyến ái.* Mối quan hệ tình dục giữa những người đồng giới.

hope, Christian /hoʊp, ˈkrɪstʃən/ *hy vọng của Cơ Đốc nhân.* Sự tin tưởng và mong chờ của Cơ Đốc nhân về tương lai như một sự hoàn tất mục đích của Đức Chúa Trời dựa trên giao ước thành tín và sự phục sinh của Đức Chúa Giê-xu Christ, được nhận biết qua công tác của Đức Thánh Linh trong hội thánh. (Rô 8:18-25; I Phi 1:3, v.v...).

hope, theology of /hoʊp, θiˈɑːlədʒi əv/ *thần học hy vọng.* Hình thức thần học Cơ Đốc thế kỷ XX do Jurgen Moltmann (sinh 1926) gợi ý nhấn mạnh những hành động trong tương lai của Đức Chúa Trời (lai thế học) như một khởi điểm cho thần học Cơ Đốc để những tín lý truyền thống được minh giải dựa theo những lời hứa của Chúa và sự rộng mở đối với tương lai.

hosanna /hoʊˈzænə/ *hoan hô.* Đây là từ ngữ Hê-bơ-rơ mô tả tiếng kêu của người Do Thái trong cuộc diễu hành nhân Lễ Lều Tạm (Thi 118:25-26). Trong Tân Ước, từ này xuất hiện khi Chúa Giê-xu tiến vào thành Giê-ru-sa-lem trong tiếng tung hô của dân chúng vào ngày Lễ Lá (Mat 21:9,15; Mác 11:9,10; Gi 12:13).

Host, sacred /hoʊst, ˈseɪkrɪd/ *bánh thánh.* Phần bánh trong hình dạng bánh xốp được dâng hiến trong Bí tích Thánh Thể (Lễ Tiệc Thánh) để trở thành Mình thánh Chúa của Công giáo. Đây cũng là miếng bánh trong Tiệc Thánh. Thuật ngữ gợi nhớ Đấng Christ là Chiên Con Lễ Vượt qua đã hi sinh (I Cô 5:7).

hosts, Lord of /hoʊst, lɔːrd əv/ *Giê-hô-va vạn quân.* (Hê-bơ-rơ: *Yahweh ṣebāʾôt*) Một danh xưng xuất hiện khá thường xuyên của Đức Chúa Trời, nhấn mạnh đến chủ quyền và quyền tể trị của Đức Chúa Trời trên toàn cõi sáng tạo và toàn thể tạo vật, cũng như sự cai trị của Ngài trên toàn lịch sử (Thi 89:6-8: Ê-sai 1:9; Rô 9:29; Gia 5:4). Xem: Lord of hosts.

house church /haʊs tʃɜːrtʃ/ *hội thánh tư gia.* Những nhóm tín hữu Cơ Đốc nhóm họp tại tư gia chứ không phải tại cơ sở giáo hội (nhà thờ). Họ được kể là hội thánh vì họ nhóm lại như những Cơ Đốc nhân đầu tiên (Rô 16:5; I Cô 16:19; Côl 4:15; Phim 2).

house of God /haʊs əv gɑːd/ *nhà Chúa.* Thuật ngữ được người Do Thái dùng trong Cựu Ước để chỉ nơi ngự của Đức Chúa Trời hay chính điện trong Đền Thờ hoặc Đền Tạm. Từ này cũng được Cơ Đốc nhân dùng chỉ nhà thờ, nơi thờ phượng Chúa.

household baptism /ˈhaʊshoʊld ˈbæptɪzəm/ *báp-têm cho cả gia đình.* Một phép báp-têm cho cả gia đình như trong Công 16:33. Nhiều người hiểu rằng phép báp-têm cả nhà bao gồm cả trẻ sơ sinh và trẻ em, đây là cơ sở để thực hiện báp-têm cho trẻ sơ sinh.

household codes /ˈhaʊshoʊld koʊdz/ *luật gia đình.* Những đoạn Kinh thánh Tân Ước đưa ra chỉ dẫn đạo đức về các mối quan hệ trong gia đình: vợ chồng, cha mẹ và con cái, chủ tớ (Êph 5:22- 6:9; Côl 3:18-4:1; I Phi 2:18-3:7). Những chỉ dẫn dạng này đã xuất hiện trong thuyết Khắc kỷ và chủ nghĩa Do Thái Hy Lạp.

hubris /ˈhjuːbrɪs/ *sự tự cao.* Thấy mình có giá trị quá cao hoặc quá yêu mình (*amor sui*). Nhiều nhà thần học cho rằng tự cao là cội rễ của mọi tội lỗi, vì nó xem cái tôi cao hơn hết thảy mọi sự, kể cả Chúa, là Đấng thiện lành nhất.

Huguenots /ˈhjuːgənɒt/ *phái Huguenots.* Tên gọi những người Tin Lành ở Pháp thế kỷ XVI-XVII. Thuật ngữ này được dùng để chỉ những người chống lại những người Guises (1562-94). Trên 30.000 người Huguenots bị thảm sát trong ngày lễ Thánh Batêlêmy.

human condition /ˈhjuːmən kənˈdɪʃn/ *tình trạng của nhân loại.* Tình trạng của nhân loại, nói chung là tình trạng sa ngã, tội lỗi vì xa cách Chúa.

human effort /ˈhjuːmən ˈefərt/ *nỗ lực của con người.* Những điều mà con người cố gắng đạt được cho chính mình hoặc vì người khác; trong lĩnh vực cứu rỗi, những nỗ lực ấy trái ngược với công việc của Đức Chúa Trời trong con người hay vì cớ con người.

human nature /ˈhjuːmən ˈneɪtʃər/ *bản chất con người.* Điều tạo nên con người và được dùng để giải thích một số hành động hoặc hành vi nào đó. Trong thần học Cơ Đốc, con người được xem là đầy dẫy tội lỗi và xa cách khỏi mối tương giao với Đức Chúa Trời mà Ngài đã dự bị cho họ.

humanism /ˈhjuːmənɪzəm/ *chủ thuyết nhân văn.* Một quan niệm mang tính triết lý hay tôn giáo nhấn mạnh những điều con người coi là quan trọng, có giá trị và thành công. Đôi khi nó được dùng để đối ngược lại với quan điểm thần học đặt Chúa là giá trị tối cao.

humanism, Christian /ˈhjuːmənɪzəm, ˈkrɪstʃən/ *chủ thuyết nhân văn Cơ Đốc.* Một phong trào tri thức từ thế kỷ XIV đến XVI ở Âu châu tìm cách đặt nền tảng giáo dục trên những tác phẩm cổ điển Hy Lạp và La-tinh, được giải thích trong bối cảnh Cơ Đốc. Trên phương diện thần học, thuật ngữ này ám chỉ giá trị cao cấp mà Cơ Đốc giáo đặt trên con người, vì được Đức Chúa Trời tạo dựng và cứu chuộc.

humanity of Christ /hjuːˈmænəti əv kraɪst/ *nhân tính của Đấng Christ.* Giáo lý thần học dạy rằng Chúa Giê-xu thật sự là một con người, nhưng không có bản tính tội lỗi. Xem: Jesus, humanity of.

humility /hjuːˈmɪləti/ *sự khiêm nhường.* Đánh giá và yêu bản thân một cách đúng đắn ngược lại với "tự cao".

hymn /hɪm/ *Thánh ca.* Một bài ca dâng lên cho Đức Chúa Trời. Thuật ngữ được dùng trong Bản Bảy Mươi đề cập đến các Thi Thiên và những bài ca Cơ Đốc trong Tân Ước (Êph 5:19; Côl 3:16). Thánh ca được sử dụng trong những buổi thờ phượng Cơ Đốc, khi cả lời lẫn nhạc đều ca ngợi Chúa.

hymnal /ˈhɪmnəl/ *quyển Thánh ca.* Một quyển Thánh ca. Sách này có thể chứa đựng những hướng dẫn lễ nghi dành cho thờ phượng. Thông thường, các hệ phái phát hành những quyển thánh ca riêng. Có những quyển thánh ca dùng cho liên hệ phái, hay các giáo phái dùng chung.

hypocrisy /hɪˈpɑːkrəsi/ *sự giả hình.* Bộ dạng bề ngoài chân thật và công chính để che đậy một tình trạng tâm trí hay ý định giả dối và độc ác (Mat 23:28; Mác 12:15; Gia 3:17).

hypostasis /haɪˈpɒstəsɪs/ *thể yếu.* Bản thể khách quan của một điều gì đó (Hê 1:3). Theo Kinh thánh thì thuật ngữ được dùng để chỉ sự tin chắc hay bảo đảm (Hê 3:14; 11:1; II Cô 11:17). Về thần học, từ này được dùng trong hội thánh đầu tiên để chỉ ba "Thân vị" của Đức Chúa Trời, mà mỗi thân vị là một thực thể thiêng liêng.

hypostatic union /ˌhaɪpəʊˈstatɪk ˈjuːniən/ *sự liên hiệp hai tánh.* Từ thần học để chỉ sự liên hiệp hai bản tính, nhân tính và thần tính, trong Chúa Giê-xu. Hội nghị Chalcedon (451) đã định nghĩa như thế, nhằm mục đích xác quyết sự đồng nhất của một người với hai bản tính. Đây là một huyền nhiệm. Xem: union, hypostatic.

hypothetical universalism /ˌhaɪpəˈθetɪkl ˌjuːnɪvɜːrˈsælɪzəm/ *giả thuyết phổ quát.* Quan điểm thần học cho rằng Đức Chúa Giê-xu Christ chết cho tất cả mọi người và ai cũng có thể được cứu. Theo quan điểm này thì đây là giả thuyết (có thể) mọi người sẽ được cứu (phổ quát), mặc dù trên thực tế có thể không phải như vậy. Xem: universalism, hypothetical.

I - i

I AM sayings /aɪ æm ˈseɪɪŋs/ *Ta là; Ta hằng hữu.* Những câu nói của Chúa Giê-xu trong Phúc Âm Giăng (6:51; 8:58; 10:11, v.v...) được một số người cho là gần gũi với sự bày tỏ về danh của Đức Chúa Trời "Đức Giê-hô-va"/"Đấng Tự hữu Hằng hữu" trong Xuất 3: "Ta là Đấng Tự hữu Hằng hữu" (3:14). Tuy nhiên, cần lưu ý câu nói duy nhất tương đồng về mặt ngữ pháp với Xuất 3:14 là Gi 8:58.

I-thou relationship /aɪ-ðaʊ rɪˈleɪʃnʃɪp/ *mối liên hệ giữa Ta và con.* Một thuật ngữ do nhà thần học Do Thái Martin Buber (1878-1965) đưa vào sử dụng rộng rãi, được các nhà thần học Cơ Đốc sử dụng để chỉ về tính chất tương giao cá nhân khi Đức Chúa Trời bày tỏ chính mình Ngài cho con người.

icon, ikon /ˈaɪkɑːn/ *ảnh tượng thánh.* Hình vẽ, hình ảnh biểu tượng cho các thánh nhân. Ảnh tượng được sử dụng rộng rãi trong các họa tiết trang trí nhà thờ Phương Đông, minh họa cho các lẽ mầu nhiệm đời đời trong Phúc Âm.

iconoclasm /aɪˈkɑːnəklæzəm/ *tiêu diệt ảnh tượng; phá huỷ ảnh tượng; thuyết phá huỷ ảnh tượng.* Việc đập vỡ ảnh tượng trong nhà thờ nhằm phá bỏ sự thờ lạy hình tượng. Đặc biệt nói đến phong trào đập vỡ ảnh tượng thời kỳ cải chính giáo hội, diễn ra vào thế kỷ VIII tại các nhà thờ Phương Đông, do Hội đồng Constantinople (754), và một số nhà cải chính giáo hội chủ trương. Một hình thức tích cực là chuyển trọng tâm sang Kinh thánh và chức tế lễ của tín đồ (theo chủ trương của phong trào cải cách giáo hội). Nghĩa bóng: Quan điểm đối nghịch với những quan điểm phổ biến.

iconoclast /aɪˈkɑːnəklæst/ *người bài trừ/phá huỷ ảnh tượng thánh.* Người đập vỡ ảnh tượng Đức Chúa Trời hay Đấng Christ, với nỗ lực chống lại sự thờ lạy thần tượng.

iconography /ˌaɪkəˈnɑːgrəfi/ *ảnh tượng học; khoa ảnh thánh.* Bộ môn nghiên cứu ảnh tượng thánh.

idealism /aɪˈdiːəlɪzəm/ *thuyết duy tâm; chủ nghĩa lý tưởng.* Hệ triết học coi tư tưởng trong tâm trí con người là nền tảng căn bản để đạt đến sự hiểu biết. Thuyết này coi thế giới tâm linh hay tâm trí tồn tại thực hữu hơn thế giới vật chất. Các nhà thần học theo chủ thuyết này gồm Pierre Teilhard de Chardin (1955), Paul Tillich (1965) và Karl Rahner (1984).

idealism, personal /aɪˈdiːəlɪzəm, ˈpɜːrsənl/ *thuyết duy tâm cá nhân; thuyết Leibnitz.* Hệ triết học xuất phát từ tư tưởng của G.W. Leibniz (1646-1716), cho rằng linh hồn là một đơn tử và thực tiễn luôn mang tính cá nhân và xã hội, cho nên chỉ có con người hay những cái tôi mới có thực.

ideas, Platonic /aɪˈdiːəs, pləˈtɑːnɪk/ *tư tưởng Plato.* Những tư tưởng trừu tượng làm khuôn mẫu cho các thực thể vật chất. Dựa trên quan điểm của nhà triết học Hy Lạp Plato (428-348 T.C.) cho rằng vạn vật trong vũ trụ tồn tại dưới dạng tư tưởng, còn vật chất chỉ là các phiên bản mô phỏng theo tư tưởng.

identification with Christ /aɪˌdentɪfɪˈkeɪʃn wɪθ kraɪst/ *hiệp nhất với Đấng Christ.* Sự hiệp nhất với Đấng Christ dựa trên đức tin bởi quyền năng của Đức Thánh Linh. Giáo lý xây dựng dựa trên những câu Kinh thánh nói về việc tín đồ ở trong Đấng Christ và Đấng Christ ở trong tín đồ (VD: Gal 2:20). Xem: union with Christ.

identity /aɪˈdentəti/ *tính đồng nhất; bản sắc; đặc tính; bản thể.* Nhận thức mình là ai.

identity, law of /aɪˈdentəti, lɔː əv/ *nguyên tắc đồng nhất.* Nguyên tắc logic A là A. Là tiền đề căn bản cho các lập luận triết học và thần học.

ideology /ˌaɪdiˈɑːlədʒi/ *quan niệm học; ý thức hệ.* Một hệ tư tưởng từ đó con người có thể rút ra tư duy và cách tiếp cận, nhiều khi là những tư tưởng áp đặt cứng nhắc kiểm soát một tập đoàn xã hội theo một hướng lịch sử nào đó.

idol /ˈaɪdl/ *thần tượng; việc thờ lạy tà thần dị giáo.* Một thần giả hay thần lạ, một hình tượng được thờ lạy.

idolatry /aɪˈdɑːlətri/ *sự thờ lạy hình tượng.* Sự thờ lạy thần giả hay hình tượng.

illumination /ɪˌluːmɪˈneɪʃn/ *sự soi sáng.* Công việc của Đức Thánh Linh ban cho tội nhân sự hiểu biết về ân điển Phúc Âm khi họ đọc hoặc nghe Kinh thánh (Êph 1:18; Hê 6:4; 10:32).

illumination, spiritual /ɪˌluːmɪˈneɪʃn, ˈspɪrɪtʃuəl/ *sự soi sáng thuộc linh.* Sự sáng giải thoát linh hồn khỏi sự tối tăm và tù ngục. Thuật ngữ này được sử dụng trong Chủ nghĩa Duy tri (Gnosticism) sơ khai, và đôi khi được dùng trong truyền thống huyền bí Cơ Đốc.

illuminative way /ɪˌluːmɪˈneɪtiv weɪ/ *đường đưa đến sự sáng; minh lộ; minh đạo.* Giai đoạn thứ hai trong ba giai đoạn của kinh nghiệm huyền bí, nằm giữa giai đoạn luyện ngục (rửa sạch tội lỗi) và giai đoạn hiệp nhất (sự hiệp nhất huyền bí với Đức Chúa Trời). Khái niệm đặc biệt được sử dụng trong sách của John the Cross.

image of God /ˈɪmɪdʒ əv gɑːd/ *hình ảnh Đức Chúa Trời; ảnh tượng Đức Chúa Trời.* Hình ảnh con người được tạo ra giống như Đức Chúa Trời để có mối tương giao với Ngài (Sáng 1:26-28), khiến con người khác với những sinh vật khác. Xem: imago Dei.

image of God, formal /ˈɪmɪdʒ əv gɑːd, ˈfɔːrml/ *hình ảnh căn bản của Đức Chúa Trời.* Thuật ngữ do Emil Brunner (1889-1966) sử dụng, nói đến việc con người được tạo dựng theo hình ảnh của Đức Chúa Trời và vẫn mang trong mình hình ảnh của Đấng Tạo Hóa sau khi con người đã sa ngã và phạm tội. Thuật ngữ đối lập là material image of God (hình ảnh cụ thể của Đức Chúa Trời) nói đến đáp ứng của con người với Đức Chúa Trời-tức là con người được Đức Chúa Trời nắn lại trở nên hình ảnh hoàn thiện cuối cùng.

image of God, functional view of the /ˈɪmɪdʒ əv gɑːd, ˈfʌŋkʃənl vjuː əv ðə/ *quan điểm chức năng về hình ảnh Đức Chúa Trời.* Quan điểm cho rằng hình ảnh Đức Chúa Trời không nằm trong bản chất nội tại của con người, cũng không nằm trong kinh nghiệm tương giao với Đức Chúa Trời hay những người khác, mà là những gì do con người thực hiện.

image of God, relational view of the /ˈɪmɪdʒ əv gɑːd, rɪˈleɪʃənl vjuː əv ðə/ *quan điểm quan hệ về hình ảnh Đức Chúa Trời.* Quan điểm cho rằng hình ảnh Đức Chúa Trời không nằm trong bản chất nội tại của con người mà con người sống trong hình ảnh Đức Chúa Trời hoặc bày tỏ hình ảnh đó khi ở trong mối quan hệ cụ thể nào đó. Nó chú trọng đến cộng đồng Cơ Đốc và sự tương giao giữa con người với nhau, đặc biệt là tình yêu thương.

image of God, structural or substantive view of the /ˈɪmɪdʒ əv gɑːd, ˈstrʌktʃərəl ɔːr səbˈstæntɪv vjuː əv ðə/ *quan điểm yếu tính về hình ảnh Đức Chúa Trời.* Quan điểm cho rằng hình ảnh Đức Chúa Trời là một đặc tính hay phẩm chất (thể chất hoặc tâm lý) cụ thể trong cấu tạo của con người.

images, Christian /ˈɪmɪdʒɪz, ˈkrɪstʃən/ *vật tượng Cơ Đốc; hình ảnh Cơ Đốc; biểu tượng Cơ Đốc.* Những đồ vật hay hình ảnh nghệ thuật mang tính biểu trưng cho những thực thể tâm linh giúp con người bước vào sự thờ phượng và cầu nguyện. Chúng không phải là đối tượng để thờ lạy mà chỉ về đối tượng được thờ lạy đích thực.

images, veneration of /ˈɪmɪdʒɪz, ˌvenəˈreɪʃn əv/ *tôn kính ảnh tượng.* Bày tỏ sự tôn kính trước hình ảnh của các đấng như Đấng Christ, Đức Mẹ Đồng Trinh hay các thánh - Một phong tục có ý nghĩa quan trọng trong Nhà thờ Công giáo.

imagination in theology /ɪˌmædʒɪˈneɪʃn ɪn θiˈɑːlədʒi/ *trí tưởng tượng trong thần học.* Các nhà thần học coi trí tưởng tượng là khả năng của con người giúp hình thành ý nghĩa từ các khái niệm và hình ảnh và là phương tiện hình thành những cộng đồng tôn giáo thông qua Kinh thánh và truyền thống.

imago Dei /ɪˈmɑgoʊ deɪ/ Xem: image of God.

imitation of Christ /ˌɪmɪˈteɪʃn əv kraɪst/ *học theo Đấng Christ.* Cam kết hiến dâng biến đời sống và hành động của mình trở nên giống Đấng Christ. Đây cũng là nhan đề cuốn sách bồi linh kinh điển khích lệ đời sống dâng hiến của Thomas à Kempis.

Immaculate conception /ɪˈmækjələt kənˈsepʃn/ *vô nhiễm nguyên tội.* Giáo lý của nhà thờ Công giáo do Giáo hoàng Pius IX bày tỏ trong Ineffabilis Deus (8 tháng 12 năm 1854) cho rằng Ma-ri khi thụ thai được Chúa Giê-xu ban cho đặc ân được miễn trừ khỏi nguyên tội. Các câu Kinh thánh dùng để bảo vệ giáo lý này nằm trong Sáng 3:15 và Lu 1:28.

immanence of God /ˈɪmənəns əv gɑːd/ *tính nội tại của Đức Chúa Trời.* Quan điểm cho rằng Đức Chúa Trời tồn tại trong và với vạn vật. Theo quan điểm Cơ Đốc, Đức Chúa Trời không đồng nhất với tạo vật. Xem: transcendence.

immanent Trinity /ˈɪmənənt ˈtrɪnəti/ *Ba Ngôi tự tại.* Các mối quan hệ giữa 3 ngôi Đức Chúa Trời - Cha, Con và Thánh Linh - trong nhau và với nhau. Xem: Trinity, immanent.

immanentist apologetics /ˈɪmənəntɪst əˌpɑːləˈdʒetɪks/ *biện giáo nội tại.* Các khuynh hướng thần học Công giáo phát triển vào thế kỷ XIX và XX tại Pháp cho rằng những khuynh hướng nội tại trong con người, nhờ ân điển và sự khải thị thiên thượng, là khởi điểm giúp con người đến với các giả định đức tin.

Immanuel /ɪˈmænyuəl/ Xem: Emmanuel, Immanuel.

immersion /ɪˈmɜːrʃn/ *báp-têm dầm mình.* Phương pháp báp-têm bằng cách nhận chìm người hoàn toàn trong nước, thường được sử dụng trong các nhà thờ Chính thống Phương Đông và một số nhà thờ Tin Lành. Xem: submersion.

imminence of the end /ˈɪmɪnəns əv ðə end/ *ngày tận thế gần kề.* Quan điểm Cơ Đốc có từ thời kỳ đầu cho rằng ngày Đấng Christ tái lâm và thế giới tận chung sẽ đến thình lình bất cứ lúc nào. Ngày tận thế có thể không diễn ra tức thì, nhưng luôn luôn cận kề.

imminent posttribulationism /ˈɪmɪnənt poʊst-ˌtrɪbjuˈleɪʃnɪzəm/ *thuyết hậu đại nạn gần kề.* Quan điểm của những người theo thuyết kỷ nguyên thiên định (dispensationalism = định kỳ thuyết) cho rằng sự tái lâm của Đấng Christ sẽ diễn ra sau cơn đại nạn vào bất cứ lúc nào. Thời kỳ chúng ta đang sống rất có thể đang là thời kỳ đại nạn.

immolation /ˌɪməˈleɪʃn/ 1. *sát tế; hiến tế; tế vật; của lễ.* Thuật ngữ mượn từ tập tục người ngoại hiến tế bằng tế vật rắc muối. 2. *sự chết của Đấng Christ.* Trong thần học Công giáo, từ này chỉ về sự hy sinh của Đức Chúa Giê-xu Christ trong lễ Tiệc Thánh. Theo quan điểm Tin Lành, từ này chỉ của lễ hy sinh, rất thích hợp để nói đến sự chết của Chúa Giê-xu trên thập tự giá.

immortality /ˌɪmɔːrˈtæləti/ *sự bất tử.* Tình trạng sống mãi mãi.

immunity /ɪˈmjuːnəti/ *miễn trừ nghĩa vụ dân sự.* Sự miễn trừ nghĩa vụ dân sự đối với các nhà lãnh đạo tôn giáo hoặc một nhóm tôn giáo.

immutability, divine /ɪˌmjuːtəˈbɪləti, dɪˈvaɪn/ Xem: God, immutability of.

impanation /ˌɪmpəˈneɪʃən/ *thuyết thánh thể thực tại.* Thuyết của Andreas Osiander (1552) dạy về sự hiện diện của Đấng Christ trong lễ Tiệc Thánh, cho rằng khi bánh và rượu nho được truyền phép rồi thì không phải bánh và rượu nho biến thành máu thịt Đấng Christ mà máu thịt Đấng Christ cùng với bánh và rượu nho kết hợp mật thiết với nhau. Tương tự với Đồng thể thuyết (consubstantiation).

impassibility, divine /ɪmˌpæsɪˈbɪləti, dɪˈvaɪn/ Xem: God, impassibility of.

impeccability /ɪmˌpekəˈbɪləti/ *tính vô tội; bất khả phạm tội.* Tình trạng vô tội hoặc không có khả năng phạm tội – nói đến đặc tính của một mình Đức Chúa Trời. Trong Cơ Đốc luận (Christology), thuật ngữ này được dùng để bàn luận khả năng Đấng Christ có thể phạm tội hay không.

impediment /ɪmˈpedɪmənt/ *ngăn trở; cản trở.* Thuật ngữ trong Giáo luật Công giáo chỉ về sự cản trở không cho phép một hành động nào đó xảy ra. Sự cản trở có thể xuất phát từ luật hội thánh hay luật tự nhiên.

imperfection /ˌɪmpərˈfekʃn/ *bất toàn.* Tình trạng tội lỗi của con người, do đó mà không hoàn hảo trong mắt Đức Chúa Trời.

imperishable /ɪmˈperɪʃəbl/ *không hư nát/bất diệt.* Không bị chết, phân huỷ hay huỷ diệt. Phao-lô dùng thuật ngữ này miêu tả thân thể phục sinh được hứa ban cho tín đồ (I Cô 15:42, 50, 52).

implicit faith /ɪmˈplɪsɪt feɪθ/ *đức tin ngầm ẩn; đức tin tiềm ẩn.* Thuật ngữ sử dụng trong thần học Công giáo nói về quan điểm cho rằng người ta có thể được cứu trên cơ sở đức tin đặt vào Phúc Âm chung chung nhờ sự khải thị tự nhiên, mà không nhất thiết phải biết đến Đức Chúa Giê-xu Christ. Người Tin Lành coi đây là "đức tin mù quáng", thiếu những hiểu biết cần thiết.

implicit Trinitarianism /ɪmˈplɪsɪt ˌtrɪnɪˈteriənɪzəm/ *hàm ý về Ba ngôi Đức Chúa Trời.* Những câu Kinh thánh có hàm ý về Ba ngôi Đức Chúa Trời (Mat 28:19; II Cô 13:13; Êph 4:4-6; Tít 3:4-6).

implicit truth /ɪmˈplɪsɪt truːθ/ *chân lý tiềm ẩn.* Chân lý được ngầm chứa trong một lời khẳng định.

implied audience, readers /ɪmˈplaɪd ˈɔːdiəns, ˈriːdərs/ *độc giả ẩn; bạn đọc ẩn.* Một bộ phận trong lý thuyết văn học đương đại và giải kinh, xem xét bản chất của độc giả mà một câu chuyện hướng tới. Nó chất vấn về những tác động câu chuyện định mang lại cho độc giả. Tuy độc giả ẩn không được nhắc tới trực tiếp trong câu chuyện nhưng họ vẫn "có mặt" dường như câu chuyện có chứa ý định tác động đến họ.

imposition of hands /ˌɪmpəˈzɪʃn əv hændz/ Xem: laying on of hands.

imprecatory psalms /ɪmprəˈkeiˌtɔri sɑːmz/ *Thi Thiên nguyền rủa.* Những bài Thi Thiên (như Thi 58; 68:21-23; 109:1-20; 137:7-9) cầu xin Đức Chúa Trời trừng trị kẻ thù của dân Y-sơ-ra-ên.

imprimatur /ˌɪmprɪˈmɑːtər/ *phê chuẩn; cho phép in.* Cho phép in một ấn phẩm, thường do một giám mục xác nhận và cho phép, theo thông lệ của giáo hội Công giáo.

imputation of Christ's righteousness /ˌɪmpjuˈteɪʃn əv kraɪsts ˈraɪtʃəsnəs/ *được kể là công nghĩa nhờ sự công chính của Đấng Christ.* Hành động Đức Chúa Trời quy sự công chính của Đấng Christ cho những tội nhân tin và nhận món quà của Ngài. Xem: imputed righteousness.

imputation of sin /ˌɪmpjuˈteɪʃn əv sɪn/ *quy tội.* Việc Đức Chúa Trời coi một người là tội nhân do tội của một người khác, đặc biệt để chỉ tội lỗi của A-đam làm hoen ố toàn thể hậu tự của ông (Rô 5:12-14).

imputation, doctrine of /ˌɪmpjuˈteɪʃn, ˈdɑːktrɪn əv/ *giáo lý về sự quy kể.* Sự xưng công chính của người tin dựa trên sự công chính của Đấng Christ hoặc sự lên án đối với người vô tín dựa trên tội lỗi của A-đam.

imputed righteousness /ɪmˈpjuːtɪd ˈraɪtʃəsnəs/ *sự công chính được quy kể.* Xem: imputation of Christ's righteousness.

in Adam /ɪn ˈædəm/ *trong A-đam.* Mọi người đều ở trong A-đam, do đó phải mang tội lỗi của A-đam (Rô 5:12; I Cô 15:22).

in Christ /ɪn kraɪst/ *trong Đấng Christ.* Thuật ngữ của Phao-lô chỉ sự hiệp nhất của Cơ Đốc nhân với Đức Chúa Giê-xu Christ và ích lợi của sự hiệp nhất đó là đem lại sự cứu rỗi (Rô 8:1; II Cô 5:17; Êph 1:4).

inauthentic existence /ˌɪnɔːˈθentɪk ɪɡˈzɪstəns/ *tồn tại không đích thực.* Thuật ngữ sử dụng trong thần học hiện sinh, chỉ sự rũ bỏ trách nhiệm bản thân. Ví dụ như khuynh hướng theo đám đông, hoặc đổ lỗi cho gien di truyền hay các yếu tố tâm lý, xã hội.

incarnate Christ /ɪnˈkɑːrnət kraɪst/ *Đấng Christ nhập thể.* Tình trạng Đấng Christ kể từ khi Ngài nhập thể thành con người sống trên đất.

incarnation /ˌɪnkɑːrˈneɪʃn/ *xuống thế; nhập thể; mang nhân dạng.* Nói đến giáo lý Ngôi Hai Đức Chúa Trời trở nên con người, mang lấy xác thịt của ông Giê-xu người Na-xa-rét. Chúa Giê-xu là "Ngôi Lời đã giáng thế làm người". Theo giáo lý này, ông Giê-xu là một Đấng Thánh có cả thần tính và nhân tính.

incarnational theology /ˌɪnkɑːrˈneɪʃnəl θiˈɑːlədʒi/ *thần học nhập thể.* Thần học khẳng định Ngôi Hai Đức Chúa Trời trở nên con người, mang lấy xác thịt của ông Giê-xu người Na-xa-rét. Cũng nói đến tư tưởng vào thế kỷ thứ XX, cho rằng mỗi người là đại diện cho Đấng Christ trong thế gian.

incense, offering of /ˈɪnsens, ˈɔːfərɪŋ əv/ *dâng hương.* Lễ dâng của người Do Thái trong Lều tạm hoặc Đền thờ (Xuất 30:8; Lu 1:10).

inclusive language /ɪnˈkluːsɪv ˈlæŋgwɪdʒ/ *lối nói bao hàm.* Ngôn ngữ không phân biệt giới tính, chủng tộc, hay những khả năng cụ thể, dùng trong thần học Cơ Đốc, thờ phượng Cơ Đốc, các tài liệu giáo dục Cơ Đốc và giảng dạy lời Kinh thánh. Tiêu điểm được nhắm đến là ngôn ngữ diễn đạt về con người và Đức Chúa Trời phải được điều chỉnh để diễn đạt những khái niệm thần học chính xác hơn mà ngôn ngữ phân biệt giới tính có thể chưa xác thực.

inclusiveness /ɪnˈkluːsɪvnəs/ *bao hàm tính.* Trong việc điều hành giáo hội, sự lựa chọn chủ ý để đưa vào các vị trí lãnh đạo giáo hội những người đại diện khác nhau cho các giới tính, chủng tộc, tuổi tác, dân tộc khác nhau.

inclusivism, religious /ɪnˌkluːsɪˈvɪzəm, rɪˈlɪdʒəs/ *tôn giáo bao hàm.* Quan điểm cho rằng một tôn giáo chứa đựng chân lý có thể đem lại sự cứu rỗi trong các tôn giáo khác.

incommunicable attributes /ɪnkəˈmjuːnɪkəbl əˈtrɪbjuːts/ Xem: attributes of God, incommunicable.

inculturation /ɪnˌkʌltʃəˈreɪʃn/ *hội nhập văn hóa; bản xứ hóa; bản địa hóa.* Quan sát, kinh nghiệm và học hỏi văn hóa địa phương nhằm thấu hiểu tư tưởng, sở thích, tình cảm của dân bản xứ để Phúc Âm thích ứng với bối cảnh văn hóa và con người nơi đó. Xem: indigenization.

incumbent /ɪnˈkʌmbənt/ *người giữ nhiệm vụ; người có phận sự.* Chỉ người giữ một nhiệm vụ nào đó trong giáo hội Anh quốc giáo, ví dụ như giáo khu trưởng, phụ tá mục sư...

independency /ɪndɪˈpendənsi/ *tự trị.* Một hình thức tổ chức hội thánh theo thể chế hội chúng – nhấn mạnh vai trò của cá nhân tín hữu và quyền lực tập trung ở hội chúng địa phương.

independent churches /ˌɪndɪˈpendənt tʃɜːrtʃiz/ *hội thánh độc lập.* Một hội thánh không thuộc một hệ giáo phái nào và áp dụng thể chế hội chúng trong hình thức tổ chức hội thánh.

Independents /ˌɪndɪˈpendənts/ *những người Tự trị.* Chỉ nhóm người thế kỷ XVII và XVIII tại nước Anh theo thể chế hội chúng (tự trị), chống đối thể chế giám mục của giáo hội Anh quốc giáo.

indeterminism /ɪndɪˈtɜːrmɪnɪzəm/ *thuyết tự do ý chí; vô định thuyết; phi tiền định thuyết.* Học thuyết cho rằng hành vi con người không hoàn toàn do các yếu tố thể chất, tâm lý, hay các yếu tố định trước khác điều khiển mà được điều khiển bởi ý chí của con người.

indigenization /ɪnˈdɪdʒənaiˌzeɪʃn/ *bản xứ hóa; bản sắc hóa; bản quốc hóa.* Thể hiện một điều du nhập vào bằng ngôn ngữ và cách diễn đạt bản địa.

Trong thần học chỉ quá trình thể hiện một tác phẩm thần học bằng các hình thức văn hóa bản địa thay vì các hình thức du nhập từ bên ngoài. Xem: inculturation.

indigenous peoples /ɪnˈdɪdʒənəs ˈpiːplz/ *dân bản xứ/bản địa.* Thổ dân sở hữu một lãnh thổ từ ban đầu, thường bị những người di cư đến tiêu diệt và đàn áp. Thần học Giải phóng chú ý nhấn mạnh nỗi khổ của dân bản địa ở nhiều nơi trên thế giới.

individualism /ˌɪndɪˈvɪdʒuəlɪzəm/ *chủ nghĩa cá nhân.* Coi quyền lợi, nhu cầu của cá nhân quan trọng hơn của tập thể. Các nhà thần học Nữ quyền chỉ ra những giá trị tích cực của sự thay đổi cách nhìn nhận bản thân của người phụ nữ - quan tâm đến cá nhân độc lập của mình thay vì chỉ đặt mình trong tương quan với phái mạnh.

induction /ɪnˈdʌkʃn/ *quy nạp.*

inductive method /ɪnˈdʌktɪv ˈmeθəd/ *phương pháp quy nạp.* Phương pháp lý luận lô-gic để khám phá những quy luật chung từ những ví dụ riêng rẽ. Ví dụ tín lý về nhân loại được xây dựng từ những quan sát về con người rồi rút ra một giáo lý chứ không bắt đầu từ một giáo lý. Xem: deductive method.

indulgences /ɪnˈdʌldʒənsɪz/ *sự xá tội.* Trong giáo hội Công giáo, sự xoá bỏ các hình phạt đối với tội lỗi (đặc biệt là các hình phạt trong luyện ngục) sau khi tín hữu hoàn thành các điều kiện để ăn năn và được tha thứ tội. Đây là chủ đề tranh cãi nóng bỏng của Martin Luther (1483-1546) trong thời kỳ cải chánh giáo hội.

indwelling /ɪnˈdwelɪŋ/ *ngự trị.* Thuật ngữ miêu tả sự hiện diện của Đức Chúa Giê-xu Christ hoặc Đức Thánh Linh trong đời sống của tín đồ.

inequality /ˌɪnɪˈkwɑːləti/ *bất bình đẳng.* Sự thống trị của nhóm người này đối với nhóm người khác. Các nhà thần học Nữ quyền đề cập đến sự thống trị trên phụ nữ trong chế độ gia trưởng.

inerrancy of purpose /ɪnˈɛrənsi əv ˈpɜːrpəs/ *quan điểm Không sai lầm về mục đích.* Quan điểm cho rằng Kinh thánh sẽ không thất bại trong việc thực hiện mục đích Đức Chúa Trời đã đặt ra cho nó.

inerrancy, absolute /ɪnˈɛrənsi, ˈæbsəluːt/ *quan điểm tuyệt đối không sai lầm.* Quan điểm cho rằng nội dung trong Kinh thánh mang tính chính xác trên cả phương diện lịch sử và khoa học và là chân lý.

inerrancy, doctrine of /ɪnˈɛrənsi, ˈdɑːktrɪn əv/ *giáo lý về tính không sai lầm.* Giáo lý thần học cho rằng Kinh thánh là hoàn toàn chân thực và chính xác trong mọi nhận định của nó.

inerrancy, harmonistic approach to /ɪnˈɛrənsi, ˈhɑːrmənɪstik əˈproʊtʃ tə/ *phương pháp dung hoà.* Quan điểm cho rằng có thể giải quyết được những mâu thuẫn của những đoạn Kinh thánh đối chiếu, nỗ lực giải thích những điểm thiếu nhất quán bằng mọi thông tin hiện có.

inerrancy, limited /ɪnˈɛrənsi, ˈlɪmɪtɪd/ *quan điểm Không sai lầm hữu hạn.* Quan điểm cho rằng Kinh thánh chỉ chính xác trong những nội dung nhất định, ví dụ như những nội dung thần học, mà không nhất thiết phải chính xác trong những trưng dẫn về khoa học hay lịch sử. Xem: limited inerrancy.

infallibility of Scripture /ɪnˌfæləˈbɪləti əv ˈskrɪptʃər/ *tính vô ngộ của Kinh thánh.*

infallibility /ɪnˌfæləˈbɪləti/ *tính vô ngộ; tính không thể sai lầm.* Không lừa dối, không sai lầm.

infallibility, papal /ɪnˌfæləˈbɪləti, ˈpeɪpl/ *quan điểm giáo hoàng vô ngộ.* Giáo lý do giáo hội Công giáo La Mã phê chuẩn tại Hội đồng Vatican I, cho rằng những lời tuyên bố chính thức của Giáo hoàng về đức tin và đạo đức là chân lý không sai lầm. Xem: papal infallibility.

infancy gospels /ˈɪnfənsi ˈgɑːsplz/ *Phúc Âm đồng niên; Phúc Âm ấu thời.* Những câu chuyện nguỵ kinh (không liệt kê trong kinh điển Kinh thánh) thuật về thời ấu thơ của Chúa Giê-xu, lưu truyền trong thời kỳ hội thánh đầu tiên.

infant salvation /ˈɪnfənt sælˈveɪʃn/ *quan điểm trẻ em được cứu rỗi.* Giáo lý dạy rằng trẻ sơ sinh chết yểu được cứu rỗi.

infidel /ˈɪnfɪdəl/ *người lương; người không theo đạo; người vô tín.* Người không tin vào niềm tin Cơ Đốc và tuyên bố lập trường đó.

infidelity /ˌɪnfɪˈdeləti/ *sự vô tín; sự bội bạc (hôn nhân).* Không tin vào một tôn giáo; sự phản bội trong hôn nhân.

infinite being /ˈɪnfɪnət ˈbiːɪŋ/ *Đấng vô hạn.* Một đấng không bị điều gì giới hạn. Trong thần học Cơ Đốc, Đức Chúa Trời là Đấng vô hạn duy nhất.

infinite, infinity /ˈɪnfɪnət, ɪnˈfɪnəti/ *sự vô hạn.* Điều không có giới hạn/ranh giới. Duy chỉ có Đức Chúa Trời là vô hạn.

infralapsarianism /ˌɪnfrəlæpˈseriənɪzəm/ *thuyết lựa chọn hậu sa ngã.* Quan điểm thần học chính thống Luther và Cải Chính nói về thứ tự các phán định (decree) của Đức Chúa Trời: phán định về sự sa ngã của loài người đi trước nguyên chỉ lựa chọn (phán định một số người sẽ được cứu). Xem: sublapsarianism; postlapsarianism.

infused knowledge /ɪnˈfjuːzd ˈnɑːlɪdʒ/ *kiến thức thiên phú.* Kiến thức do Đức Chúa Trời ban trực tiếp cho một người hay một thiên sứ. Thuật ngữ này do nhà thần học Trung cổ Alexander xứ Hales (1185-1245) sử dụng. Ông nói đến kiến thức thiên phú như một loại kiến thức trong Chúa Giê-xu.

infusion /ɪnˈfjuːʒn/ 1. *sự phú ban.* Công việc của Đức Thánh Linh: sự tái sinh nhờ món quà đức tin nơi Chúa Giê-xu và sự hiện diện của Thánh Linh trong đời sống của tín hữu để khiến họ nên thánh. 2. *báp-têm dội nước.* Phép báp-têm bằng cách dội nước lên đầu. Xem: affusion.

ingeneracy /ɪnˈdʒenərəsi/ *thuyết nguồn gốc Ba Ngôi.* Quan điểm về Ba Ngôi, cho rằng Đức Chúa Cha là ngôi duy nhất không do ai khác sinh ra; Đức Chúa Con được sinh ra đời đời; và Đức Thánh Linh đến từ Đức Chúa Cha (và Đức Chúa Con – theo thần học phương Tây).

inheritance of Adam's sin /ɪnˈherɪtəns əv ˈædəmz sɪn/ *sự thừa hưởng tội lỗi của A-đam.* Quan điểm cho rằng loài người phải chịu ảnh hưởng tội lỗi của A-đam.

inheritance /ɪnˈherɪtəns/ *cơ nghiệp; tài sản thừa kế.* Tài sản nhận được do di chúc để lại. Trong Cựu Ước chỉ về miền đất hứa ban cho dân Y-sơ-ra-ên. Trong Tân Ước chỉ về Nước Trời hứa ban cho người tin Chúa.

iniquity /ɪˈnɪkwəti/ *tội ác.* Thuật ngữ Kinh thánh sử dụng để nói đến tội lỗi, bao gồm những tội như vô luật pháp, bất công, gian ác, không công chính (Xuất 34:7; Ê-sai 13:11; Mat 23:28).

initiation, Christian /ɪˌnɪʃiˈeɪʃn, ˈkrɪstʃən/ *khai tâm; mở đầu; gia nhập.* Thường chỉ các bài giảng, nghi lễ, nghi thức gia nhập giáo hội Cơ Đốc, ví dụ như lễ báp-têm hay lễ Tiệc Thánh.

injustice /ɪnˈdʒʌstɪs/ *sự bất công.* Hành vi vi phạm đạo đức vì không trả cho người ta phần người ta đáng được hưởng, thường bị lên án trong các sách tiên tri Cựu Ước.

inner light /ˈɪnər laɪt/ *sự sáng nội tâm.* Thuật ngữ của nhóm Quaker nói đến sự soi sáng của Đức Chúa Trời đối với cá nhân, cho họ kinh nghiệm sự hiện diện của Ngài và hướng dẫn hành vi và đời sống của họ. Xem: light, inner.

inner person /ˈɪnər ˈpɜːrsn/ *con người bề trong.* Thuật ngữ chỉ sự biến đổi của người được cứu chuộc trong Chúa Giê-xu (Rô 7:22; II Cô 4:16; Êph 3:16).

innocence /ˈɪnəsns/ *vô tội.* Khái niệm trong đạo đức học chỉ trạng thái không có một khiếm khuyết đạo đức nào, do đó không phải chịu hậu quả mất mát vì tội lỗi (ví dụ phạm tội hình sự dẫn đến mất tự do).

Inquisition, the /ˌɪnkwɪˈzɪʃn, ði/ *Toà án tôn giáo; Tôn giáo pháp đình.* Một toà án tôn giáo do Giáo hoàng Gregory IX lập vào thế kỷ XIII để xét xử dị giáo và kêu gọi người theo dị giáo hối cải. Toà án tôn giáo Tây Ban Nha tồn tại từ thế kỷ XV đến thế kỷ XIX.

INRI /aɪ - en - ɑːr - aɪ/ *INRI.* Bốn chữ cái La-tinh viết trên thập tự giá của Chúa Giê-xu: *Iesus Nazarenus Rex Iudaeorum* ("Giê-xu, người Na-xa-rét, Vua dân Do Thái"). Những chữ này được viết bằng tiếng Do Thái, La-tinh và Hy Lạp (Gi 19:19-20).

inscripturation /ɪnˌskrɪptʃəˈreɪʃn/ *Kinh thánh ký thuật.* Quá trình hình thành nên Kinh thánh – các trước giả Kinh thánh viết ra sự khải thị của Đức Chúa Trời.

insight /ˈɪnsaɪt/ *sự thấu hiểu; lãnh ngộ; nhận thức bản chất.* Sự soi sáng tâm trí giúp một người tìm ra giải pháp cho một vấn đề hay giải đáp một câu hỏi. Nhà thần học Công giáo Bernard Lonergan (1904-1985) đã nghiên cứu mối quan hệ giữa khả năng thấu hiểu với phương pháp thần học.

inspiration /ˌɪnspəˈreɪʃn/ *sự thần cảm; sự hà hơi.* Sự thần cảm giúp con người nhận biết được những chân lý thiên thượng hay siêu nhiên. Thuật ngữ này thường nói về các trước giả Kinh thánh trong quá trình viết nên Kinh thánh.

inspiration, concursive /ˌɪnspəˈreɪʃn, kənˈkɜːrsɪv/ *sự thần cảm trùng hợp.* Khi trước giả Kinh thánh đang viết, Đức Chúa Trời đặt trong trí ông những ý tưởng Ngài muốn truyền đạt. Quan điểm này cho rằng quyền năng Đức Chúa Trời phối hợp nhuần nhuyễn với cá tính của trước giả, không lấn át đặc điểm riêng của họ, khiến họ được viết một cách tự do.

inspiration, dictation theory of /ˌɪnspəˈreɪʃn, dɪkˈteɪʃn ˈθiːəri əv/ *thuyết thần cảm đọc cho viết.* Quan điểm cho rằng Đức Chúa Trời đọc Kinh thánh cho trước giả viết ra như đọc chính tả vậy.

inspiration, dynamic theory of /ˌɪnspəˈreɪʃn, daɪˈnæmɪk ˈθiːəri əv/ *thuyết thần cảm năng động.* Quan điểm cho rằng trước giả Kinh thánh được tự do lựa chọn câu chữ để diễn đạt ý tưởng, khái niệm Đức Chúa Trời đã hướng dẫn bày tỏ cho họ.

inspiration, illumination theory of /ˌɪnspəˈreɪʃn, ɪˌluːmɪˈneɪʃn ˈθiːəri əv/ *thuyết thần cảm soi sáng.* Quan điểm cho rằng trước giả Kinh thánh được Đức Thánh Linh ban cho năng lực cao siêu để viết nên Kinh thánh mà không cần Thánh Linh chỉ dẫn từng ý tưởng, khái niệm một cách trực tiếp.

inspiration, intuition theory of /ˌɪnspəˈreɪʃn, ˌɪntuˈɪʃn ˈθiːəri əv/ *thuyết thần cảm trực giác.* Quan điểm cho rằng sự thần cảm là nhận thức tôn giáo nói chung ở mức độ cao. Các trước giả Kinh thánh là những thiên tài tôn giáo.

inspiration, plenary /ˌɪnspəˈreɪʃn, ˈpliːnəri/ *thuyết thần cảm hoàn toàn.* Quan điểm cho rằng toàn bộ Kinh thánh được thần cảm chứ không chỉ một bộ phận nào trong Kinh thánh. Xem: plenary inspiration.

inspiration, verbal theory of /ˌɪnspəˈreɪʃn, ˈvɜːrbl ˈθiːəri əv/ *thuyết thần cảm từng lời; thuyết thần cảm nguyên văn/ngôn tự.* Quan điểm cho rằng Đức Chúa Trời thông qua Đức Thánh Linh làm việc mạnh mẽ trong trước giả Kinh thánh đến nỗi mỗi từ ngữ là lời chính xác mà Đức Chúa Trời muốn sử dụng để diễn tả sứ điệp. Tuy nhiên, cần chú ý quan điểm này khác với thuyết thần cảm đọc cho viết. Xem: verbal inspiration.

installation /ˌɪnstəˈleɪʃn/ *bổ nhiệm; đảm nhiệm; nhận chức.* Lễ bổ nhiệm một người vào chức vụ trong giáo hội.

instantaneous resurrection /ˌɪnstənˈteɪniəs ˌrezəˈrekʃn/ *sự phục sinh ngay lập tức.* Quan điểm cho rằng thân thể phục sinh đời đời được ban cho ngay khi chết chứ không phải trong tương lai.

institution, words of /ˌɪnstɪˈtuːʃn, wɜːrdz əv/ *lời thiết lập lễ Tiệc Thánh.* Lời của Chúa Giê-xu: "Đây là thân thể Ta...", "Đây là huyết Ta...", được đọc trong lễ Tiệc Thánh (I Cô 11:23-26; Mat 26:26-29; Mác 14:22-25; Luca 22:14-20).

institutional church /ˌɪnstɪˈtuːʃənl tʃɜːrtʃ/ *giáo hội thể chế.* Hội thánh hữu hình, có tổ chức. Khái niệm này dùng để phân biệt với hội thánh thuộc linh vô hình bao gồm tất cả các tín hữu thật.

institutionalized violence /ˌɪnstɪˈtuːʃənəlaɪzd ˈvaɪələns/ *bạo lực được thể chế hóa.* Thuật ngữ chỉ những hình thức bạo lực gián tiếp cố hữu trong thể chế xã hội hay trong chính các mối quan hệ giữa người với người. Hình thức này tạo ra những nhóm người này có quyền lực và những nhóm người khác là nạn nhân của thể chế và sự huỷ diệt do thể chế gây ra. Xem: structural violence.

instrumental cause /ˌɪnstrəˈmentl kɔːz/ *căn nguyên phương tiện.* Phương tiện trung gian để đem lại một kết quả nào đó. Thuật ngữ này được dùng để phân biệt với căn nguyên "chính thức" (formal cause) hay căn nguyên "thể chất" (material cause). Trong sự "xưng công chính bởi đức tin", "đức tin" là phương tiện dẫn đến việc "xưng công chính", và do đó là "căn nguyên phương tiện". Xem: formal cause.

instrumentalism /ˌɪnstrəˈmentəlɪzəm/ *thuyết công cụ.* Quan điểm của triết học thực dụng do John Dewey chủ trương (1859-1952) cho rằng các tư tưởng hay khái niệm là công cụ để giải quyết các vấn đề khoa học hay cuộc sống. Tính chân thực hay giả dối của các khái niệm không quan trọng, chân giá trị của chúng được khẳng định hay phủ định bởi tính hữu dụng trong việc giải quyết vấn đề của con người.

integralism /ˈɪntɪgrəlɪzəm/ *thuyết toàn diện.* Phong trào thế kỷ XIX đầu thế kỷ XX tại Pháp và Đức của người Công giáo chống lại chủ trương hiệp nhất các giáo phái/tôn giáo và các phương pháp nghiên cứu Kinh thánh hiện đại. Giáo hoàng Benedict XV đã phản đối phong trào này vào năm 1914 và tổ chức của nó "Sodalitium Pianum" bị cấm hoạt động năm 1921.

integrationist /ˌɪntɪˈgreɪʃnɪst/ *quan điểm khuyếch trương giáo dục.* Trong các tác phẩm nữ quyền, quan điểm cho rằng sự thuyết phục, cung cấp thông tin và nâng cao nhận thức trong nhiều lĩnh vực sẽ dẫn đến những cải biến giáo dục. Những người khác cho rằng 'Phụ nữ học' cần phải trở thành một môn khoa học độc lập.

integrity /ɪnˈtegrəti/ *chính trực; liêm khiết; hoàn chỉnh; vô khuyết.* Thuật ngữ thần học chỉ sự trong sạch và ngay thẳng của con người được tạo nên theo hình ảnh Đức Chúa Trời. Trong đạo đức học, chỉ sự tuân thủ nguyên tắc đạo đức và hình thành nhân cách theo lương tâm Cơ Đốc.

intercession of Christ /ˌɪntərˈseʃn əv kraɪst/ *sự cầu thay của Đấng Christ.* Công việc của Đấng Christ sau khi thăng thiên ngồi bên hữu Đức Chúa Trời (Rô 8:34; Hê 7:25).

intercession of the saints /ˌɪntərˈseʃn əv ðə seɪnts/ *sự cầu thay của các thánh.* Quan niệm cho rằng có thể cầu xin các thánh trên thiên đàng cầu xin Chúa hộ những người đang sống trên đất. Khái niệm này đặc biệt thuộc về thần học Công giáo La Mã.

intercession, intercessory prayer /ˌɪntərˈseʃn, ɪntərˈsesəri prer/ *sự cầu thay.* Cầu nguyện cho người khác.

intercessory work of the Holy Spirit /ɪntərˈsesəri wɜːrk əv ðə ˈhoʊli ˈspɪrɪt/ *sự cầu thay của Đức Thánh Linh.* Công việc của Đức Thánh Linh vì lợi ích của tín hữu; Ngài giúp họ cầu nguyện và cầu thay cho họ (Rô 8:26-27).

intercommunion /ˌɪntərkəˌmjuːnjən/ *đồng thông công Tiệc Thánh.* Tín hữu không cùng giáo hội cùng tham gia lễ Tiệc Thánh.

interdependence of God /ˌɪntərdɪˈpendəns əv gɑːd/ *tính hỗ tương phụ thuộc của Đức Chúa Trời.* Khái niệm trong thần học quy trình (process theology), chỉ về quan hệ mật thiết của Đức Chúa Trời với thế giới và sự tham dự của Ngài trong thế gian; trái với quan niệm về một Đức Chúa Trời bất biến và xa cách.

interdict /ˈɪntərdɪkt/ *cấm chỉ.* Thuật ngữ sử dụng trong giáo hội Công giáo La Mã chỉ lệnh cấm tham gia vào một số nghi lễ, song không tước phép thông công của họ.

interfaith dialogue /ˈɪntərfeɪθ ˈdaɪəlɑːg/ *đối thoại giữa các tôn giáo.* Các cuộc thảo luận song phương giữa các giáo phái Tin Lành hoặc đại diện của đạo Tin Lành với các tôn giáo khác vì mục đích hiệp nhất các giáo phái hoặc tôn giáo.

interim pastor /ˈɪntərɪm ˈpæstər/ *quyền Mục sư; mục sư tạm quyền.* Mục sư phục vụ một hội thánh trong thời gian mục sư cũ đã rời chức vụ và mục sư mới chưa về.

intermediate state /ˌɪntərˈmiːdiət steɪt/ *tình trạng trung gian.* Giữa lúc chết và lúc sống lại. Thuật ngữ này liên quan đến một số khái niệm như luyện ngục, lâm bô, linh hồn ngủ... trong một số quan điểm thần học. Xem: dead, abode of the.

internal communion /ɪnˈtɜːrnl kəˈmjuːnjən/ *tương giao nội tại.* Quan hệ thánh giữa 3 ngôi Đức Chúa Trời: Cha, Con và Thánh Linh.

internal grounds /ɪnˈtɜːrnl graʊndz/ *bằng chứng nội tại.* Những bằng chứng nằm trong khái niệm hay phân đoạn làm cơ sở cho một kết luận; khác với bằng chứng bên ngoài (external grounds). Ví dụ như bằng chứng dựa trên tính nhất quán, tính liên kết của phân đoạn. Thuật ngữ này được sử dụng nhiều trong nghiên cứu Kinh thánh. Xem: external grounds.

internal testimony (witness) of the Holy Spirit /ɪnˈtɜːrnl ˈtestɪmoʊni (ˈwɪtnəs) əv ðə ˈhoʊli ˈspɪrɪt/ *lời chứng của Đức Thánh Linh.* Công việc của Đức Thánh Linh làm chứng rằng Đức Giê-xu là Chúa và là Đấng Cứu Chuộc, và Kinh thánh là sự khải thị thiên thượng. Khái niệm này được nhấn mạnh trong thần học cải chánh.

interpretation of the Bible /ɪnˌtɜːrprɪˈteɪʃn əv ðə ˈbaɪbl/ *giải Kinh; giải nghĩa Kinh thánh.* Phương pháp cắt nghĩa/hiểu Kinh thánh. Nhiều phương pháp nghiên cứu Kinh thánh đã được sử dụng trong lịch sử hội thánh.

interpretation of tongues, gift of /ɪnˌtɜːrprɪˈteɪʃn əv tʌŋz, gɪft əv/ *ân tứ thông giải tiếng lạ.* Khả năng hiểu và giải nghĩa tiếng lạ (I Cô 12:10, 30; 14:13, 26-28).

intersubjectivity /ˌɪntərsəbˈdʒektɪvəti/ quan hệ biện chứng giữa một người là đối tượng với đối tượng nghiên cứu.

intertestamental period /ˌɪntərˌtestəˈmentəl ˈpɪriəd/ *giai đoạn giữa hai giao ước.* Giai đoạn từ khi cuốn sách cuối cùng trong Cựu Ước (Ma-la-chi) được hoàn thành (thế kỷ thứ 5 T.C.) đến khi đền thờ Giê-ru-sa-lem bị tàn phá (năm 70 S.C.) – là giai đoạn hậu lưu đày của Do Thái giáo. Quan điểm khác lại coi giai đoạn này là từ năm 587 T.C. đến 135 S.C.

intertextuality /ˌɪntərˌtekstʃuˈæləti/ *chuyển dịch ngôn ngữ.* Hiện tượng chuyển dịch một hoặc nhiều hệ thống ký hiệu sang một hệ thống khác để tạo ra những cách giao tiếp hay thông hiểu mới. Xem: intratextual (or intralinguistic).

intinction /ɪnˈtɪŋkʃn/ *chấm máu thánh; chấm bánh với rượu nho.* Tập tục nhúng bánh vào rượu nho khi nhận Tiệc Thánh.

intone /ɪnˈtoʊn/ *hát cầu nguyện.* Xướng lời cầu nguyện hay bài thánh ca bằng một nốt nhạc.

intratextual (or intralinguistic) /ˌɪntrəˈtekstʃuəl (ˌɪntrəlɪŋˈgwɪstɪk)/ *thế giới trong truyện.* Thế giới do ngôn ngữ sáng tạo ra để người đọc bước vào. Xem: intertextuality.

introit /ˈɪntroʊɪt/ *thánh ca khai lễ.* Nghi thức mở đầu lễ thờ phượng, thường là một khúc hát của ban hát lễ hay một khúc nhạc.

intuition /ˌɪntuˈɪʃn/ *trực giác; trực quan.* Nhận biết trực tiếp không cần thông qua các giác quan. Một số người quan niệm đây là cách con người (tạo vật được tạo dựng theo hình ảnh Đức Chúa Trời- Sáng 1:26-28) nhận biết Đức Chúa Trời.

invisible church /ɪnˈvɪzəbl tʃɜːrtʃ/ *hội thánh vô hình.* Khái niệm của thần học cải chánh có nguồn gốc từ tư tưởng của Augustine (354-430) nói đến tập thể những người thực sự tin Đức Chúa Giê-xu Christ và được cứu rỗi (được chọn), bao gồm cả những người đang sống và những người đã qua đời. Xem: church, invisible.

invisible presence /ɪnˈvɪzəbl ˈprezns/ *sự hiện diện vô hình.* Sự hiện diện vô hình của Đức Chúa Cha, Chúa Giê-xu và Đức Thánh Linh trong tín đồ.

invitation /ˌɪnvɪˈteɪʃn/ *mời gọi; lời mời gọi.* Lời mời cầu nguyện, hay mời tin nhận Chúa Giê-xu trong một buổi lễ.

invitatories /ˌɪnvɪˈteɪtɔːriz/ *lời mời thờ phượng.* Lời Kinh thánh mở đầu một lễ cầu nguyện, thường là những câu mở đầu Thi 95.

invocation /ˌɪnvəˈkeɪʃn/ *lời khẩn cầu.* Lời cầu nguyện xin Chúa ban phước; lời kêu cầu Ba Ngôi Đức Chúa Trời để xin ban ơn; lời cầu nguyện xin Đức Thánh Linh ngự trị trong lễ Tiệc Thánh khi thánh hóa bánh và chén.

inward nature /ˈɪnwərd ˈneɪtʃər/ *tình trạng bên trong.* Tình trạng thật sự bên trong của một người trước mặt Chúa.

inwardness /ˈɪnwərdnəs/ *tính chất bên trong; nội tâm.* Khái niệm này được Soren Kierkegaard (1813-1855) chú trọng khi ông chủ trương rằng Cơ Đốc giáo phải được sở hữu bên trong chủ thể một cách nhiệt thành mới là thật; chân lý của nó nằm ở việc cá nhân sở hữu nó.

ipsissima verba /ɪpˈsɪsɪmə ˈvɜrbə/ *nguyên văn lời nói của Chúa Giê-xu.* Lời nguyên văn từ miệng Chúa Giê-xu nói ra. Vấn đề này nảy sinh từ những khác biệt đôi chút về ngôn từ giữa các sách Phúc Âm (ví dụ như Mat 5:1-12 và Luca 6:17, 20-23).

ipsissima vox /ɪpˈsɪsɪmə vɑks/ *ngụ ý của Chúa Giê-xu.* Ý Chúa Giê-xu muốn diễn đạt qua lời của Ngài, không câu nệ về ngôn từ chính xác.

Irenaean theodicy /ˌɪrəˈneɪːən θiˈɒdəsi/ *thần lý học Irenaeus.* Nghiên cứu về sự xấu xa hay cái ác và tương quan của nó với Đức Chúa Trời theo quan điểm thần học của Irenaeus xứ Lyons – nhà thần học tin rằng Đức Chúa Trời phù hộ và cứu chuộc tất cả mọi người.

irrationalism /ɪˈræʃnəlɪzəm/ *thuyết phi lý tính.* Một học thuyết không xem trọng vai trò của lý trí con người. Ví dụ như trong thuyết hiện sinh, những điều đi ngược lại lý trí được đánh giá cao.

irresistible grace /ˌɪrɪˈzɪstəbl greɪs/ *ân điển bất khả kháng cự; ân điển không thể cưỡng lại được.* Quan điểm cho rằng những người đã được Chúa chọn nhất định sẽ có đức tin và sẽ được cứu, không gì có thể đảo ngược điều đó được. Đây là quan điểm được đề cao trong thần học cải chánh và là một trong năm giáo luật của Hội nghị Calvin tại Dort. Xem: resistible grace.

Israel /ˈɪzreɪl/ *Y-sơ-ra-ên; nước Do Thái.* Dân tộc Do Thái, dòng dõi của Áp-ra-ham với 12 bộ tộc đặt theo tên 12 con trai Gia-cốp (Sáng 49). Hoặc quốc gia Y-sơ-ra-ên hiện đại tại Palestine. Cũng nói đến người Y-sơ-ra-ên thuộc linh là những người có đức tin như Áp-ra-ham.

Israel, new /ˈɪzreɪl, nuː/ *Nước Y-sơ-ra-ên mới.* hội thánh.

Israel, restoration of /ˈɪzreɪl, ˌrestəˈreɪʃn əv/ *sự khôi phục nước Y-sơ-ra-ên.* Quan niệm rằng quốc gia Y-sơ-ra-ên sẽ được khôi phục vị trí đặc biệt trước mặt Đức Chúa Trời như trước kia. Vị trí này hiện nay thuộc về hội thánh.

Israelology /ˌɪzreɪlˈɑːlədʒi/ *Do Thái học.* Nghiên cứu của một số người Do Thái tìm hiểu những lời tiên tri trong Kinh thánh.

itinerancy, itinerant preachers /aɪˈtɪnərənsi, aɪˈtɪnərənt ˈpriːtʃər/ *truyền đạo lưu hành.* Các nhà truyền đạo đi từ nơi này sang nơi khác giảng dạy tại các nhà thờ. Thuật ngữ này cũng nói đến hệ thống bổ nhiệm mục sư trong các nhà thờ Giám Lý.

J - j

Jacobites /ˈdʒækəbaɪt/ *giáo phái Jacobites.* giáo phái của Jacob Baradaeus xứ Syri (500-578), chủ trương nhất tính thuyết, từ chối "hai bản tính" (thần tính và nhân tính) của Đấng Christ. Từ này cũng chỉ về những người Công giáo La mã trung thành với vua James II (Jacobus Secundus) sau cuộc Cách mạng 1688 tại Anh quốc khi William và Mary lên ngôi.

jealousy /ˈdʒeləsi/ *sự ghen tuông.* Cảm xúc khi một người cảm thấy bị phản bội hay cảm giác thù địch vì ghét hay ghen tị với người khác.

Jehovah Witnesses /dʒɪˈhoʊvə ˈwɪtnəs/ *Chứng nhân Giê-hô-va.* Giáo phái do Charles Taze Russell (1852-1916) thành lập, tuyên bố ông và những người theo ông là những người thừa kế vương quốc của Đấng Mê-si-a. Họ chối bỏ giáo lý Ba Ngôi và thần tính của Đấng Christ và tuân giữ những nguyên tắc đạo đức chặt chẽ.

Jehovah /dʒɪˈhoʊvə/ Xem: Yahweh.

Jerusalem Council /dʒəˈruːsələm ˈkaʊnsl/ *hội nghị Giê-ru-sa-lem.* Hội nghị họp tại Giê-ru-sa-lem trong thời kỳ hội thánh đầu tiên, quyết định những người ngoại tin Chúa không phải tuân theo luật Do Thái hoặc không phải cắt bì (Công 15).

Jerusalem, new /dʒəˈruːsələm, nuː/ *Thành Giê-ru-sa-lem mới.* Thành Giê-ru-sa-lem trên trời (Hê 12:22). Thành thánh do vương quyền của Đấng Christ dựng nên (Khải 3:12; 21:2).

Jesuits (Society of Jesus) /ˈdʒeʒəwət (səˈsaɪəti əv ˈdʒiːzəs)/ *Tu sĩ Dòng Tên.* Dòng tu do Ignatius Loyola (1491-1556) sáng lập vào năm 1534, tập trung vào sự dạy dỗ và giáo dục trình độ cao của Công giáo La Mã. Khẩu hiệu không chính thức của họ là "Vì sự vinh hiển lớn lao của Đức Chúa Trời" (ad mojorem Dei gloriam). Xem: Society of Jesus.

Jesus Christ /ˈdʒiːzəs kraɪst/ *Giê-xu Christ.* Giê-xu người Na-xa-rét là Đấng Christ (Đấng được xức dầu) và theo quan điểm Cơ Đốc là Ngôi Hai nhập thể của Ba Ngôi Đức Chúa Trời. Ngài bị đóng đinh trên thập tự và từ cõi chết sống lại bởi quyền năng của Đức Chúa Trời (Công 3:15; 13:30). Tín hữu của Ngài (Cơ Đốc nhân) thờ phượng Ngài và tìm kiếm vâng phục ý muốn của Ngài.

Jesus movement /ˈdʒiːzəs ˈmuːvmənt/ *Phong trào Giê-xu.* Phong trào phản văn hóa Cơ Đốc của thanh thiếu niên Cơ Đốc Mỹ vào những năm 1960 và 1970, giống với phong trào phản văn hóa đương đại. Phong trào này hướng trọng tâm vào công tác truyền giáo và chú trọng kinh nghiệm cá nhân.

Jesus of history, the /ˈdʒiːzəs əv ˈhɪstri/ *Giê-xu trong lịch sử.* Chân dung Chúa Giê-xu được dựng qua những nghiên cứu của các học giả về các sách Phúc Âm, sử dụng phương pháp nghiên cứu phê bình. Nhiều người gọi đây là "cuộc tìm kiếm Đức Giê-xu trong lịch sử". Xem: Christ of faith.

Jesus of Nazareth /ˈdʒiːzəs əv ˈnæzərɪθ/ *Giê-xu người Na-xa-rét.* Nhân vật Giê-xu trong lịch sử được khắc họa trong các sách Phúc Âm của Tân Ước, lớn lên và trưởng thành tại Na-xa-rét.

Jesus Seminar /ˈdʒiːzəs ˈsemɪnɑːr/ *Hội thảo Giê-xu.* Một nhóm các học giả Kinh thánh bắt đầu gặp nhau vào năm 1985 để nghiên cứu các câu nói được cho là của Đức Giê-xu trong Tân Ước và trong các văn bản ban đầu của Cơ Đốc giáo. Họ đánh giá mức nhất trí giữa các học giả về tính chân thực lịch sử của từng câu nói.

Jesus /ˈdʒiːzəs/ *Giê-xu.* Tên đặt cho con trai của Giô-sép và Ma-ri, người sẽ cứu dân mình ra khỏi tội (Mat 1:21). Người Cơ Đốc tin rằng Giê-xu Christ là Đấng Mê-si-a do Đức Chúa Trời hứa ban và là Đức Chúa Trời nhập thể bày tỏ về chính Đức Chúa Trời cho con người, đem lại sự cứu rỗi cho thế gian.

Jesus, divinity of /ˈdʒiːzəs, dɪˈvɪnəti əv/ *Thần tính của Đức Chúa Giê-xu.* Cơ Đốc nhân tin rằng Đức Chúa Giê-xu thật sự là Đức Chúa Trời và có thần tính.

Jesus, historical /ˈdʒiːzəs, hɪˈstɔːrɪkl/ Xem: historical Jesus, the.

Jesus, humanity of /ˈdʒiːzəs, hjuːˈmænəti əv/ *Nhân tính của Đức Chúa Giê-xu.* Xem: humanity of Christ.

Jesus, name of /ˈdʒiːzəs, neɪm əv/ *Danh Giê-xu.* Sự tôn kính "danh Giê-xu" – danh Ngài được coi là dấu hiệu về quyền năng và sự hiện diện của Ngài.

Jew /dʒuː/ *người Do Thái.* Người thuộc dòng dõi Do Thái hoặc gia nhập và theo tín ngưỡng Do Thái.

Jewish believers /ˈdʒuːɪʃ bɪˈliːvər/ *tín hữu Do Thái.* Người Do Thái tin nhận Chúa Giê-xu là Đấng Mê-si-a.

Jewish Christianity /ˈdʒuːɪʃ ˌkrɪstiˈænəti/ *Cơ Đốc giáo Do Thái.* Cơ Đốc giáo hình thành tại những hội thánh ban đầu với phần lớn tín hữu người gốc Do Thái.

Jewish law /ˈdʒuːɪʃ lɔː/ *luật Do Thái.* Luật của người Do Thái do Môi-se ban, cộng với sự giải nghĩa và mở rộng của các thầy dạy luật Do Thái (ra-bi).

Johannine theology /dʒoʊˈhænaɪn θiˈɑːlədʒi/ *thần học Giăng.* Các quan điểm thần học trong các sách Tân Ước được coi là quan điểm của Giăng: Phúc Âm Giăng, các thư tín Giăng I, II, III và sách Khải Huyền.

journey, spiritual /ˈdʒɜːrni, ˈspɪrɪtʃuəl/ *linh trình; hành trình thuộc linh.* Cuộc sống đức tin của một người trải qua năm tháng cuộc đời.

joy /dʒɔɪ/ *sự vui mừng.* Cảm giác hạnh phúc và lành mạnh cao độ liên quan đến Kinh thánh với sự nhận biết Đức Chúa Trời hành động và tình thương của Ngài, đặc biệt là trong Đức Chúa Giê-xu Christ (Nê 8:10; Ê-sai 29:19; Rô 15:13).

joyful mysteries, the five /ˈdʒɔɪfl ˈmɪstri, ðə faɪv/ *năm sự mầu nhiệm vui mừng.* Trong thần học Công giáo La Mã, phần đầu của bài kinh rô-đe tưởng nhớ Lễ Truyền tin, Ma-ri tới thăm Ê-li-za-bét, Chúa Giáng sinh, lễ dâng Chúa tại Đền thờ và tìm thấy Chúa tại Đền thờ.

jubilee /ˈdʒuːbɪliː/ *năm hoan hỉ.* Theo Cựu Ước, người Do Thái cứ năm mươi năm lại có một năm hoan hỉ (Lê 25:8-55; 27:17-21; Dân 36:4): đồng ruộng được nghỉ ngơi, nô lệ được trả tự do, nợ nần đều huỷ bỏ, để nhớ rằng mọi thứ đều thuộc về Đức Chúa Trời. Có người thấy điều này trong bài giảng của Đức Chúa Giê-xu (Lu 4:19).

Jubilee, Year of /ˈdʒuːbɪliː, jɪr əv/ *Năm Đại xá.* Năm Thánh theo quan niệm Công giáo La Mã, được sử dụng từ năm 1300. Trong năm này, Giáo hoàng ban bùa xá tội đặc biệt cho những người hành hương về thành Rô-ma và thực hiện những hành động tôn giáo khác.

Judaic /dʒuːˈdeɪɪk/ *thuộc Do Thái.* Thuộc về Do Thái giáo hoặc người Do Thái.

Judaism /ˈdʒuːdəɪzəm/ *Do Thái giáo.* Tín ngưỡng và văn hóa của người Do Thái (II Macc 2:21; Công 13:43; Gal 1:13-14).

Judaizer /dʒuːˈdeɪaɪzə(r)/ *người chủ trương Do Thái hóa.* Những người chủ trương áp đặt tín ngưỡng và tập tục Do Thái lên những tín hữu Cơ Đốc mới trong thời kỳ hội thánh đầu tiên.

Judaizing movements /dʒuːdeɪˈaɪzɪŋ ˈmuːvməntz/ *phong trào Do Thái hóa.* Những phong trào xuyên suốt lịch sử hội thánh, tìm cách pha trộn những yếu tố trong văn hóa tín ngưỡng Do Thái với Cơ Đốc giáo.

Judeo-Christian tradition /ˈdʒuːdeɪoʊ ˈkrɪstʃən trəˈdɪʃn/ *truyền thống Do Thái - Cơ Đốc; di sản Do Thái - Cơ Đốc.* Thuật ngữ miêu tả di sản văn hóa phương Tây như là kết tinh của những tư tưởng và giá trị bắt nguồn từ Do Thái giáo và Cơ Đốc giáo.

judgment seat /ˈdʒʌdʒmənt siːt/ *toà án.*

judgment /ˈdʒʌdʒmənt/ *sự phán xét.* Kết tội, đánh giá mức độ phạm tội hay vô tội của ai đó. Trong Kinh thánh, thuật ngữ này nói đến sự phán xét của Đức Chúa Trời đối với các dân và các nước (Rô 2:5-13; I Cô 3:11-15).

judgment, day of /ˈdʒʌdʒmənt, deɪ əv/ *ngày phán xét.* Đức Chúa Trời hoặc Đấng Mê-si-a hành động để cứu chuộc người công chính và trừng phạt kẻ ác (Mat 10:15; 11:22, 24; 12:36; II Phi 2:9; 3:7; I Gi 4:17). Các thuật ngữ đồng nghĩa "Ngày của Chúa" (I Tê 5:2) và "Ngày của Chúa Cứu Thế" (Phil 1:10; 2:16).

judgment, final /ˈdʒʌdʒmənt, ˈfaɪnl/ Xem: last judgment.

judgment, last /ˈdʒʌdʒmənt, læst/ Xem: last judgment.

juristic view of sin /dʒuːˈrɪstɪk vjuː əv sɪn/ *quan điểm luật pháp về tội lỗi.* Quan điểm cho rằng tội lỗi là vi phạm luật pháp của Đức Chúa Trời, do đó là trái đạo đức và phải bị trừng trị hoặc phải bồi thường/chuộc tội.

just price /dʒʌst praɪs/ *giá cả chính đáng; giá cả thoả đáng.* Khái niệm đạo đức thời Trung Cổ cho rằng trong các cuộc giao dịch kinh doanh, người bán và người mua phải thoả thuận một giá cả để người bán có lãi và người mua hài lòng. Cuộc giao dịch phải có lợi cho cả hai bên. Thomas Aquinas cho rằng Mat 7:12 là cơ sở cho khái niệm này.

just wage /dʒʌst weɪdʒ/ *tiền công thoả đáng.* Tiền công thoả đáng với công sức lao động một người bỏ ra. Vấn đề này được đề cập đến trong cuốn Rerum Novarum (1891) của Giáo hoàng Leo XIII (1878-1903) và quyển Laborem Exercens (1981) của Giáo hoàng John Paul II (1978-2005).

just war theory /dʒʌst wɔːr ˈθiːəri/ *thuyết chiến tranh chính nghĩa.* Một cách biện minh cho chiến tranh, cho rằng mặc dù một cuộc chiến đem lại những hậu quả, nó vẫn được coi là chính nghĩa nếu thoả mãn một số điều kiện và giới hạn nhất định. Học thuyết xây dựng các điều kiện tham chiến và tiến hành chiến tranh. Khái niệm này khác với chủ trương hoà bình và thuyết thánh chiến.

justice /ˈdʒʌstɪs/ *sự công bằng; công lý.* Theo quan niệm cổ, mỗi người nhận được phần mình đáng được nhận. Theo quan điểm Kinh thánh, trọng tâm nhấn mạnh những mối quan hệ đúng đắn và những người đúng đắn nhận được một phần tài nguyên xã hội. Bày tỏ mối quan tâm với kẻ bị áp bức và đòi hỏi họ được đối xử bình đẳng. Sự bình đẳng gắn với tình yêu thương và ân điển.

justice, distributive /ˈdʒʌstɪs, dɪˈstrɪbjətɪv/ *công lý phân biệt.* Thực hiện công lý với một người khi điều đó không phải là kết quả người đó đã làm gì sai trái.

justice, retributive /ˈdʒʌstɪs, rɪˈtrɪbjətɪv/ *công lý trừng phạt.* Thực hiện công lý với một người khi điều đó là kết quả do người đó đã làm điều gì đó sai trái.

justice, social /ˈdʒʌstɪs, ˈsoʊʃl/ *công bằng xã hội.* Sự thừa nhận quyền và nghĩa vụ của các cá nhân trong xã hội, với mục đích mọi người được tham dự đầy đủ vào các thể chế và các quá trình trong xã hội. Sự cách ly hay không cho ai tham gia là những hình thức bất công xã hội.

justification by faith (Protestanism) /ˌdʒʌstɪfɪˈkeɪʃn baɪ feɪθ/ *xưng công chính bởi đức tin (Quan điểm Tin Lành).* Nguyên tắc thần học cho rằng một người được cứu rỗi nhờ ân điển của Đức Chúa Trời qua đức tin, để cho sự xưng công chính hay sự cứu chuộc chỉ bởi đức tin nơi Đức Chúa Giê-xu Christ chứ không phải bởi việc làm (Rô 1:17; 3:28; 5:1).

justification by faith (Roman Catholicism) /ˌdʒʌstɪfɪˈkeɪʃn baɪ feɪθ/ *xưng công chính bởi đức tin (Quan điểm Công giáo La Mã).* Trong thần học Công giáo La Mã, Đức Chúa Trời khiến một người trở nên công chính và làm hoà với Ngài qua việc họ tham dự các thánh lễ của giáo hội Công giáo La Mã và nhờ ân tứ của Đức Thánh Linh tức là sự sống mới nhờ ân điển biểu lộ qua tình yêu thương.

justification by grace alone /ˌdʒʌstɪfɪˈkeɪʃn baɪ greɪs əˈloʊn/ *xưng công chính duy bởi ân điển.* Khẩu hiệu Tin Lành thế kỷ XVI cho rằng sự cứu rỗi là món quà tặng nhờ ân điển của Đức Chúa Trời mà không thể dùng công lao để mua lấy (Êph 2:8-9).

justification /ˌdʒʌstɪfɪˈkeɪʃn/ *sự xưng công chính.* Việc Đức Chúa Trời coi một tội nhân là công chính dựa trên sự công chính của Đức Chúa Giê-xu Christ (Rô 3:24-26; 4:25; 5:16-21). Người đó được làm hoà với Đức Chúa Trời (Rô 5:1), được ban Đức Thánh Linh (8:4) và được cứu.

K - k

kenosis /keˈnoʊsɪz/ *sự khiêm nhu; tự hạ; hy sinh bản ngã.* Đấng Christ tự lột bỏ sự bình đẳng với Đức Chúa Trời, mang lấy kiếp nô lệ, chết và phục sinh để hoàn tất công cuộc cứu chuộc (Phil 2:5-11). Xem: self-emptying.

kerygma /kəˈrɪgmə/ *rao truyền Tin Lành.* Nội dung sứ điệp Phúc Âm các sứ đồ rao truyền thuở ban đầu. Sứ điệp nói về công cuộc cứu chuộc của Đức Chúa Trời qua đời sống, sự chết, sự phục sinh và sự thăng thiên của Giê-xu Christ (Rô 16:25; I Cô 1:21; 2:4). Sứ điệp Phúc Âm đòi hỏi người nghe tin nhận và ăn năn.

kerygmatic Christ /ˌkærɪgˈmætɪk kraɪst/ *Đấng Christ trong sứ điệp Tin Lành.* Hình ảnh Đấng Christ trong các bài giảng của các sứ đồ thuở ban đầu. Khác với khái niệm "Đức Giê-xu trong lịch sử" và Giê-xu người Na-xa-rét – một nhân vật lịch sử có thể tìm thấy qua các khảo cứu lịch sử.

kerygmatic theology /ˌkærɪgˈmætɪk θiˈɑːlədʒi/ *thần học loan báo tin mừng.* Thuật ngữ gắn liền với nhà thần học Rudolf Bultmann (1884-1976), ông nhấn mạnh rằng sự giảng dạy trong Tân Ước về Đức Chúa Giê-xu là Đấng Christ phải là điểm khởi đầu khi giải nghĩa Tân Ước.

Keswick movement /ˈkeswɪk ˈmuːvmənt/ *phong trào Keswick.* Một phong trào thế kỷ XIX tại nước Anh và Mỹ, nhấn mạnh sự thánh khiết cá nhân. Các cuộc họp ngoài trời được tổ chức tại Keswick, Anh, thu hút rất nhiều người. Keswich trở thành trung tâm rao giảng về đời sống đắc thắng trong Đức Thánh Linh.

King of glory /kɪŋ əv ˈglɔːri/ *Vua vinh hiển.* Thuật ngữ trong Kinh thánh nói đến quyền năng và vinh quang của Đức Chúa Trời (Thi 24:7-10).

kingdom of Christ /ˈkɪŋdəm əv kraɪst/ *vương quốc Chúa Cứu Thế.* Tương tự khái niệm "Nước của Đức Chúa Trời", nhấn mạnh Chúa Giê-xu là Đấng trị vì tối cao (Êph 5:5; I Cô 15:24).

kingdom of heaven /ˈkɪŋdəm əv ˈhevn/ *nước trời; nước thiên đàng.* Tương tự khái niệm "Nước của Đức Chúa Trời", được sử dụng trong Phúc Âm Ma-thi-ơ (3:2; 4:17; 5:3,10,19).

kings, divine right of /kɪŋz, dɪˈvaɪn raɪt əv/ *quyền thiên thượng của các vua.* Quan điểm cho rằng người cai trị một quốc gia là do Đức Chúa Trời dựng nên và ban quyền.

kneeling /niːlɪŋ/ *quỳ gối.* Quỳ gối để thờ phượng, hạ mình, vâng phục hay ăn năn. Một tư thế cầu nguyện truyền thống. Trong hội thánh ban đầu, những người ăn năn phải quỳ gối.

knowability of God /ˈnoʊəbɪləti əv gɑːd/ *sự khả tri của Đức Chúa Trời.* Sự khải thị của Đức Chúa Trời khiến con người có thể biết Ngài. Những quan điểm khác nhau, quan niệm khác nhau về mức độ con người có thể biết Ngài.

knowledge of God /ˈnɑːlɪdʒ əv gɑːd/ *sự hiểu biết về Đức Chúa Trời.* Sự hiểu biết hay không hiểu biết của con người về Đức Chúa Trời, Ngài là ai và Ngài muốn gì ở con người (Ô-sê 4:1; 6:6; Côl 1:10; II Phi 1:2).

Koine /ˈkɔɪneɪ; kɔɪˈneɪ/ *tiếng Hy Lạp phổ thông.* Tiếng Hy Lạp phổ thông được người dân đế chế La Mã sử dụng thường ngày, được sử dụng làm ngôn ngữ ghi chép Tân Ước.

koinonia /ˈkɔɪnoʊnɪa/ *thông công.* Mối quan hệ giữa tín hữu với Đức Chúa Trời, Chúa Giê-xu, Đức Thánh Linh và các tín hữu khác trong hội thánh ban đầu (Công 2:42-47; I Cô 1:9; II Cô 13:13; I Gi 1:3, 6).

L - l

La-tinh church /ˈlætn tʃɜːrtʃ/ *giáo hội La-tinh.* Tên gọi chỉ bộ phận giáo hội sử dụng các nghi lễ cử hành bằng ngôn ngữ La-tinh; có Giáo hoàng đứng đầu giáo hội. Cũng gọi là giáo hội Tây phương để phân biệt với giáo hội Đông phương (Phái Chính thống Đông phương).

La-tinh Rite /ˈlætn raɪt/ *lễ nghi La-tinh.* Tên gọi chỉ một bộ phận Cơ Đốc giáo gắn với giáo hội Công giáo La Mã trong đó có Giáo hoàng, các nghi lễ của hội thánh, luật giáo hội và đời sống thuộc linh để phân biệt với các hội thánh chính thống Đông phương và các nghi lễ của họ.

laity /ˈleɪəti/ *tín hữu; giáo hữu.* Những người không được phong tước giáo sĩ. Trong Kinh thánh, thuật ngữ này chỉ toàn bộ dân Chúa. Xem: clergy.

laity, ministry of the /ˈleɪəti, ˈmɪnɪstri əv ðə/ *chức vụ của tín hữu.* Quan điểm thừa nhận rằng công việc Chúa phải do toàn bộ con dân Chúa chứ không chỉ giới mục sư, giáo sĩ đảm nhận.

lake of fire /leɪk əv ˈfaɪər/ *hồ lửa.* Theo sách Khải Huyền, đó là nơi hình phạt đời đời cho những người không có tên trong sách sự sống (Khải 19:20; 20:10,14,15).

Lamb of God /læm əv gɑːd/ *Chiên Con của Đức Chúa Trời.* Danh xưng mà Giăng Báp-tít dùng để gọi Chúa Giê-xu, rằng Ngài là Đấng cất tội lỗi thế gian đi (Gi 1:29; 1:36), có liên hệ với bức tranh trong Ê-sai (53:7) và coi Chúa Giê-xu là sinh tế để cất bỏ tội lỗi qua sự chết của Ngài.

lamentation /ˌlæmənˈteɪʃn/ *ca thương; than khóc.* Tiếng than khóc vì đạo (Sáng 50:10; II Sa 1:17).

land, theology of the /lænd, θiˈɑːlədʒi əv ðə/ *thần học về đất đai.* Về phương diện Thánh Kinh, nói đến ý thức về tầm quan trọng của "đất hứa" trong việc giúp dân Y-sơ-ra-ên xác định danh tính dân tộc trong tương quan với lời hứa của Đức Chúa Trời. Về phương diện thần học, nói đến ý thức về tầm quan trọng của việc quản trị tạo vật của Đức Chúa Trời một cách trung tín. Trái đất và toàn bộ đất đai là sự giao phó thiêng liêng của Đức Chúa Trời cho con người.

language games /ˈlæŋgwɪdʒ geɪm/ *luật chơi chữ.* Thuật ngữ của triết gia Ludwig Wittgenstein (1889-1951). Ông cho rằng mọi từ ngữ được sử dụng theo luật chơi chữ - các luật quy định phương cách sử dụng từ ngữ trong ngữ cảnh. Nghĩa là các "luật" này có ảnh hưởng đến sự cảm nhận về thế giới vì chúng ta phải biết "luật" để hiểu ngụ ý muốn nói.

language, religious /ˈlæŋgwɪdʒ, rɪˈlɪdʒəs/ *ngôn ngữ tôn giáo.* Ngôn ngữ của một tín ngưỡng, đặc biệt nói đến ngôn ngữ của Cơ Đốc giáo. Xem: religious language.

last days /læst deɪz/ *ngày tận thế/ngày sau rốt.* Trong Cựu Ước, nói đến thời kỳ phán xét và cứu chuộc trong tương lai. Theo Tân Ước, chỉ những ngày trước khi lịch sử tận chung hay trước sự tái lâm của Đấng Christ (Công 2:17; II Ti 3:1; Gia 5:3; II Phi 3:3).

last days, last things /læst deɪz, læst θɪŋz/ Xem: last times.

last judgment /læst ˈdʒʌdʒmənt/ *sự phán xét cuối cùng.* Thuật ngữ thần học nói đến sự phán xét cuối cùng của Đức Chúa Trời hay Đấng Christ đối với các dân, các nước trong ngày lịch sử tận chung, khi Đấng Christ tái lâm (Mat 25:31-46; Khải Huyền). Thuật ngữ đồng nghĩa: "Ngày của Chúa", "ngày phán xét". Vào ngày đó Chúa sẽ ban thưởng hoặc trừng phạt.

last rites /læst raɪts/ *nghi lễ cuối cùng.* Nghi lễ cầu nguyện và thánh lễ cho người hấp hối, sử dụng trong giáo hội Công giáo La Mã, chẳng hạn như sám hối, xức dầu và ban tiệc thánh. Xem: rites, last.

Last Supper /læst ˈsʌpər/ Xem: Lord's Supper.

last things /læst θɪŋz/ *những sự việc cuối cùng.* Những sự kiện báo hiệu sự tận chung của lịch sử loài người: Đấng Christ tái lâm, người chết sống lại, sự phán xét cuối cùng, "trời mới đất mới". Nói cách khác, những sự kiện này bao gồm sự chết, sự phán xét, thiên đàng và địa ngục.

last times /læst taɪmz/ *thời kỳ cuối cùng.* Xem: last days, last things.

Lateran Councils /ˈlætərən ˈkaʊnslz/ *các hội nghị Lateran.* Năm hội nghị liên giáo phái tổ chức tại Lâu đài Lateran ở Rôme từ thế kỷ XII đến thế kỷ thứ XVI (1123, 1129, 1179, 1215, 1512-1517). Hội nghị Lateran thứ IV với sự kiện đáng chú ý là xây dựng luật pháp của Giáo hoàng, trong đó có thuyết biến thể. Hội nghị thứ V lên án các nghị định công đồng của các Hội nghị Constance (1414-1418) và Basel (1431-1449).

latter days /ˈlætər deɪz/ *những ngày sau.* Thời kỳ phán xét tương lai được nói tiên tri trong các sách Cựu Ước (Giê 23:20; 49:39; Ê-xê-chiên 38:16; Ô-sê 3:5).

Latter-day Saints /ˈlædər deɪ seɪnts/ Xem: Mormonism.

Lausanne Covenant (1974) /lɔːsæn ˈkʌvənənt/ *Hiệp ước Lausanne (1974).* Văn bản xây dựng trong Đại hội Quốc tế về Truyền giáo Thế giới (tháng 7 năm 1974) với 2700 người đến từ 150 quốc gia, do Billy Graham (sinh năm 1918) chủ trì. Hiệp ước này bày tỏ sự cam kết sâu sắc trong công tác truyền giáo.

law and gospel /lɔː ənd ˈgɑːspl/ *luật pháp và Phúc Âm.* Công thức được nhấn mạnh trong Thoả ước Tín điều Luther năm 1577 nêu lên hai phương cách Đức Chúa Trời liên hệ với con người: thông qua các mạng lệnh được nên hoàn hảo nhờ sự vâng phục luật pháp; và thông qua ân điển yêu thương tha thứ chứa đựng trong Phúc Âm của Đức Chúa Giê-xu Christ.

law and grace /lɔː ənd greɪs/ *luật pháp và ân điển.* Hai phương cách Đức Chúa Trời liên hệ với con người. Một số quan điểm thần học về mối quan hệ giữa hai thuật ngữ này đã hình thành (Gi 1:17; Rôma 4:16; 5:20; 6:14, 15).

law of Christ /lɔː əv kraɪst/ *luật pháp của Đấng Christ.* Thuật ngữ của các nhà thần học Arminiô cuối thế kỷ XVII miêu tả Phúc Âm như những giới luật bao trùm toàn bộ luật cuộc sống, tương đương với luật tự nhiên khải thị cho A-đam và được mã hóa trong Mười Điều Răn.

law of God /lɔː əv gɑːd/ *luật pháp của Đức Chúa Trời.* Ý muốn của Đức Chúa Trời bày tỏ trong những mạng lệnh tích cực hoặc tiêu cực. Thuật ngữ này thường chỉ Mười Điều Răn (Xuất 20).

law of Moses /lɔː əv ˈmoʊzɪs/ *Luật pháp của Môi-se.* Luật pháp do Đức Chúa Trời ban cho Môi-se để quy định hành vi của dân giao ước, được ghi trong sách Ngũ Kinh (Giôs 8:31-32; 23:6; II Vua 23:25).

law of nature /lɔː əv ˈneɪtʃər/ *luật tự nhiên.* Luật đạo đức tổng quát được các nhà thần học cho là do Đức Chúa Trời ban cho mọi người hoặc được mọi người biết đến nhờ sử dụng lý trí trong tương quan với trật tự trong tự nhiên.

law /lɔː/ *luật pháp.* Những điều đặt ra để quy định hành vi. Luật pháp trong Cựu Ước bao gồm Mười Điều Răn (Xuất 20) và các nghi lễ trong các sách

Ngũ Kinh. Theo quan điểm thần học, luật pháp bày tỏ ý muốn của Đức Chúa Trời.

law, ecclesiastical /lɔː, ɪˌkliːziˈæstɪkl/ *luật giáo hội; giáo luật.* Luật pháp điều khiển một hội thánh hay một bộ phận giáo hội.

law, natural /lɔː, ˈnætʃrəl/ Xem: natural law.

law-gospel dialectic /lɔː ˈɡɑːspl ˌdaɪəˈlektɪk/ *phép biện chứng Luật pháp-Phúc Âm.* Một phương pháp và thứ tự đặc trưng trong thần học Luther. Yêu cầu của luật pháp mà con người không thể đáp ứng được thoả mãn bằng ân điển của Đức Chúa Trời trong Phúc Âm của Đức Chúa Giê-xu Christ.

lay baptism /leɪ ˈbæptɪzəm/ *phép báp-têm do tín đồ thực hiện.* Phép báp-têm do một người không được giáo hội phong chức thực hiện.

lay elders /leɪ ˈeldərz/ *trưởng lão.* Các nhà lãnh đạo hội thánh theo hình thức điều hành trưởng lão, cùng với các mục sư tạo nên ban lãnh đạo hội thánh địa phương, có quyền tương đương với ban lãnh đạo trong các tổ chức khác như các hội nghị hay các tổng hội.

lay ministries /leɪ ˈmɪnɪstriz/ *chức vụ của tín đồ.* Các chức vụ do những người không được giáo hội phong chức thực hiện.

lay preacher /leɪ ˈpriːtʃər/ *truyền đạo không chuyên.* Người truyền đạo nhưng không được giáo hội phong chức.

lay reader /leɪ ˈriːdər/ *tín hữu dẫn chương trình.* Tín hữu được phép dẫn chương trình trong hội thánh Anh quốc giáo.

lay spirituality /leɪ ˌspɪrɪtʃuˈæləti/ *mức độ thuộc linh của tín hữu.* Những hiểu biết, đời sống cầu nguyện và những thói quen hình thành trong lịch sử hội thánh qua sự khám phá của những người không được hội thánh phong tước hoặc qua sự sống đạo của các tín hữu bình thường.

lay theology /leɪ θiˈɑːlədʒi/ *thần học tín hữu.* Sự thực hành hay sáng tác thần học của những tín hữu không được hội thánh phong chức và thường chưa được đào tạo chính quy bài bản về thần học.

laying on of hands /leɪɪŋ ɔːn əv hænds/ *lễ đặt tay (truyền chức).* Nghi lễ đặt tay trên đầu một/nhiều người để chữa lành, thêm sức, đuổi quỷ hoặc phong chức. Xem: imposition of hands.

layman, laywoman /ˈleɪmən, ˈleɪwʊmən/ Xem: layperson.

layperson /ˈleɪpɜːrsn/ *tín đồ; tín hữu.* Tín hữu không có tước hiệu do hội thánh tấn phong. Xem: layman, laywoman.

leap of faith /liːp əv feɪθ/ *bước nhảy đức tin.* Khái niệm cho rằng đức tin không phải là lối suy nghĩ duy lý mà là một quyết định khi đứng trước một thách thức (vì thế gọi là "bước nhảy"). Khái niệm này được Soren Kierkegaard (1813-1855), Rudolf Bulmann (1884-1976), Emil Brunner (1889-1966) và Karl Barth (1886-1968) sử dụng.

leaven (yeast) /ˈlevn (jiːst)/ *men.* Chất gây lên men, trong Kinh thánh được sử dụng làm hình ảnh biểu trưng cho sự xấu xa trong con người (Mat 16:6,11; Lu 12:1). Còn Chúa Giê-xu ví men với sức mạnh vĩ đại của Nước Trời (Mat 13:33; Lu 13:21).

lectern /ˈlektərn/ *bục giảng.* Bục hoặc bàn để đặt Kinh thánh khi tuyên đọc lời Chúa trong lễ thờ phượng.

lectionary /ˈlekʃənri, ˈlekʃəneri/ *lịch đọc Kinh thánh.* Quyển sách ghi địa chỉ những phân đoạn Cựu Ước và Tân Ước đọc hàng ngày trong năm, được sử dụng cho mục đích cá nhân hoặc các lễ thờ phượng của hội thánh.

legalism /ˈliːgəlɪzəm/ *chủ nghĩa luật pháp.* Mối quan hệ hay hệ thống đạo đức với thước đo là sự tuân giữ luật pháp, thường là mang tính hình thức. Sự vâng phục thường được coi là công trạng đáng được khen ngợi.

legend /ˈledʒənd/ *huyền thoại.* Những câu chuyện lưu truyền về các thánh nhân trong truyền thống hội thánh Do Thái- Cơ Đốc, có giá trị cổ vũ tôn giáo, nhưng không có bằng chứng xác thực về giá trị lịch sử.

legislative authority /ˈledʒɪsleɪtɪv əˈθɔːrəti/ *quyền lập quy.* Quyền được quyết định nội dung một tín ngưỡng hay một tập tục.

Lent /lent/ *Mùa Chay.* Bốn mươi ngày ăn chay (được tính là 40 ngày thường trong tuần hoặc 46 ngày trên lịch) từ ngày Thứ Tư Tro đến Thứ Bảy ngay trước Lễ Phục sinh. Thời gian này được dành để tưởng nhớ sự thương khó của Chúa thông qua ăn chay, cầu nguyện và làm việc thiện.

lesbianism /ˈlezbiənɪzəm/ *đồng tính nữ.* Quan hệ tình cảm hay tình dục giữa phụ nữ với nhau hoặc giữa những phụ nữ tự nhận là đồng tính. Một số người theo chủ trương nữ quyền đề cập đến sự áp bức xã hội đối với nhóm người này.

Leviathan /ləˈvaɪəθən/ *Lê-vi-a-than.* Từ trong Kinh thánh chỉ một con quái vật biển, có lẽ là loài cá sấu (Gióp 41:1; Thi 74:14); sử dụng làm biểu tượng cho quyền lực ma quỷ (Gióp 3:8; Ê-sai 27:1).

levirate marriage /ˈlevəreɪt, ˈliːvəreɪt, ˈlevɪreɪt/ *thế huynh hôn.* Lệ tục huyền theo luật pháp Môi-se (Phục 25:5-10), theo đó, người đàn bà goá lấy anh hoặc em trai của người chồng quá cố để sinh con nối dõi cho người đã chết.

Levites /ˈliːvaɪts/ *người Lê-vi.* Hậu duệ của Lê-vi, một trong 12 bộ tộc Do Thái, được cắt đặt trông coi Đền Thờ Đức Chúa Trời.

Levitical system /ləˈviːtɪkəl ˈsɪstəm/ *luật lệ Lê-vi.* Hệ thống quy tắc, luật pháp Do Thái chép trong Cựu Ước. Chúng đặc biệt được quy định trong sách Lê-vi Ký và là chuẩn mực trong đời sống quốc gia Do Thái cho đến khi Đền Thờ bị phá huỷ và tục lệ dâng sinh tế chấm dứt.

liability /ˌlaɪəˈbɪləti/ *trách nhiệm; gánh nặng; tiền nợ.* Khái niệm thần học chỉ tình trạng là hậu quả tội lỗi, bao gồm tội lỗi và sự trừng phạt.

libation /laɪˈbeɪʃn/ *rưới rượu; rót rượu.* Trong lễ Tiệc Thánh, hành động rót rượu từ bình rượu sang chén rượu.

liberal evangelicalism /ˈlɪbərəl ˌiːvænˈdʒelɪklɪzəm/ *Tin Lành tự do.* Người xác quyết niềm tin theo nhà thờ Tin Lành hoặc nhà thờ Chính thống, đồng thời nhấn mạnh họ cần chấp nhận thế giới quan khoa học hiện đại, nhằm tìm kiếm sự hoà hợp giữa Phúc Âm và kiến thức hiện đại.

liberal theology, liberalism /ˈlɪbərəl θiˈɑːlədʒi, ˈlɪbərəlɪzəm/ *thần học tự do, chủ nghĩa tự do.* Một phong trào thần học do F.D.E Schleiermacher (1768-1834) khởi xướng, nhằm định hình lại giáo lý Cơ Đốc cho phù hợp với thuật ngữ đương đại. Thần học tự do nhấn mạnh vai trò của lý trí, khoa học, sự tự do và kinh nghiệm trong khi xoáy vào bản tính tốt lành và sự tiến bộ của con người và sự tiếp nối kế thừa giữa Đấng Thánh và nhân loại.

liberation theology /ˌlɪbəˈreɪʃn θiˈɑːlədʒi/ *thần học giải phóng.* Các phong trào thần học như thần học thế giới thứ ba, thần học nam nữ bình quyền, thần học của người da đen. Thần học giải phóng nhấn mạnh vào sự giải phóng con người khỏi sự ràng buộc của thời đại (như những rào cản về kinh tế, chính trị, xã hội), chứ không chú trọng vào sự cứu chuộc tội lỗi. Nó dựa vào các môn khoa học xã hội nhiều hơn là lấy Kinh thánh hay thần học làm căn bản.

liberation /ˌlɪbəˈreɪʃn/ *sự giải phóng.* Sự giải thoát khỏi sự kìm kẹp. Là hình ảnh thần học về sự cứu rỗi Cơ Đốc như một sự giải thoát từ gông cùm tội lỗi đến sự tự do do Đấng Christ ban cho (Ga 5:1,13; I Phi 2:16).

libertarianism /ˌlɪbərˈteriənɪzəm/ *chủ nghĩa tự do.* Quan điểm đạo đức học nhấn mạnh vào sự tự do hơn là sự ràng buộc bằng quy định, nguyên tắc.

liberty, Christian /ˈlɪbərti, ˈkrɪstʃən/ Xem: freedom, Christian.

liberty, religious /ˈlɪbərti, rɪˈlɪdʒəs/ *quyền tự do tôn giáo.* Quyền tự do được theo bất cứ tôn giáo, tín ngưỡng nào mà không bị chính phủ cưỡng chế. Xem: religious freedom.

licence /ˈlaɪsns/ *tập sự*. Một giai đoạn trong quá trình phong chức mục sư, với những quy định khác nhau tuỳ theo từng giáo phái. Đối với một số giáo phái, người đang tập sự phải chịu một thời gian thử thách trước khi được phong chức. Đối với những giáo phái khác, người tập sự có thể thực hiện hầu hết các chức năng của một mục sư.

lie /laɪ/ *nói dối*. Hành động chủ ý nói sai sự thật với người có quyền được biết sự thật.

Life and Work /laɪf ənd wɜːrk/ *phong trào sống và làm*. Một nhánh của phong trào thống nhất giáo hội, quan tâm đến cách thức hội thánh liên hệ với xã hội đương đại. Là một bộ phận của Đại hội Thế giới Tin Lành kể từ năm 1948.

life everlasting /laɪf ˌevərˈlæstɪŋ/ *sự sống đời đời*. Xem: eternal life.

life history /laɪf ˈhɪstri/ *tiểu sử*. Ghi chép về cuộc sống của một người dưới hình thức thư tín, nhật ký hay chuyện tự thuật. Các nhà nam nữ bình quyền sử dụng tiểu sử như một công cụ giúp phụ nữ nhận biết những trải nghiệm cuộc sống của họ bắt nguồn từ xã hội giúp họ trở thành chủ thể của lịch sử cá nhân họ, và giúp họ nâng cao ý thức.

life in the flesh /laɪf ɪn ðə fleʃ/ *sự sống theo xác thịt*. Đời sống chống nghịch lại Đức Chúa Trời để thoả mãn những khát vọng của bản thân, ngược lại với sự sống theo Thánh Linh (Ga 5:16-26).

life in the Spirit /laɪf ɪn ðə ˈspɪrɪt/ *sự sống theo Thánh Linh*. Đời sống Cơ Đốc vâng phục Đức Chúa Trời thông qua công việc của Đức Thánh Linh, ngược lại với sự sống theo xác thịt (Ga 5:16-26).

life /laɪf/ *sự sống; cuộc sống*. Tình trạng còn sống. Thuật ngữ này nói đến cả sự sống thuộc thể tức là sự sống sinh học và sự sống thuộc linh tức là khả năng đáp ứng và tích cực trong lĩnh vực tâm linh.

life, book of /laɪf, bʊk əv/ *sách sự sống*. Xem: book of life.

lifting of hands /lɪftɪŋ əv hændz/ *giơ tay; đưa tay lên*. Hành động giơ tay lên khi cầu nguyện, thờ phượng, ngợi ca thường được gắn với nhóm ân tứ hay Ngũ Tuần, dựa trên các đoạn Kinh thánh: Thi 63:4; 134:2; I Ti 2:8.

light of glory /laɪt əv ˈglɔːri/ *ánh sáng vinh quang; thiên quang*. Đời sống trên thiên đàng, khi đó con người được hiểu biết trọn vẹn về Đức Chúa Trời.

light of God /laɪt əv gɑːd/ *ánh sáng của Đức Chúa Trời*. Chỉ bản tính của Đức Chúa Trời: Đấng chân lý, thánh khiết, trong sạch và khôn ngoan. Đức Chúa Trời là nguồn của mọi sự sáng, là nguồn sáng đời đời, độc lập (Thi 118:27; I Gi 1:5; Khải 21:23; 22:5).

light of grace /laɪt əv greɪs/ *sự soi sáng của ân điển.* Sự nhận biết Đức Chúa Trời là Đức Chúa Trời nhờ ân điển thiên thượng.

light of nature /laɪt əv ˈneɪtʃər/ *sự soi sáng của thiên nhiên.* Sự nhận biết Đức Chúa Trời nhờ sự khải thị của Ngài trong thiên nhiên.

light of the world /laɪt əv ðə wɜːrld/ *ánh sáng của thế gian.* Hình ảnh Chúa Giê-xu (Gi 8:12; 9:5). Chúa Giê-xu cũng gọi môn đồ Ngài là ánh sáng của thế gian (Mat 5:14).

light, inner /laɪt, ˈɪnər/ Xem: inner light.

likeness of God /ˈlaɪknəs əv gɑːd/ *hình ảnh Đức Chúa Trời; giống Đức Chúa Trời.* Thuật ngữ đi cùng và có ý nghĩa tương đồng với thuật ngữ "ảnh tượng Đức Chúa Trời" ("image of God") trong Sáng 1:26, thể hiện mối quan hệ giữa Đức Chúa Trời và con người (Sáng 5:1; Êph 4:24; Gia 3:9). Một số nhà thần học phân biệt giữa "ảnh tượng" và "giống".

limbo /ˈlɪmboʊ/ *lâm bô.* Nơi an nghỉ của các linh hồn chính trực, nằm giữa hoả ngục và luyện ngục, dành cho những người chưa được cứu bởi ân điển nhưng không phải là những tội nhân ngoại đạo. Thuật ngữ này thuộc thần học Công giáo La mã, nhưng không còn giá trị nhiều trong tư tưởng Công giáo đương đại.

limited atonement /ˈlɪmɪtɪd əˈtoʊnmənt/ *sự cứu chuộc có giới hạn.* Khái niệm thần học của phái Calvin cho rằng Đấng Christ chỉ chết cho những người được chọn là những người duy nhất nhận được sự cứu chuộc. Xem: particular redemption.

limited inerrancy /ˈlɪmɪtɪd ɪnˈerənsɪ/ *quan điểm không sai lạc hữu hạn.* Xem: inerrancy, limited.

linguistic analysis /lɪŋˈgwɪstɪk əˈnæləsɪs/ *triết lý phân tích ngôn ngữ.* Quan điểm triết học thế kỷ XX nhấn mạnh việc phân tích ý nghĩa ngôn ngữ để phân biệt đúng sai, thật giả, thay vì dựa vào những tiêu chuẩn quy phạm.

linguistics /lɪŋˈgwɪstɪks/ *ngôn ngữ học.* Bộ môn khoa học nghiên cứu về ngôn ngữ. Ngôn ngữ học đóng vai trò quan trọng đối với thần học, vì thần học phải truyền tải ý nghĩa và chân lý chứa đựng trong những lời tuyên bố về sự khải thị của Đức Chúa Trời và những kinh nghiệm về đạo.

litany /ˈlɪtəni/ *kinh cầu nguyện đối đáp.* Bài cầu nguyện sử dụng trong các lễ thờ phượng, thường do người dẫn chương trình đọc và hội thánh đáp lại.

literal meaning /ˈlɪtərəl ˈmiːnɪŋ/ *nghĩa đen.* Ý nghĩa trực tiếp, không hình tượng bóng bẩy của văn bản. Xem: plain meaning.

literal sense of Scripture /ˈlɪtərəl sens əv ˈskrɪptʃər/ *nghĩa đen của Kinh thánh.* Ý nghĩa trực tiếp, không hình tượng bóng bẩy của văn chương trong Kinh thánh, là một trong các ý nghĩa kinh điển trong giải kinh, bên cạnh các ý nghĩa ngụ ngôn, ý nghĩa thần bí và sự chuyển nghĩa. Xem: sense, literal.

literalism /ˈlɪtərəlɪzəm/ *lối giải thích bám sát văn tự; giải thích theo nghĩa đen.* Phương pháp giải kinh dựa vào nghĩa đen, không bóng bẩy của ngôn từ. Người theo phương pháp này có thể không cởi mở đối với những cách giải nghĩa khác.

literary criticism /lɪtəreri ˈkrɪtɪsɪzəm/ *phê bình văn chương.* Sử dụng kiến thức hiểu biết về nhiều loại văn chương khác nhau để giải thích Kinh thánh.

liturgical language /lɪˈtɜːrdʒɪkl ˈlæŋgwɪdʒ/ *ngôn ngữ lễ nghi.* Những thành tố cấu thành lễ thờ phượng, sử dụng ngôn ngữ hoặc phi ngôn ngữ. Ngôn ngữ lễ nghi có tính chất truyền tải, biểu hiện và ẩn dụ.

liturgical worship /lɪˈtɜːrdʒɪkl ˈwɜːrʃɪp/ *thờ phượng theo lễ nghi.* Sự thờ phượng theo khuôn mẫu đặt ra sẵn, khác với sự thờ phượng không theo khuôn mẫu.

liturgy /ˈlɪtərdʒi/ *lễ nghi.* Lễ thờ phượng Đức Chúa Trời do người tin Chúa thực hiện để dâng lên Đức Chúa Trời.

living being /ˈlɪvɪŋ ˈbiːɪŋ/ *Sinh linh.* nói đến sự sống Ađam được ban cho khi Đức Chúa Trời hà hơi sống vào lỗ mũi ông (Sáng 2:7; I Cô 15:45).

living hope /ˈlɪvɪŋ hoʊp/ *niềm hy vọng sống.* Mong đợi về sự phước hạnh trong tương lai cho những ai tin vào sự sống lại từ cõi chết của Đức Chúa Giê-xu Christ (I Phi 1:3).

living sacrifice /ˈlɪvɪŋ ˈsækrɪfaɪs/ *của lễ sống.* Dâng đời sống làm môn đồ của Đức Chúa Giê-xu Christ. Hình ảnh này chỉ sự cam kết sống vì những mục đích của Đấng Christ.

local church /ˈloʊkl tʃɜːrtʃ/ *hội thánh địa phương.* Xem: church, local.

local preacher /ˈloʊkl ˈpriːtʃər/ *truyền đạo địa phương.* Thuật ngữ của giáo phái Giám Lý chỉ người được uỷ nhiệm giảng đạo tại một địa phương.

loci /ˈloʊsaɪ/ *xuất xứ; chủ đề thần học.* Thuật ngữ chỉ những giáo lý thần học khác nhau, hay những đề mục trong sách thần học hệ thống.

logic /ˈlɑːdʒɪk/ *môn logic học; luận lý học.* Bộ môn nghiên cứu các phương pháp lý luận và luận chứng. Nó được sử dụng trong thần học làm công cụ xác định giá trị của các quan điểm.

logical empiricism /ˈlɑːdʒɪkl ɪmˈpɪrɪsɪzəm/ *chủ nghĩa lô-gic theo kinh nghiệm.* Xem: logical positivism.

logical positivism /ˈlɑːdʒɪkl ˈpɑːzətɪvɪzəm/ *chủ nghĩa thực chứng logic.* Phong trào triết học đương đại gắn với Nhóm Viên (những năm 1920), nhằm cắt bỏ mọi tuyên bố siêu hình khỏi triết học và giới hạn triết học trong phạm vi những tuyên bố có thể giám định bằng kinh nghiệm. Cũng được gọi là "logical empiricism". Xem: logical empiricism.

logico-deductive method /ˈlɑːdʒɪkoʊ-dɪˈdʌktɪv ˈmeθəd/ *phương pháp logic suy diễn.* Phương pháp lý luận cho rằng các kết luận cho một lập luận có thể rút ra một cách logic và cần thiết từ những tiền đề.

logocentrism /ˈlɑgoʊsentrɪzəm, ˈlɑgəsentrɪzəm/ *chủ thuyết quy ngôn (đặt ngôn từ làm trung tâm).* Một lý luận về ngôn ngữ và thực tế cho rằng văn bản hàm chứa chân lý tuyệt đối làm nền tảng cho tất cả các ý nghĩa khác. Một số nhà phê bình như Jacques Derrida (sinh năm 1930) cho rằng đây là đặc điểm chung của toàn bộ truyền thống siêu hình phương Tây.

Logos /ˈlɑːgɑs/ *Ngôn; trí niệm; Ngôi Lời.* Trong triết lý Hy Lạp và khắc kỷ (Stoic), từ này chỉ về một năng lực hay trí niệm phổ quát gắn kết toàn vũ trụ. Trong thần học Cơ Đốc, từ này chỉ Ngôi Hai trong Đức Chúa Trời Ba Ngôi- là Đức Chúa Giê-xu Christ- Đấng quyền năng sáng tạo của Đức Chúa Trời, là chân lý và là Đức Chúa Trời nhập thể.

longsuffering of God /lɔːŋ-ˈsʌfərɪŋ əv gɑːd/ *sự nhẫn nại của Đức Chúa Trời.* Việc Đức Chúa Trời nhẫn nại chịu đựng tội lỗi và hậu quả tội lỗi của con người thay vì lập tức đoán phạt họ (Mi 2:7; Rô 2:4; 9:22; II Phi 3:15).

longsuffering /lɔːŋ-ˈsʌfərɪŋ/ *sự nhẫn nại.* Sự kiên trì chịu đựng cực khổ đau đớn trong thời gian dài, là kinh nghiệm thuộc linh của các Cơ Đốc nhân (Côl 1:11, 3:12).

Lord of hosts /lɔːrd əv hoʊsts/ *Chúa Vạn quân.* Xem: hosts, Lord of.

Lord /lɔːrd/ *Chúa.* Đức Chúa Trời. Đấng tối cao mà mọi người phải trung thành, vâng phục và thờ lạy. Đây cũng là đại từ nhân xưng mà Cơ Đốc nhân dành để gọi Đức Chúa Giê-xu Christ (Công 11:17; Rô 5:1) và là biểu hiện sự cam kết tuyệt đối với Ngài.

Lord's Day /lɔːrdz deɪ/ *Chúa nhật; Chủ nhật.* Ngày đầu tiên trong tuần được Cơ Đốc nhân chọn làm ngày kỷ niệm sự phục sinh của Chúa Giê-xu, và do đó là ngày thờ phượng của họ.

Lord's Prayer /lɔːrdz prer/ *Bài cầu nguyện chung.* Bài cầu nguyện Chúa Giê-xu dạy các môn đồ, và được hội thánh coi là bài cầu nguyện mẫu (Mat 6:9-13; Lu 11:2-4). Bài cầu nguyện này thường được Cơ Đốc nhân sử dụng trong các lễ thờ phượng và trong thì giờ cầu nguyện cá nhân. Xem: Prayer, Lord's.

Lord's Supper /lɔːrdz ˈsʌpər/ *Tiệc Thánh.* Lễ Tiệc Thánh kỷ niệm sự thương khó của Chúa Giê-xu, sự hiện diện của Ngài với hội thánh và vương quốc tương lai của Ngài. Lễ Tiệc Thánh được Chúa Giê-xu thiết lập trong bữa tối cuối cùng Ngài dùng với các môn đồ trước khi Ngài bị đóng đinh trên thập tự giá.

love feast /lʌv fiːst/ *tiệc yêu thương.* Bữa ăn dùng chung của cả hội thánh thời kỳ hội thánh đầu tiên, có lúc diễn ra trước Lễ Tiệc Thánh (I Cô 11:20-21).

love of God /lʌv əv gɑːd/ Xem: God, love of.

love /lʌv/ *tình yêu thương.* Tình cảm yêu mến, quan tâm và hành động vì lợi ích của người khác. Đây là một trong những bản tính của Đức Chúa Trời và là biểu hiện cao nhất của đức tin và hành động Cơ Đốc (I Cô 13:13; Ga 5:14; Êph 5:2; I Gi 4:7-21).

lovingkindness /lʌvɪŋ-ˈkaɪndnəs/ *yêu thương nhân từ.* Nguyên nghĩa trong tiếng Hê-bơ-rơ là *ḥesed*, miêu tả lòng yêu thương, lòng thương xót và sự thành tín không dời đổi của Đức Chúa Trời.

Low Church /loʊ tʃɜːrtʃ/ *giáo hội Anh quốc giáo hạ phái.* Bộ phận những nhà thờ Anh quốc giáo thiên về Tin Lành và không nhấn mạnh đến nghi lễ hay sự kế thừa giáo quyền từ các sứ đồ.

lower criticism /ˈloʊər ˈkrɪtɪsɪzəm/ phê bình nguyên bản – một hình thức nghiên cứu Kinh thánh tìm cách tái khôi phục bản Kinh thánh nguyên gốc tốt nhất và chính xác nhất bằng ngôn ngữ gốc.

Lucifer /ˈluːsɪfər/ *Lu-xi-phe; Sa-tan.* Tên vị vua Ba-by-lôn trong Ê-sai 14:12-14, nhưng người Cơ Đốc thường dùng cái tên này để nói đến Sa-tan (Khải 12:7-9).

lust /lʌst/ *dục vọng; tham dục.* Một trong "bảy tội chết người", liên quan đến tình dục trái lẽ và sự buông thả tính dục.

Lutheran scholastics /ˈluːθərən skəˈlæstɪks/ *các nhà triết học kinh viện Luther.* Các nhà thần học Luther thế kỷ XVII sử dụng các phương pháp kinh viện để xây dựng các hệ thống thần học chi tiết và chính xác. Nổi bật nhất có Martin Chemintz (1522-86), John Gerhard (1582-1637), Abraham Calov (1612-86) và J. A. Quenstedt (1617-88).

Lutheran /ˈluːθərən/ *tín hữu phái Luther.* Thành viên của giáo phái Luther – một giáo phái Tin Lành được thành lập nhờ công việc của Martin Luther (1483-1546).

Lutheranism /ˈluːθərənɪzəm/ *thuyết Lu-ther.* Tín điều, tập quán và các hội thánh bắt nguồn từ sự dạy dỗ và công việc của Martin Luther (1483-1546). Nội dung tín điều có chép trong Sách Thoả ước (Book of Concord) (1580), đặc biệt trong bài tín điều Augsburg (Augsburg Confession) (1530).

LXX /el-eks-ˈeks/ *Bản bảy mươi.* Bản dịch Kinh thánh từ tiếng gốc Do Thái sang tiếng Hy Lạp vào thế kỷ III T.C., được cho là do 70 học giả dịch trong 70 ngày.

lying /laɪŋ/ *nói dối.* Không nói sự thật. Theo Kinh thánh và trên quan điểm đạo đức, nói dối là một tội (Côl 3:9) vì Đức Chúa Trời không nói dối (Tít 1:2) và Ngài cấm nói dối (Xuất 20:16).

M - m

Magi /ˈmeɪdʒaɪ/ *nhà thông thái; vị bác sĩ; bác học.* Tên gọi các nhà chiêm tinh đi theo ngôi sao để tìm đến thờ lạy hài nhi Jesus (Mat 2:1-12).

magic /ˈmædʒɪk/ *ảo thuật; ma thuật.*

magisterium /ˌmædʒɪsˈteriəm/ *quyền giáo huấn của hội thánh/giáo hội.* Quyền dạy dỗ của hội thánh, đặc biệt là thuật ngữ sử dụng trong thần học Công giáo La Mã, chỉ về quyền giáo huấn của Giáo hoàng và Giám mục.

Magnificat /mægˈnɪfɪkat/ *bài ca của Mary.* Từ La-tinh đầu tiên trong phiên bản Kinh thánh tiếng La-tinh (Magnificat anima mea nghĩa là "Linh hồn tôi ngợi khen") trong bài hát ca ngợi của Mary (Lu 1:46-55) khi cô được người chị họ Ê-li-sa-bét chào mừng và nói rằng cô sẽ trở thành mẹ của Đấng Mê-si-a.

mainline churches /ˈmeɪnlaɪn tʃɜːrtʃɪz/ thuật ngữ chỉ những giáo phái Tin Lành đóng vai trò chủ đạo trong lịch sử đời sống tôn giáo Mỹ. Hiểu rộng ra thuật ngữ này có thể bao hàm cả Công giáo La Mã và Do Thái giáo. Cũng có nghĩa một giáo phái truyền thống hay chính thống.

major orders /ˈmeɪdʒər ˈɔːrdəz/ *đại giáo phẩm.* Hàng giáo phẩm cấp cao trong Công giáo La Mã, bao gồm chức giám mục (bishop), linh mục (priest) và phó tế (deacon).

maker /ˈmeɪkər/ *Đấng sáng tạo.* Chỉ Đức Chúa Trời là Đấng sáng tạo, thuật ngữ này được sử dụng trong câu mở đầu Bài tín điều các Sứ đồ "Tôi tin Đức Chúa Trời... là Đấng dựng nên trời đất" (xem Sáng 1:1).

malediction /mælə'dɪkʃn/ *lời rủa sả.* Trái với lời chúc phước. Xem: benediction.

mammon /'mæmən/ *thần tài.* Của cải, mà theo Phúc Âm có thể trở thành thế lực chủ đạo trong đời sống con người và chiếm chỗ của Đức Chúa Trời. Từ này được dùng trong bản Kinh thánh KJV Mat 6:24 và Lu 16:13, nhưng không còn thông dụng trong tiếng Anh ngày nay.

man, natural /mæn, 'nætʃrəl/ *con người tự nhiên.* Tình trạng con người sau khi sa ngã vào tội lỗi (Sáng 3) và không nhận được sự cứu rỗi trong Đức Chúa Giê-xu Christ. Xem: natural man.

Man, Son of /mæn, sʌn əv/ Xem: Son of Man.

Manichaeism /'mænɪkeɪzəm/ *phái Manichaeus; phái theo thuyết nhị nguyên thiện ác.* Phong trào tôn giáo Ba Tư do Mani (216-276) sáng lập, theo thuyết nhị nguyên thiện ác, được diễn tả như cuộc tranh chiến không ngừng giữa vương quốc ánh sáng và bóng tối. Phái này chủ trương sự hành xác và đời sống độc thân là phương cách được cứu rỗi và đã trở thành một lực lượng tôn giáo lớn mạnh.

manifestation /ˌmænɪfe'steɪʃn/ *Đức Chúa Trời bày tỏ mình qua Chúa Cứu thế Giê-xu; sự hiển hiện; sự hiển linh.* Đức Chúa Trời bày tỏ chính Ngài qua Đức Chúa Giê-xu Christ. Thuật ngữ này gần đồng nghĩa với từ epiphany. Khác với từ revelation (khải thị, Khải Huyền) chỉ sự bày tỏ về Ngài qua Kinh thánh và kiến thức.

manna /'mænə/ *ma-na.* Thức ăn từ trời do Đức Chúa Trời ban cho dân Y-sơ-ra-ên trong sa mạc (Xuất 16:4-36; Dân 11:4-9). Trong Tân Ước, ma-na được coi là hình bóng về Chúa Giê-xu là bánh sống từ trời (Gi 6:31-65) và trong lễ Tiệc Thánh (I Cô 10:3).

manuale /mɑnu'ɑlɛ/ Từ thời Trung cổ chỉ cuốn sách sử dụng để ban lễ Tiệc Thánh.

manuscripts of the Bible /'mænjuskrɪpts əv ðə 'baɪbl/ *bản Kinh thánh chép tay; bản thảo Kinh thánh.* Các bản Kinh thánh chép tay cổ xưa với những chỗ khác nhau về ngôn từ.

Maranatha /mærə'nɑːθɑː/ *Nguyện xin Chúa đến.* Câu nói tiếng A-ram (I Cô 16:22), có thể là lời trình bày hoặc lời kêu gọi (Khải 22:20).

Marcionism, Marcionites /'mɑːʃnɪzəm, 'mɑːʃnaɪtz/ *nhị nguyên luận; sự dạy dỗ của Marcion.* Sự dạy dỗ của Marcion (160) cho rằng Đức Chúa Trời của Cựu Ước là ác và Đức Chúa Trời của Tân Ước là thiện, và Đấng Christ chưa bao giờ trở nên xác thịt. Trong nhị nguyên luận, Cơ Đốc giáo thay thế Do Thái giáo. Họ chủ trương Kinh thánh chỉ có sách Phúc Âm Lu-ca và mười thư tín của Phao-lô.

Mariolatry /merɪˈɑːlətri/ *thờ Ma-ri; tôn thờ Thánh Mẫu.* Sự thờ lạy Ma-ri là mẹ của Đức Giê-xu. Trong truyền thống Công giáo La Mã, Ma-ri có thể nhận được sự tôn kính đặc biệt (hyperdulia), nhưng sự thờ phượng (latria) thì chỉ dành riêng cho Đức Chúa Trời.

Mariology /merɪˈɑːlədʒi/ *thánh mẫu học.* Những sự dạy dỗ thần học về Ma-ri mẹ Đức Giê-xu, đặc biệt trong truyền thống Công giáo La mã.

mark of the beast /mɑːrk əv ðə biːst/ *dấu của con thú.* Cụm từ nhắc đến trong sách Khải Huyền (13:16-18; 14:11; 16:2; 19:20; 20:4) có gắn với "số của con thú" (13:18) và biểu tượng cho những thế lực ác hay những kẻ ác chống lại Đức Chúa Trời.

Markan hypothesis /ˈmɑːrkən haɪˈpɑːθəsɪs/ *giả thuyết về Phúc Âm Mác.* Cho Mác là sách Phúc Âm xưa nhất.

marks of the church /mɑːrks əv ðə tʃɜːrtʃ/ *những đặc điểm của hội thánh.* Những đặc điểm của hội thánh nêu trong bài Tín điều Nicene là "duy nhất, thánh thiện, phổ thông và tông truyền". Các nhà cải cách Tin Lành đã nhấn mạnh những đặc điểm là giảng dạy lời Chúa và thực hiện các thánh lễ đúng cách.

marriage supper (feast) of the Lamb /ˈmærɪdʒ ˈsʌpər (fiːst) əv ðə læm/ *tiệc cưới Chiên Con.* Hình ảnh chỉ sự tể trị trọn vẹn của Đức Chúa Trời (Khải 19:7-9). Xem: messianic banquet.

marriage /ˈmærɪdʒ/ *hôn nhân.* Sự kết hiệp giữa một người nam và một người nữ trong quan hệ yêu thương, chung thuỷ và cam kết hai chiều, có thể được hội thánh (và nhà nước) phê chuẩn. Trong bối cảnh Cơ Đốc, hôn phối được coi là sự kết hiệp cả về thuộc thể lẫn thuộc linh và được Đức Chúa Trời chúc phước.

marriage, spiritual /ˈmærɪdʒ, ˈspɪrɪtʃuəl/ *hôn phối thuộc linh.* Mức độ cao nhất trong sự cầu nguyện chiêm nghiệm (contemplative prayer) của các thần bí gia (mystics). Hình ảnh hôn nhân thể hiện sự kết hợp của linh hồn với Đức Chúa Trời.

martyr /ˈmɑːrtər/ *người tử vì đạo; người tuận đạo.* Ban đầu có nghĩa là người làm chứng về đạo, về sau có nghĩa là những người làm chứng vì đạo bằng cái chết của mình. Nhiều Cơ Đốc nhân đã tuận đạo, tiếp nối tấm gương đầu tiên của Ê-tiên (Công 7:59). Một số người coi tuận đạo là hình thức noi gương Chúa Giê-xu cao nhất. Sự tuận đạo còn được gọi là "phép báp-têm bằng máu".

martyrology /ˈmɑːrtərɑːlədʒi/ *tử đạo học; tiểu sử những người tuận đạo.* Nghiên cứu về những người tuận đạo và cái chết của họ. Những ghi chép về cuộc đời những nhà tuận đạo. hội thánh có những ngày kỷ niệm các tấm gương này.

Mary, Assumption of the Blessed Virgin /ˈmeri, əˈsʌmpʃn əv ðə ˈblesɪd ˈvɜːrdʒɪn/ *Đức Mẹ thăng thiên; Lễ Đức mẹ thăng thiên.* Giáo điều do Giáo hoàng Pius XII ban hành (1950), dạy rằng Trinh nữ Ma-ri, mẹ Đức Giê-xu, không chết mà thân thể và linh hồn thăng thiên lên thiên đàng.

Mary, Virgin /ˈmeri, ˈvɜːrdʒɪn/ *trinh nữ Ma-ri.* Mẹ của Đức Giê-xu (Mat 1:18-25; Lu 1:43). Truyền thống Công giáo La Mã dạy rằng Đức mẹ Ma-ri là người được cứu một cách hoàn hảo nhất và là hình mẫu cho tất cả những người được cứu.

mass evangelism /mæs ɪˈvændʒəlɪzəm/ *truyền giảng quy mô lớn.* Việc rao giảng Phúc Âm Cơ Đốc cho những đám đông lớn, nhằm mục đích khiến họ tin Đức Chúa Giê-xu Christ. Thuộc phong trào "phục hưng" và đôi khi được gọi là "truyền giảng thập tự chinh".

Mass /mæs/ *Lễ Mi-sa; tiệc thánh.* Lễ nghi và thờ phượng trong đó có tổ chức Lễ Tiệc Thánh. Nghĩa chung chỉ toàn bộ lễ thờ phượng của Công giáo La Mã.

material principle /məˈtɪriəl ˈprɪnsəpl/ *giáo lý cốt lõi.* Giáo lý được hội thánh coi là trung tâm. Các nhà cải cách phái Luther thế kỷ XVI coi sự xưng công chính bởi đức tin là giáo lý cốt lõi của đức tin Cơ Đốc, và Kinh thánh là nguyên tắc chính thức (formal principle).

materialism /məˈtɪriəlɪzəm/ *chủ nghĩa duy vật.* Học thuyết cho rằng vật chất là thực tế căn bản mà từ đó mọi vật sinh ra. Do đó nó có thể được kiểm chứng qua các giác quan và nghiên cứu bằng các quy trình khoa học. Nó đối nghịch với chủ nghĩa duy tâm và những sự giải thích thuộc linh về thực tế.

matrimony /ˈmætrɪmoʊni/ *hôn nhân; hôn phối; lễ thành hôn.* Lễ hôn nhân hay tình trạng hôn nhân, được coi là một thánh lễ (bí tích) trong giáo hội Công giáo La Mã.

matter /ˈmætər/ *vật chất.* Những thứ có thể quan sát thấy bằng các giác quan và thuộc về vật chất. Vật chất được đối chiếu với "hình thái, mô thức" (form) trong lịch sử triết học và các cuộc thảo luận thần học.

Maundy Thursday /ˌmɔːndi ˈθɜːrzdeɪ/ *Thứ Năm tuần thánh.* Thứ Năm thánh trước Thứ Sáu Thương khó, khi Đức Chúa Giê-xu ban mạng lệnh cho các môn đồ phải noi theo tấm gương phục vụ của Ngài khi Ngài rửa chân cho họ (Gi 13). Maundy bắt nguồn từ chữ La-tinh mandatum nghĩa là "mạng lệnh".

mean, doctrine of the /miːn, ˈdɑːktrɪn əv ðə/ khái niệm đạo đức của Aristotle (384-322 trước công nguyên) trong triết lý về phẩm chất đạo đức. Theo đó, đức hạnh là trung điểm giữa tật thừa mứa và sự thiếu hụt. Một số nhà đạo đức học Cơ Đốc và nhà thần học đã áp dụng triết lý này.

means of grace /miːnz əv greɪs/ Xem: grace, means of.

mechanistic /ˌmekəˈnɪstɪk/ *thuộc về cơ giới luận.* Thuật ngữ miêu tả học thuyết coi thế giới như một cỗ máy gắn với quy luật nhân quả, chỉ dùng vận động không gian để giải thích những vật tự nhiên và những sự kiện phát sinh. Học thuyết này có thể giải thích về thế giới tự nhiên mà không đặt nó trong quan hệ với Đức Chúa Trời.

mediating theology /ˈmiːdieɪtɪŋ θiˈɑːlədʒi/ *thần học trung gian.* Những quan điểm thần học nỗ lực tìm ra con đường trung gian giữa những tư tưởng thần học cạnh tranh với nhau.

mediation /ˌmiːdiˈeɪʃn/ *sự hoà giải.* Đưa các bên đến với nhau để hoà giải. Khái niệm hoà giải được đề cập đến trong các tôn giáo dưới nhiều hình thức khác nhau. Khái niệm này cũng được nói đến xuyên suốt Kinh thánh.

mediator /ˈmiːdieɪtər/ *Đấng Trung gian; Đấng Trung bảo; người trung gian.* Người đứng giữa các bên để hoà giải. Thuật ngữ này chỉ về Đức Chúa Giê-xu Christ là "Đấng Trung bảo giữa Đức Chúa Trời và nhân loại" (I Ti 2:5), Đấng đã đem đến sự hoà giải bằng cách chịu chết chuộc tội cho loài người (Hê 8:6, 9:15, 12:24).

medieval scholasticism /ˌmediˈiːvl skəˈlæstɪsɪzəm/ Xem: scholasticism.

medieval theology /ˌmediˈiːvl θiˈɑːlədʒi/ *thần học Trung cổ.* Thần học phát triển thời kỳ Trung cổ với các nhà thần học như Anselm (1033-1109), Abelard (1079-1142), Bonaventure (1217-1274) và Thomas Aquinas (1225-1274). Nó xây dựng nền tảng chi tiết cho đạo Công giáo La Mã thông qua Kinh thánh, lý trí và truyền thống giáo hội.

meditation /ˌmedɪˈteɪʃn/ *suy ngẫm; suy niệm.* Suy ngẫm về một đối tượng nào đó, thường là một khúc Kinh thánh, đi kèm với sự cầu nguyện, thường sử dụng trong thì giờ cầu nguyện của người Cơ Đốc để đạt được sự thấu hiểu thuộc linh.

Melanchthonian /məlæŋkˈθoʊniən/ *phái Melanchthon.* Tư tưởng thần học theo Luther vào thế kỷ XVI, tuân phục giáo lý của Philip Melanchthon (1479-1560).

member /ˈmembər/ *chi thể*. Một người là một phần chính thức của hội thánh hay một tổ chức giáo hội. Một hội thánh Cơ Đốc bao gồm nhiều chi thể (Rô 12:4-5; I Cô 12:12-31).

memorial /məˈmɔːriəl/ *tưởng nhớ; kỷ niệm; bản ghi nhớ*. Một vật tặng cho một hội thánh để tưởng nhớ ai đó. Thuật ngữ này cũng chỉ sự thỉnh cầu của một người hay một hội thánh với người khác hay hội thánh khác.

memorialism /məˈmɔːriəlɪzəm/ quan điểm về Lễ Tiệc Thánh của Huldrych Zwingli (1484-1531) cho rằng Lễ Tiệc Thánh là sự tưởng nhớ Đức Chúa Giê-xu Christ và không có sự hiện diện thật của Đấng Christ ngoài ý nghĩa biểu tượng.

mendicant orders /ˈmendɪkənt ˈɔːrdəz/ *dòng tu khất thực*. Dòng tu Công giáo La Mã nhấn mạnh lời thề nguyện sống cuộc đời nghèo khó, cũng được gọi là "friar".

Mennonites /ˈmenənaɪts/ *giáo phái Menno*. Giáo phái hình thành vào thế kỷ XVI do Simons Menno (1496-1561) lãnh đạo, chịu ảnh hưởng của phong trào nhận phép báp-têm hai lần (Anabaptism). Họ nhấn mạnh sự xa lìa thế gian, theo đuổi hoà bình, hội thánh địa phương độc lập, phép báp-têm cho người đã tin và đời sống thánh khiết. Xem: Radical Reformation; Anabaptist.

mental prayer /ˈmentl prer/ *cầu nguyện thầm*. Lời cầu nguyện thầm với tâm trí tập trung vào Đức Chúa Trời.

mental reservation /ˈmentl ˌrezərˈveɪʃn/ *kiềm chế ý nghĩ; giữ kín trong lòng; ẩn ngôn*. Chỉ trình bày sự việc mà không nói ra hết ý nghĩ. Thuật ngữ này được dùng trong đạo đức học để thừa nhận giới hạn của lời xưng tội do sự hoài nghi hay lưỡng lự.

mercy killing /ˈmɜːrsi ˈkɪlɪŋ/ Xem: euthanasia.

mercy seat /ˈmɜːrsi siːt/ *ngôi thương xót*. Miếng vàng ròng gắn trên nắp hòm Giao ước (Xuất 25:17), máu con sinh tế được vẩy lên đó (Lê 16:14-15) như biểu tượng Đức Chúa Trời rộng lòng tha thứ tội lỗi.

mercy /ˈmɜːrsi/ *sự thương xót; lòng nhân từ; khoan dung; từ bi*. Lòng nhân từ dẫn đến sự tha thứ đối với người không xứng đáng. Đây là một đặc tính quan trọng của Đức Chúa Trời và công việc của Ngài (Thi 119:156, Giê 31:20) và là đặc tính của Cơ Đốc nhân (Lu 6:36).

merit of Christ /ˈmerɪt əv kraɪst/ *công lao của Đấng Christ*. Thuật ngữ thần học chỉ giá trị của việc Đấng Christ chết trên thập tự để chuộc tội lỗi con người trước mặt Đức Chúa Trời.

merit /ˈmerɪt/ *công trạng; công lao; công đức.* Giá trị của hành động vâng lời mà người vâng phục xứng đáng được hưởng. Trong thần học, hệ phái Tin Lành tin rằng hành động của con người không có giá trị công lao gì trước Đức Chúa Trời.

merit, treasury of /ˈmerɪt, ˈtreʒəri əv/ *thiện công bảo khố; kho tàng công đức.* Thuật ngữ trong Thần học Công giáo La Mã, chỉ kho công đức của Chúa Giê-xu và các thánh đã tích cóp, để những ai cần công lao để hưởng sự sống đời đời có thể rút ra.

Messiah /məˈsaɪə/ *Đấng Mê-si-a; Đấng được xức dầu; Đấng thiên sai.* Người được hứa ban để giải phóng dân tộc Y-sơ-ra-ên và thiết lập vương quốc của Đức Chúa Trời. Cơ Đốc nhân coi Giê-xu là Đấng Christ và là Đấng mà trong Người mọi lời hứa của Đức Chúa Trời được làm trọn (Công 2:31-36) và rốt cuộc Ngài sẽ trị vì thế giới và trật tự thánh của nó (Phil 2:5-11). Xem: Christ.

Messiah, Jesus as /məˈsaɪə, ˈdʒiːzəs əz/ *Chúa Giê-xu là Đấng Mê-si-a.* Cơ Đốc nhân tin rằng Đức Chúa Giê-xu là Đấng được xức dầu, trong Ngài những lời tiên tri trong Cựu Ước được ứng nghiệm và Ngài là Vua và Đấng giải phóng đang được chờ đợi để đem sự cứu chuộc đến cho thế gian (Công 18:5, 28; Rô 1:1,7-8; 5:8).

messianic banquet /ˌmesiˈænɪk ˈbæŋkwɪt/ Xem: marriage supper (feast) of the Lamb.

messianic consciousness /ˌmesiˈænɪk ˈkɑːnʃəsnəs/ *ý thức là Đấng Mê-si-a.* Việc Chúa Giê-xu có thể đã ý thức được mình là Đấng Mê-si-a.

messianic hope /ˌmesiˈænɪk hoʊp/ *hy vọng về Đấng Mê-si-a.* Niềm trông đợi trong Do Thái giáo về một Đấng Mê-si-a sẽ dấy lên trong dân tộc. Hy vọng này phát triển trong suốt thời kỳ Cựu Ước. Nó đặc biệt mạnh mẽ vào trước và trong thời gian Chúa Giê-xu thi hành chức vụ, được hậu thuẫn bởi các tác phẩm văn chương khải thị và lai thế học.

messianic secret /ˌmesiˈænɪk ˈsiːkrət/ *bí mật về Đấng Mê-si-a.* Miêu tả hiện tượng trong sách Phúc Âm Mác khi Chúa Giê-xu dạy môn đồ giữ kín về việc Ngài là Đấng Mê-si-a (Mác 8:30; 9:9) và những hành động khác của Ngài hướng đến mục đích này (Mác 1:25, 34, 43; 7:36).

messianic /ˌmesiˈænɪk/ *thuộc về Đấng Mê-si-a.* Đặc biệt chỉ những phân đoạn Kinh thánh được cho là những lời tiên tri về sự đến của Đấng Mê-si-a (ví dụ như Ê-sai 9:1-7; 11:1-10).

messianism /məˈsaɪənɪzəm/ *niềm mong đợi Đấng Mê-si-a; chủ nghĩa Mê-si-a.* Niềm tin Đấng Mê-si-a sẽ đến. Nó là một đặc điểm quan trọng của Do

Thái giáo Cựu Ước được phát triển qua nhiều thế kỷ, từ sự mong đợi một vị vua dòng Đa-vít lý tưởng đến một nhân vật dòng Đa-vít sẽ hiện ra khi thế giới tận chung.

metaethics /ˈmetəeθɪks/ *siêu đạo đức học.* Thuật ngữ làm đề mục trong cuốn Gyn/Ecology của Mary Daly (1978), chỉ một kiểu đạo đức học trực giác hơn và sâu sắc hơn đạo đức học của nam giới.

metaphor /ˈmetəfər; ˈmetəfɔːr/ *ẩn dụ.* Một hình thái tu từ miêu tả một điều này bằng một điều khác (ví dụ Gióp 8:16-17).

metaphysical /ˌmetəˈfɪzɪkl/ *Thuộc về siêu hình học.*

metaphysics /ˌmetəˈfɪzɪks/ *siêu hình học.* Thuật ngữ triết học cho "điều có thật" hay câu hỏi về thực tế tối hậu. Nhánh triết học này gần gũi với thần học nhất, do đó các nhà siêu hình học có ảnh hưởng nhiều đối với thần học.

Methodism /ˈmeθədɪzəm/ *Giám Lý.* hội thánh được hình thành do ảnh hưởng của John Wesley (1703-1791) và Charles Wesley (1707-1788). Trong lịch sử, hội thánh Giám Lý xu hướng theo thần học Arminia và tổ chức hội thánh theo chế độ giám mục.

Methodist /ˈmeθədɪst/ *tín đồ Giám Lý.* Thành viên của hội thánh Giám Lý.

methodology /ˌmeθəˈdɑːlədʒi/ *phương pháp luận.* Phương pháp hay quá trình phân tích và trình bày một vấn đề.

metrical psalms /ˈmetrɪkl sɑːms/ *thi thiên vần luật.* Các bài thi thiên trong Kinh thánh được viết lại theo vần luật để hát trong lễ thờ phượng. Đặc biệt được sử dụng trong các hội thánh cải chánh Trưởng lão Scotland và có chỗ đứng trong sách Thánh ca Geneva của Calvin.

metropolitan /ˌmetrəˈpɑːlɪtən/ *tổng giám mục.* Giám mục quản lý những khu vực lớn hơn giáo phận (diocese), có quyền đối với những giám mục khác thuộc địa phận mình.

middle knowledge /ˈmɪdl ˈnɑːlɪdʒ/ khái niệm của Jesuit de Molina (1535-1600). Chỉ việc Chúa biết trước những sự kiện tương lai một cách có điều kiện và theo trình tự. Chúa biết mỗi người sẽ đáp ứng với ân điển như thế nào. Nhóm Thomas chống lại quan điểm này.

midrash /ˈmɪdræʃ/ *sách midrash.* Các sách bình luật, chú giải Kinh thánh do các ra-bi Do Thái biên soạn thời kỳ dân Do Thái bị lưu đày sang xứ Ba-by-lôn cho đến khoảng năm 1200 S.C. Bộ sách gồm hai phần: halakah và haggadah.

midtribulationism /mɪdˌtrɪbju:ˈleɪʃnɪzəm/ *quan điểm trung đại nạn.* Quan điểm cho rằng hội thánh sẽ trải qua nửa đầu cơn đại nạn, nhưng sẽ được cất lên khỏi thế gian (Mat 24:21-31).

militant, church /ˈmɪlɪtənt, tʃɜ:rtʃ/ Xem: church militant.

millenarian movements /ˌmɪlɪˈneriən ˈmu:vmənts/ *các phái thiên hy niên.* Các phái nhấn mạnh sự trở lại nhanh chóng của Chúa Giê-xu Christ để thiết lập vương quốc nghìn năm trên đất do Đấng Christ và các thánh – hiện thân của sự công bình và bình an – trị vì. Một số nhóm theo thuyết tiền thiên hy niên, một số khác theo thuyết hậu thiên hy niên.

millenial kingdom /mɪˈleniəl ˈkɪŋdəm/ *vương quốc một nghìn năm.* Một nghìn năm trị vì của Đấng Christ (Khải 20:1-7).

millenialism /mɪˈleniəlɪzəm/ *thuyết thiên hy niên.* Các giáo phụ thời xưa căn cứ vào sách Khải Huyền và Cựu Ước đối với lời tiên tri về vương quốc của Đấng Mê-si-a để suy diễn: trước khi Đấng Christ đến lần thứ hai, thế gian này được Đấng Christ và những người công chính trị vì một nghìn năm.

millenialist /mɪˈleniəlɪst/ *người theo thuyết thiên hy niên.*

millenium /mɪˈleniəm/ *thiên hy niên.* Một nghìn năm trị vì của Đấng Christ (Khải 20:1-7).

millenium, views of the /mɪˈleniəm, vju:z əv ðə/ *các quan điểm về thiên hy niên.* Các quan điểm khác nhau về thời gian của thiên hy niên và cách hiểu về thiên hy niên chép trong Khải 20:1-7. Các quan điểm chính bao gồm: tiền thiên hy niên, hậu thiên hy niên, vô thiên hy niên.

mind /maɪnd/ *tâm trí.* Trung tâm của ý thức, tư duy và lý trí như một thành phần của thực tế, được phân biệt với vật chất. Trong thần học, khi tâm trí được coi là trung tâm sức mạnh lý trí, người ta đặt ra các câu hỏi về mối liên hệ giữa tâm trí và thể xác, tâm trí biết về Chúa bằng cách nào và tâm trí có liên hệ thế nào với đức tin...

mind-body /maɪnd-ˈbɑ:di/ *tâm linh-thể xác.* Các khía cạnh về tâm linh và thể xác của một con người. Trong thần học, nó thuộc về giáo lý về con người. Một trong những vấn đề được quan tâm là sau khi chết, tâm linh có thể tồn tại mà không có thể xác không.

minister /ˈmɪnɪstər/ *mục sư.* Người phục vụ Đức Chúa Trời, thường chỉ mục sư được phong chức. Mặc dù từ "minister" trong Kinh thánh chỉ tất cả những người tìm kiếm để làm theo ý muốn của Đức Chúa Trời.

ministry of the Word /ˈmɪnɪstri əv ðə wɜ:rd/ *giảng Lời Chúa.* Trong đạo Tin Lành, chỉ sự giảng dạy lấy Kinh thánh làm nền tảng. Trong đạo Công giáo La Mã, chỉ phần đầu của lễ rước thánh thể, bao gồm đọc Kinh thánh, bài tín điều và bài giảng.

ministry /ˈmɪnɪstri/ *chức vụ; công tác.* Sự phục vụ Chúa trong Đức Chúa Giê-xu Christ do hội thánh và các cá nhân dâng lên Chúa nhờ năng lực của Đức Thánh Linh.

miracle /ˈmɪrəkl/ *phép lạ.* Sự kiện khác thường, dường như trái với quy luật của thiên nhiên. Trong thần học, trọng tâm của phép lạ là điều Đức Chúa Trời muốn bày tỏ qua phép lạ, giống như trong các phép lạ của Chúa Giê-xu.

miracles of Jesus /ˈmɪrəklz əv ˈdʒiːzəs/ *các phép lạ của Chúa Giê-xu.* Các phép lạ do Chúa Giê-xu làm, được ghi lại trong các sách Phúc Âm. Về mặt thần học, chúng được coi là dấu hiệu về thần tính của Ngài, quyền năng của Ngài trên các thế lực thiên nhiên và vũ trụ, bày tỏ bản tính và mục đích của Đức Chúa Trời (xem Mat 8-9).

miraculous conception /mɪˈrækjələs kənˈsepʃn/ *sự thụ thai lạ lùng.* Chỉ sự thụ thai Đức Giê-xu của một gái đồng trinh.

mirror of election /ˈmɪrər əv ɪˈlekʃn/ thuật ngữ của John Calvin (1509-1564) ngụ ý rằng chỉ trong Đức Chúa Giê-xu Christ, chúng ta mới được lựa chọn và sự lựa chọn của ta được phản chiếu trong Ngài (Institute 3.24.5). Nghĩa là sự bảo đảm được cứu rỗi tùy thuộc vào câu trả lời "Tôi có tin Chúa Giê-xu không?" chứ không phụ thuộc vào những sự phỏng đoán về sự lựa chọn hay tiền định.

mishnah /ˈmɪʃnaː/ *sách Mishnah.* Phương pháp và thực hành giải nghĩa Kinh thánh của người Do Thái, bao gồm các đạo lý truyền khẩu của người Do Thái nhất là giải thích luật tôn giáo. Ra-bi Judah ha-Nasi (135-220) là người suy ngẫm, ưu tầm và tập hợp các giải thích luật tôn giáo, làm nên sách Mishnah. Bộ sách này chỉ đứng thứ hai sau Kinh thánh về mặt thẩm quyền đối với người Do Thái.

missiology /ˈmɪsɪˈɑːlədʒi/ *truyền giáo học.* Môn khoa học nghiên cứu công tác truyền giáo, đưa niềm tin Cơ Đốc đến với các nền văn hóa khác.

mission /ˈmɪʃn/ *sự sai phái; sứ mạng; hội truyền giáo.* Những nhiệm vụ, sứ mạng cụ thể do hội thánh hay cá nhân làm vì những mục đích cụ thể để hầu việc Đức Chúa Trời. Việc đem thông điệp của Chúa Giê-xu và công việc của Ngài đến với người khác, đặc biệt là những người thuộc các nền văn hóa khác.

missionary movement /ˈmɪʃəneri ˈmuːvmənt/ *phong trào truyền giáo.* Công tác mở rộng hội thánh Cơ Đốc trên toàn thế giới, vì hội thánh cho rằng sứ mệnh của mình là truyền rao Phúc Âm của Đức Chúa Giê-xu Christ, qua lời nói và hành động.

missionary /ˈmɪʃəneri/ *giáo sĩ; nhà truyền giáo.* Người được hội thánh cử đi, đem thông điệp của Chúa Giê-xu và công việc của Ngài đến với người khác, đặc biệt là những người thuộc các nền văn hóa khác.

mixed marriage /mɪkst ˈmærɪdʒ/ *hôn nhân hỗn hợp.* Hôn nhân giữa những Cơ Đốc nhân thuộc các giáo phái khác nhau. Thuật ngữ này thường chỉ hôn nhân trong đó một người là tín đồ Công giáo La Mã.

mixed motives /mɪkst ˈmoʊtɪvz/ *động cơ hỗn hợp.* Thuật ngữ đạo đức học cho rằng một hành động bắt nguồn từ một động cơ chính cũng có thể có một động cơ thứ sinh.

modalism /ˈmoʊdlɪzəm/ *thuyết hình thức.* Một học thuyết về Đức Chúa Trời Ba Ngôi bị coi là tà giáo. Thuyết này cho rằng một Đức Chúa Trời duy nhất vào những thời điểm khác nhau bày tỏ Ngài dưới những hình thức khác nhau, do đó chỉ là ba hình thức bề ngoài chứ không phải là Một Đức Chúa Trời có Ba Ngôi vị.

Modalistic Monarchianism /ˈmoʊdəlɪstɪk məˈnɑːkiənɪzəm/ *thuyết duy thần hiện thể.* Một dạng của thuyết hình thức, nhấn mạnh tính đơn nhất của Đức Chúa Trời, cho rằng Đức Chúa Trời là một thần duy nhất trong Ngài không có sự phân rẽ nào. Do đó, Đức Chúa Trời chỉ "có vẻ như" là Đức Chúa Cha, Đức Chúa Con và Đức Thánh Linh.

model /ˈmɑːdl/ *mẫu; mô hình.* Một hình ảnh hay ẩn dụ để giải thích một điều gì đó. Một số người cho rằng tín lý là những mô hình vì chúng đưa ra sự giải thích chặt chẽ, khúc triết về niềm tin.

moderator /ˈmɑːdəreɪtər/ *chủ tọa.* Người chủ trì một cuộc họp. Trong hội thánh cải chánh, từ này chỉ người chủ toạ các cuộc họp của hội thánh hay của các ban lãnh đạo. Chủ tọa không có địa vị đặc biệt cao hơn những người khác.

modern theology /ˈmɑːdərn θiˈɑːlədʒi/ *thần học hiện đại; thần học duy tân.* Thần học của thế kỷ XIX và XX, thoạt đầu để phản ứng với tư tưởng của Immanuel Kant, bắt đầu từ thời của F.D.E. Schleiermacher (1768-1834) với phương pháp tiếp cận mới mở ra một kỷ nguyên mới của thần học.

modernism /ˈmɑːdərnɪzəm/ *chủ nghĩa hiện đại; chủ nghĩa duy tân.* Phong trào thần học cuối thế kỷ XIX và đầu thế kỷ XX của người Tin Lành và người Công giáo La Mã, tìm cách giải nghĩa Cơ Đốc giáo bằng những kiến thức hiện đại.

modernist /ˈmɑːdərnɪst/ *người theo chủ nghĩa hiện đại.*

modernist-fundamentalism controversy /ˈmɑːdərnɪst-ˌfʌndəˈmentəlɪzəm ˈkɑːntrəvɜːrsi/ Xem: fundamentalist-modernist controversy.

modernity /məˈdɜːrnəti/ *thời kỳ hiện đại.* Giai đoạn hậu khai sáng ở châu Âu và Bắc Mỹ, khi con người hướng về khoa học và những triển vọng khoa học đem lại để thế chỗ cho tôn giáo khi đó đang suy thóai. Những giá trị văn hóa thế tục và sự bác bỏ thẩm quyền tôn giáo đóng vai trò chủ đạo, cũng như tư tưởng cho rằng kiến thức là chắc chắn, khách quan và tốt đẹp.

Monarchianism, Dynamic /məˈnɑːkiənɪzəm, daɪˈnæmɪk/ *thuyết duy thần cảm thúc.* Tà giáo thế kỷ II và III dạy rằng Đức Jesus không có bản thể của Đức Chúa Trời mà Đức Chúa Trời chỉ làm việc qua Ngài. Chúa Giê-xu là một người bình thường được cảm thúc bởi Thánh Linh chứ không được Thánh Linh ngự trong lòng.

monastery /ˈmɑːnəsteri/ *tu viện.* Ngôi nhà nơi các nam tu sĩ sống với lời thề nguyện tuân theo chế độ tu viện.

monasticism /məˈnæstɪsɪzəm/ *chế độ tu viện.* Một hình thức đời sống Cơ Đốc của các tu sĩ, theo lời thề nguyện bao gồm sống nghèo khổ, trinh bạch, vâng phục; họ thường hành xác và sống cách ly với thế giới bên ngoài tu viện.

monenergism /mɒnˈɛnərˌdʒɪzəm/ *thuyết đơn năng.* Tà giáo cho rằng Chúa Giê-xu chỉ có một năng lực duy nhất hoạt động đó là năng lực thiên tính. Giáo lý này do Sergius (mất năm 638), giáo phụ của Constantinople, xây dựng nhằm tìm sự hoà hợp với thuyết nhất tính (monophysitism) và bị lên án cùng với thuyết nhất tính vào năm 681.

monergism /ˈmɑːnərdʒɪzəm/ *thuyết duy thần tái sinh.* Quan điểm cho rằng Đức Thánh Linh là tác nhân duy nhất tạo nên sự tái sinh trong Cơ Đốc nhân. Thuyết này đối lập với thuyết đồng tác (synergism) cho rằng quá trình tái sinh là sự phối hợp của cả Đức Chúa Trời và con người. Xem: synergism.

monism /ˈmɑːnɪzəm; ˈmoʊnɪzəm/ *thuyết nhất nguyên.* Quan điểm cho rằng vạn vật muôn điều trong thực tế chỉ thuộc một loại hoặc cùng một bản thể (essence).

monk /mʌŋk/ *tu sĩ; tăng lữ; hoà thượng.* Một người cách ly khỏi thế giới, thường sống trong một tu viện, thề nguyện sống cuộc đời nghèo khổ, trinh bạch và vâng phục để cầu nguyện tương giao sâu sắc với Đức Chúa Trời.

monk, nun /mʌŋk, nʌn/ Xem: abbey.

monogamy /məˈnɑːgəmi/ *chế độ một vợ một chồng.* Đối lập với chế độ đa thê (polygamy) hoặc đa phu (polyandry). Chế độ một vợ một chồng là tiêu chuẩn cho hôn nhân Cơ Đốc.

monogenism /məˈnɑːdʒenɪzəm/ *thuyết độc nhất tổ; đồng nguyên thuyết.* Thuyết cho rằng toàn bộ nhân loại có nguồn gốc từ một cặp nam nữ.

Monophysitism /məˈnɑːfəsaitɪzəm/ *thuyết nhất tính.* Tà giáo cho rằng Chúa Giê-xu chỉ có một bản tính thay vì có nhân tính và thần tính hiệp một trong một thân vị.

monotheism /ˈmɑːnoʊθiɪzəm/ *thuyết duy thần.* Tin vào một Đức Chúa Trời duy nhất.

monotheism, polytheism /ˈmɑːnoʊθiɪzəm, ˈpɑːliθiɪzəm/ Xem: ditheism.

Montanism /ˈmɑːntənɪzəm/ *thuyết Montanus.* Những quan điểm có liên quan đến Montanus vào thế kỷ II, cho rằng Đức Thánh Linh tuôn đổ trên Montanus trong trạng thái thôi miên, khiến ông ta nói tiên tri về sự trở lại của Đấng Christ và sự tái thiết thành Giê-ru-sa-lem mới; thuyết này cũng nhấn mạnh sự hành xác. Thuyết này đã bị hội thánh lên án.

moral actions /ˈmɔːrəl ˈækʃn; ˈmɑːrəl ˈækʃn/ *hành động đạo đức.* Các hành động được coi là đúng hoặc sai theo một số tiêu chuẩn đạo đức.

moral agent /ˈmɔːrəl ˈeɪdʒənt, ˈmɑːrəl ˈeɪdʒənt/ *tác nhân đạo đức.* Con người được coi là có khả năng thực hiện những hành động đạo đức.

moral argument for God /ˈmɔːrəl ˈɑːrgjumənt fər gɑːd; ˈmɑːrəl ˈɑːrgjumənt fər gɑːd/ *luận chứng đạo đức về Đức Chúa Trời.* Luận chứng lập luận về sự hiện hữu của Đức Chúa Trời dựa trên quan điểm cho rằng phải có cơ sở giải thích tại sao lại tồn tại những giá trị đạo đức và mối quan tâm đến những hành vi đạo đức.

moral attributes of God /ˈmɔːrəl əˈtrɪbjuːts əv gɑːd; ˈmɑːrəl əˈtrɪbjuːts əv gɑːd/ *các bản tính đạo đức của Đức Chúa Trời.* Các bản tính của Đức Chúa Trời có liên quan đến phương cách Ngài đối xử với tạo vật, thể hiện bản chất của Ngài. Bao gồm yêu thương (Gi 3:16), ân điển (Rô 3:24), công chính và công bằng (Thi 89:14) và thành tín (II Timôthê 2:13).

moral character /ˈmɔːrəl ˈkærəktər; ˈmɑːrəl ˈkærəktər/ *hạnh kiểm.* Bản chất của một người có liên quan đến câu hỏi cái gì là đúng hay sai.

moral choice /ˈmɔːrəl tʃɔɪs; ˈmɑːrəl tʃɔɪs/ *lựa chọn đạo đức.* Những quyết định có liên quan đến cái gì đúng và cái gì sai.

moral conduct /ˈmɔːrəl kɑːnˈdəkt; ˈmɑːrəl kɑːnˈdəkt/ *hành vi đạo đức.* Hành vi của một người trước cái đúng và cái sai.

moral conscientiousness /ˈmɔːrəl ˌkɑːnʃiˈenʃəsnəs; ˈmɑːrəl ˌkɑːnʃiˈenʃəsnəs/ *lương tâm.* Cảm giác có trách nhiệm trước vấn đề đúng sai.

moral corruption /ˈmɔːrəl kəˈrʌpʃn; ˈmɑːrəl kəˈrʌpʃn/ *băng hoại đạo đức, suy đồi, luân lý.* Tình trạng băng hoại bởi tội lỗi của con người khiến họ không còn khả năng đưa ra những quyết định đạo đức đúng đắn trước những vấn đề đạo đức.

moral decision /ˈmɔːrəl dɪˈsɪʒn; ˈmɑːrəl dɪˈsɪʒn/ *quyết định đạo đức.* Một lựa chọn có tính chất đạo đức.

moral development /ˈmɔːrəl dɪˈveləpmənt; ˈmɑːrəl dɪˈveləpmənt/ *phát triển luân lý đạo đức.* Sự phát triển của một người qua các giai đoạn khác nhau và sự hình thành nhân cách và thói quen khiến người đó đưa ra những quyết định về cái sai và cái đúng.

moral education /ˈmɔːrəl ˌedʒuˈkeɪʃn; ˈmɑːrəl ˌedʒuˈkeɪʃn/ *đức dục.* Bộ môn dạy những giá trị và đạo đức theo chuẩn mực văn hóa và xã hội.

moral evil /ˈmɔːrəl ˈiːvl; ˈmɑːrəl ˈiːvl/ *cái ác do hành vi đạo đức.* Cái ác phát xuất từ những hành động có tính đạo đức của con người và gây ảnh hưởng đến những người khác, đối lập với cái ác tự nhiên. Xem: natural evil.

moral freedom /ˈmɔːrəl ˈfriːdəm; ˈmɑːrəl ˈfriːdəm/ *tự do luân lý.* Quyền tự do lựa chọn giữa cái đúng và cái sai.

moral influence theory of the atonement /ˈmɔːrəl ˈɪnfluəns ˈθiːəri əv ðə əˈtoʊnmənt; ˈmɑːrəl ˈɪnfluəns ˈθiːəri əv ðə əˈtoʊnmənt/ *thuyết về ảnh hưởng đạo đức của công cuộc cứu chuộc.* Quan điểm cho rằng cái chết của Chúa Giê-xu trên cây thập tự là bằng chứng tuyệt đỉnh về tình yêu của Đức Chúa Trời và khi nhận ra được điều này, con người sẽ đáp ứng với sự cứu rỗi và chịu ảnh hưởng để sống đời sống yêu thương Chúa và người khác. Quan điểm này gắn liền với Peter Abelard (1079-1142).

moral law /ˈmɔːrəl lɔː; ˈmɑːrəl lɔː/ *luật đạo đức.* Thuật ngữ chỉ Mười Điều Răn hay luật của Môi-se. Mục đích của các luật này là để điều chỉnh hành vi và các quyết định đạo đức; chúng tách biệt với luật nghi lễ tôn giáo và luật dân sự.

moral matter /ˈmɔːrəl ˈmætər; ˈmɑːrəl ˈmætər/ *vấn đề đạo đức; vấn đề luân lý.* Một vấn đề đòi hỏi có sự suy xét về đạo đức. Cũng là một yếu tố trong hành vi của con người giúp chỉ ra một hành động là gì; ví dụ như phân biệt một hành động là nói dối thay vì là giết người.

moral norms /ˈmɔːrəl nɔːrmz; ˈmɑːrəl nɔːrmz/ *tiêu chuẩn đạo đức.* Những tiêu chí hướng dẫn hành vi đạo đức.

moral perfection /ˈmɔːrəl pərˈfekʃn; ˈmɑːrəl pərˈfekʃn/ *đạo đức toàn hảo.* Đáp ứng đầy đủ trọn vẹn những yêu cầu của luật đạo đức, điều mà theo thần học Cơ Đốc là bất khả thi vì tội lỗi ngự trị trong đời sống con người (Thi 14:3; 53:3).

moral theology /ˈmɔːrəl θiˈɑːlədʒi; ˈmɑːrəl θiˈɑːlədʒi/ *thần học đạo đức.* Thuật ngữ Công giáo La Mã chỉ bộ môn thần học giải quyết các vấn đề phân định đúng sai trong hành vi của con người trong tương quan với Đức Chúa Trời. Thuật ngữ Tin Lành tương đương là "Đạo đức Cơ Đốc" (Christian ethics).

moral values /ˈmɔːrəl ˈvæljuːz; ˈmɑːrəl ˈvæljuːz/ *giá trị đạo đức.* Những điều được coi là đúng, quan trọng và cần được đề cao trong đời sống cá nhân và trong xã hội, như là tiêu chuẩn đạo đức.

moral virtues /ˈmɔːrəl ˈvɜːrtʃuːz; ˈmɑːrəl ˈvɜːrtʃuːz/ *phẩm chất đạo đức.* Xem: cardinal virtues.

moral /ˈmɔːrəl; ˈmɑːrəl/ *đạo đức; luân lý.* Liên quan đến các nguyên tắc phân biệt hành vi đúng sai.

moralist /ˈmɔːrəlɪst/ *nhà đạo đức học.* Một người quan tâm mạnh mẽ đến vấn đề đúng sai (đạo đức).

morality /məˈræləti/ *luân lý; đạo đức; đức hạnh.* Sự đúng đắn hay sai trật của hành động căn cứ theo những tiêu chuẩn hành vi.

Moravian Brethren /məˈreɪviən ˈbreðrən/ *giáo hội Anh Em Moravia.* Một phong trào Cơ Đốc mang tính chất mộ đạo, lấy Phúc Âm làm trọng và mạnh về truyền giáo, bắt nguồn từ Moravia. Những người tị nạn xứ Moravia từ thế kỷ XVIII, đem theo họ giáo lý của phái Anh Em Bohemia. Giáo lý của họ pha trộn giữa giáo lý Luther và Thanh giáo, hình thành nên giáo hội Moravia ngày nay, đứng đầu có giám mục, trưởng lão và chấp sự.

Mormonism /ˈmɑːmənɪzəm/ *giáo phái Mormon.* Một phong trào bắt nguồn từ sự dạy dỗ của Joseph Smith (1805-1844), người cho rằng đã nhận được Cuốn sách Mormon từ tay một thiên sứ, và được ban quyền làm linh mục. Sau cái chết của Joseph Smith, giáo phái chia thành hai nhóm: 'hội thánh Chúa Giê-xu của Các Thánh Ngày sau' có trụ sở tại thành phố Salt Lake, Utah, và 'hội thánh Tái tổ chức Chúa Giê-xu của Các Thánh ngày sau' có trụ sở tại Independence, Missouri. hội thánh Chúa Giê-xu của Các Thánh Ngày sau dạy dỗ về sự tồn tại trước khi chết, nhấn mạnh vấn đề đạo đức, thiên hy niên và sự tiến hóa của nhân loại đến sự cứu rỗi cuối cùng. Xem: Latter-day Saints.

mortal body /ˈmɔːrtl ˈbɑːdi/ *thân thể hay chết.*

mortalism, pure /ˈmɔːrtlɪzəm, pjʊr/ Xem: pure mortalism.

mortification /ˌmɔːrtɪfɪˈkeɪʃn/ *diệt khổ; diệt nhục.*

Mosaic law /moʊˈzeɪɪk lɔː/ *Luật Môi-se.*

Mother of God /ˈmʌðər əv gɑːd/ *Mẹ Đức Chúa Trời; Mẹ Thiên Chúa.*

mover, prime /ˈmuːvər, praɪm/ Xem: prime mover.

murder /ˈmɜːrdər/ *giết người.* Hành động giết người khác có chủ ý. Hành động này bị lên án trong Luật Môi-se (Xuất 20:13), bởi Chúa Giê-xu (Mác 7:21) và đối với người Cơ Đốc (Rô 1:29; Gia 4:2).

music, church /ˈmjuːzɪk, tʃɜːrtʃ/ *âm nhạc nhà thờ.* Âm nhạc sử dụng trong nhà thờ, đặc biệt là trong lễ thờ phượng để tôn cao sự vinh hiển của Đức Chúa Trời, bao gồm cả hát và nhạc chơi bằng nhạc cụ.

music, sacred /ˈmjuːzɪk, ˈseɪkrɪd/ *nhạc thánh.* Cả nhạc cổ điển và nhạc phổ thông có mục đích thờ phượng và ca ngợi Đức Chúa Trời. Nhạc thánh thường được chơi trong lễ thờ phượng Cơ Đốc.

mutual conversation and consolation /ˈmjuːtʃuəl ˌkɑːnvərˈseɪʃn ənd ˌkɑːnsəˈleɪʃn/ *chia sẻ và nâng đỡ lẫn nhau.* Thuật ngữ bồi linh chỉ các hoạt động như tư vấn, học Kinh thánh, cầu nguyện qua đó đức tin được củng cố, và Cơ Đốc nhân có thể chăm sóc và quan tâm đến nhau.

mutuality /ˌmjuːtʃuˈæləti/ *quan hệ hỗ tương.* Cùng chia sẻ trách nhiệm và sự quan tâm trong một mối quan hệ bình đẳng. Các nhà thần học nữ quyền chỉ ra khái niệm này, coi đó là mối quan hệ Cơ Đốc thực sự thay vì kiểu quan hệ dựa trên quyền lực và sức mạnh.

mysteries /ˈmɪstriz/ *sự huyền nhiệm.* Những chân lý mà lý trí con người thuần tuý không thể thấu hiểu được. Thuật ngữ này dùng để chỉ các thánh lễ, và trong Kinh thánh chỉ các mục đích kín giấu của Đức Chúa Trời (Êph 1:9; 3:9).

mystery religions /ˈmɪstri rɪˈlɪdʒənz/ *tôn giáo huyền bí.* Những tôn giáo phổ biến trong thời Hy Lạp - La Mã. Những người gia nhập những tôn giáo này được tiết lộ cho biết những chân lý và phải giữ bí mật về chúng. Tôn giáo huyền bí tìm cách giúp môn đồ thoát tục, đạt đến sự hoà hợp thần thánh và sự bất tử.

mystery /ˈmɪstri/ *sự mầu nhiệm; sự huyền nhiệm; chương trình huyền nhiệm.* Mục đích cứu rỗi đời đời của Đức Chúa Trời được giấu kín cho đến khi Chúa Giê-xu nhập thể và Đức Thánh Linh được ban xuống để bày tỏ sự huyền nhiệm này với hội thánh (Êph 1:9; 3:3, 5, 9). Bản chất của Đức Chúa Trời là huyền nhiệm và phải được bày tỏ.

mystic /ˈmɪstɪk/ *thần bí gia.* Người được lĩnh hội trực tiếp từ thánh thần nhờ khả năng trực giác trực tiếp và trạng thái xuất thần.

mystical experience /ˈmɪstɪkl ɪkˈspɪriəns/ *kinh nghiệm thần bí.* Kinh nghiệm được hiệp một với Đức Chúa Trời, thường kèm theo sự ngây ngất (ecstasy) và cảm giác cực kỳ kính sợ hoặc phước hạnh.

mystical intuition /ˈmɪstɪkl ˌɪntuˈɪʃn/ *trực giác thần bí.* Đồng nghĩa với mystical experience. Cũng chỉ về khả năng tiếp nhận sự hiểu biết của tâm trí về Đức Chúa Trời.

mystical sense of Scripture /ˈmɪstɪkl sens əv ˈskrɪptʃər/ *ý nghĩa bí ẩn của Kinh thánh.* Một dạng ý nghĩa biểu tượng truyền thống của Kinh thánh; ẩn ý sâu sắc nhất của văn bản (mà chỉ những người đang tiến bộ trong đời sống tĩnh nguyện Cơ Đốc mới có thể nắm bắt được) khiến người đọc gặp Đấng Christ và có cảm giác hiệp nhất sâu sắc với Ngài. Xem: sense, mystical.

mystical theology /ˈmɪstɪkl θiˈɑːlədʒi/ *thần học thần bí.* Nhánh thần học nghiên cứu về chương trình huyền nhiệm của Đức Chúa Trời trong đời sống một người và một cộng đồng. Mô hình kinh điển của thần học thần bí là “Con đường Ba chặng”: luyện ngục, sự soi sáng, và hiệp nhất với Đức Chúa Trời.

mystical union /ˈmɪstɪkl ˈjuːnjən/ *kết hợp thần bí.* Theo các nhà thần bí học, đó là sự hiệp nhất giữa một người với Đức Chúa Trời, vượt quá sự hiểu biết về mối quan hệ thông thường giữa một tín đồ và Đức Chúa Trời. Mối tương giao trực tiếp với Đức Chúa Trời (hay Đấng Christ) khiến người tín hữu kinh nghiệm sâu sắc hơn sự hiện diện của Chúa và bày ra trước người đó khải tượng hạnh phước. Có người cho rằng sự kết hợp thần bí kéo dài vĩnh viễn, số khác lại cho rằng đó là những giai đoạn gián đoạn khác nhau. Xem: union, mystical.

mysticism /ˈmɪstɪsɪzəm/ *thần bí học.* Sự lĩnh hội trực tiếp từ Đấng Thánh. Tập tục tôn giáo tìm kiếm sự nhận biết trực tiếp về Đức Chúa Trời chứ không tìm kiếm kiến thức về Ngài.

mysticism, Christian /ˈmɪstɪsɪzəm, ˈkrɪstʃən/ *thần bí học Cơ Đốc.* Kinh nghiệm hiệp nhất với Đức Chúa Trời nhờ sợi dây yêu thương vượt quá năng lực của con người và đem lại sự hiểu biết và thông công trực tiếp với Đức Chúa Trời mà trọng tâm là Đức Chúa Giê-xu Christ.

myth /mɪθ/ *huyền thoại; thần thoại.* Một câu chuyện được dùng để giải thích một tín ngưỡng, tập quán hay một hiện tượng thiên nhiên, có ý nghĩa tôn giáo hoặc tâm linh. Thần thoại có thể liên kết nhiều chân lý dường như đối nghịch hay không liên quan đến nhau. Thần thoại học (mythology) là bộ môn nghiên cứu các truyện thần thoại.

N - n

narrative passages /ˈnærətɪv ˈpæsɪdʒɪz/ *phân đoạn tường thuật.* Những phần của Kinh thánh (hoặc văn bản khác) dùng văn kể chuyện .

narrative theology /ˈnærətɪv θiˈɑːlədʒi/ *thần học tường thuật.* Phong trào thần học hiện đại nhấn mạnh bài tường thuật trong thần học và cuộc sống.

native religions /ˈneɪtɪv rɪˈlɪdʒənz/ *tôn giáo địa phương.* Truyền thống tôn giáo của một địa phương nào đó.

Nativity, the /nəˈtɪvəti, ðə/ *Lễ Giáng sinh.* Nói chung là sinh nhật, nhưng trong Cơ Đốc giáo luôn được xem là sinh nhật của Chúa Giê-xu, tức là Giáng Sinh.

natural attributes of God /ˈnætʃrəl ˈætrɪbjuːts əv gɑːd/ *thuộc tính thiên nhiên của Đức Chúa Trời.* Những thuộc tính của Đức Chúa Trời có liên quan với thiên nhiên như kiến thức, sự hiện diện và quyền năng. Xem: attributes of God.

natural body /ˈnætʃrəl ˈbɑːdi/ *thân thể thiên nhiên.* Thân thể của con người trước khi chết (khác với thân thể sống lại).

natural evil /ˈnætʃrəl ˈiːvl/ *thảm hoạ thiên nhiên.* Điều xấu như sóng thần, lũ lụt, động đất, và bệnh tật xảy ra trong thiên nhiên. Xem: moral evil.

natural impulses /ˈnætʃrəl ˈɪmpʌlsɪz/ *sự thôi thúc tự nhiên.* Cách đáp ứng phản xạ theo bản chất tội lỗi.

natural law /ˈnætʃrəl lɔː/ *luật thiên nhiên.* Theo các nhà triết học cổ đại, có nguyên tắc đạo đức của thiên nhiên mà Chúa ban cho. Xem: law, natural.

natural man /ˈnætʃrəl mæn/ *con người thiên nhiên.* Xem: man, natural.

natural religion /ˈnætʃrəl rɪˈlɪdʒən/ *tôn giáo thiên nhiên.* Tín ngưỡng hoặc tôn giáo dựa vào việc quan sát thiên nhiên và suy nghĩ, chứ không phải dựa vào mặc khải. Xem: natural theology.

natural revelation /ˈnætʃrəl ˌrevəˈleɪʃn/ *mặc khải thiên nhiên.* Những điều thiên nhiên cho biết về Đức Chúa Trời.

natural rights /ˈnætʃrəl raɪts/ *quyền thiên nhiên.* Quan điểm cho rằng con người có quyền căn bản về mặt luật pháp hoặc về mặt đạo đức vì họ là con người.

natural theology /ˈnætʃrəl θiˈɑːlədʒi/ *thần học thiên nhiên.* Ngành của thần học sử dụng mặc khải thiên nhiên để nghiên cứu về Đức Chúa Trời.

naturalism /ˈnætʃrəlɪzəm/ *chủ nghĩa thiên nhiên.* Quan điểm về thế giới cho rằng chỉ có thiên nhiên, không có siêu nhiên. Xem: naturalistic ethics.

naturalistic ethics /ˌnætʃrəˈlɪstɪk ˈeθɪks/ *đạo đức học có tính thiên nhiên.* Cách thức làm đạo đức học đánh giá cao điều được xem là tự nhiên hoặc là đạo đức học cho rằng không có Đức Chúa Trời. Xem: naturalism.

nature and grace /ˈneɪtʃər ənd greɪs/ *thiên nhiên và ân điển.* So sánh hai điều, thế giới tội lỗi và công việc cứu rỗi của Chúa.

nature of God /ˈneɪtʃər əv gɑːd/ *bản chất của Đức Chúa Trời.* Xem: God, nature of.

nature worship /ˈneɪtʃər ˈwɜrʃɪp/ *thờ phượng thiên nhiên.* Việc thờ phượng thế giới thiên nhiên như mặt trời, mặt trăng, v.v...

nature, theology of /ˈneɪtʃər, θiˈɑːlədʒi əv/ *thần học về thiên nhiên.* Những điều thần học nói về thiên nhiên và mối quan hệ giữa Đức Chúa Trời với thiên nhiên hoặc giữa con người và thiên nhiên.

Nazarene, Church of the /ˈnæzəriːn, tʃɜːrtʃ əv ðə/ *giáo hội Nazarene.* giáo hội Tin Lành bắt đầu ở Mỹ vào năm 1895 nhấn mạnh đến việc thánh hóa theo truyền thống của Wesley và việc chữa bệnh.

Nazirite, Nazarite /ˈnæzərait/ *người Na-xi-rê.* Theo Dân 6, là người hứa biệt riêng ra cho Đức Chúa Trời; người ấy không uống rượu nho, nước nho, hoặc ăn nho, để tóc dài và không đến gần xác người chết.

Necessary being /ˈnesəseri ˈbiːɪŋ/ *Đấng hiện hữu cần thiết.* Người hiện hữu dựa vào chính mình; theo quan điểm Cơ Đốc giáo, đó là Đức Chúa Trời.

necessity for salvation /nəˈsesəti fər sælˈveɪʃn/ *nhu cầu được cứu rỗi.* Nhu cầu bức thiết của mọi người là được cứu rỗi.

necessity of compulsion /nəˈsesəti əv kəmˈpʌlʃn/ *nhu cầu do ép buộc.* Trường hợp một ai phải làm một việc gì đó nhưng không muốn làm.

necessity of nature /nəˈsesəti əv ˈneɪtʃər/ *nhu cầu do bản chất.* Trường hợp một ai phải (hoặc sẽ) làm một việc gì vì bản chất của mình.

necessity /nə'sesəti/ *điều cần thiết.* Theo triết học, đó là bất cứ điều gì phải có. Xem: contingency.

necromancy /'nekroʊmænsi/ *cầu vong.* Việc giao tiếp với người chết để biết tương lai; bị Kinh thánh cấm (Lê-vi 19:31, Phục 18:10-12).

negative theology /'negətɪv θi'ɑ:lədʒi/ *thần học tiêu cực.* Cách thức làm thần học bằng cách phê bình quan điểm khác với quan điểm của mình và có thể không mô tả rõ ràng quan điểm của mình. Xem: theology, negative.

negligence, sins of /'neglɪdʒəns/ Xem: sins of omission.

neo-calvinism /'ni:oʊ - 'kælvɪnɪzəm/ *tân thuyết Calvin.* Phong trào thần học hiện đại, cũng được gọi là tân chính thống, là thuyết giải nghĩa lại thuyết Calvin. Xem: neo-orthodoxy.

neo-evangelicalism /'ni:oʊ-ˌi:væn'dʒelɪkəlɪzəm/ *tân thuyết Tin Lành.* Phong trào Tin Lành ở Mỹ vào những năm 1950 tách ra thuyết nền tảng để nhấn mạnh đến công tác xã hội trong khi giữ giáo lý chính thống.

neo-liberalism /'ni:oʊ - 'lɪbərəlɪzəm/ *tân thuyết tự do.* Cụm từ tiêu cực cho tân thuyết chính thống. Xem: neo-orthodoxy.

neo-orthodoxy /'ni:oʊ - 'ɔ:rθədɑ:ksi/ *tân thuyết chính thống.* Phong trào thần học bắt đầu giữa thế kỷ XX ở châu Âu, phản đối thuyết tự do và giải nghĩa lại thời cải chánh. Xem: neo-calvinism.

Neo-Pentecostalism /'ni:oʊ - ˌpentɪ'kɔ:stəlizəm/ *tân thuyết ngũ tuần.* Phong trào ân tứ ở bên ngoài các hội thánh Ngũ Tuần, khi người ta tìm kiếm ân tứ như nói tiếng lạ.

neophyte /'ni:əfaɪt/ *tân tín hữu; tân tu sĩ.* Người mới tin hoặc mới được làm tu sĩ trong Công giáo.

Neoplatonism /ˌni:oʊ'pleɪtənɪzəm/ *tân thuyết Plato.* Triết học của một số người, đặc biệt là Plotinus (thế kỷ III), phát triển thuyết Plato; đã có tác động lớn trong những thế kỷ đầu tiên của hội thánh. Xem: Platonism.

nepotism /'nepətɪzəm/ *chế độ gia đình trị.* Ưu tiên cho gia đình và bà con của mình khi chọn người lãnh đạo hội thánh.

Nestorianism /nɛ'stɔ:rɪənɪzəm/ *thuyết Nestorius.* Tà giáo bị giáo hội Nghị Ephesus (431) kết án vì cho rằng Chúa Giê-xu có hai bản chất cùng với hai vị cách khác nhau (Ngôi vị và nhân vị).

New Age movements /nu: eɪdʒ 'mu:vmənt/ *phong trào thời đại mới.* Những phong trào tôn giáo bắt đầu vào những năm 1970 nhấn mạnh luân hồi, thuật chiêm tinh, chữa lành tâm thần toàn diện và tiềm năng con người.

new birth /nu: bɜ:rθ/ *tái sinh.* Sự kiện xảy ra khi một người tiếp nhận Chúa và nhận sự sống mới qua Đức Thánh Linh (Gi 3:3-8). Xem: regenerate.

new body /nu: ˈbɑ:di/ *thân thể mới.* Thân thể vật chất sau sự sống lại. Xem: resurrection.

new commandment /nu: kəˈmændmənt/ *mạng lệnh mới; điều răn mới.* Mạng lệnh của Chúa Giê-xu trong Gi 13:34 để môn đồ yêu thương lẫn nhau.

new covenant /nu: ˈkʌvənənt/ *giao ước mới.* Khác với giao ước của thời Cựu Ước, là mối quan hệ mới qua huyết của Chúa Giê-xu được tiên tri Giê-rê-mi báo trước (Giê 31:31-34) và được Chúa Giê-xu thiết lập (Lu 22:20). Xem: covenant, new.

new covenant, dispensationalism Xem: dispensation of grace.

new creation /nu: kriˈeɪʃn/ *cuộc tân tạo; sinh vật mới.* Cụm từ dành cho hai điều, là trời mới và đất mới (Ê-sai 65:17-25, Khải 21:1-4) và tín hữu được tái sinh (2 Cô 5:17). Xem: heaven, new.

new earth /nu: ɜ:rθ/ *đất mới.* Thế giới mới, sau cuộc phán xét của Đức Chúa Trời, được các nhà tiên tri báo trước (Ê-sai 65:17-25, Khải 21:1-4).

new heart /nu: hɑ:rt/ *tấm lòng mới.* Xem: regenerate.

new Israel /nu: ˈɪzreɪl/ *dân Y-sơ-ra-ên mới.* Dân Chúa trong giao ước mới (Ga 3:29).

new life /nu: laɪf/ *sự sống mới.* Kết quả của việc tái sinh. Xem: regenerate, new birth.

new people of God Xem: new Israel.

new quest for the historical Jesus /nu: kwest fər ðə hɪˈstɔ:rɪkl ˈdʒi:zəs/ *phong trào mới tìm hiểu về Giê-xu trong lịch sử.* Phong trào nghiên cứu bắt đầu vào những năm 1950 do học giả Tân Ước người Đức Ernst Käsemann thành lập; phong trào này tìm cách "tìm kiếm" Giê-xu lịch sử có thật phân biệt với truyền thống của Cơ Đốc giáo. Xem: quest of the historical Jesus.

New Testament theology /nu: ˈtestəmənt θiˈɑ:lədʒi/ *thần học Tân Ước.* Ngành thần học tập trung vào các chủ đề trong Tân Ước hoặc mô tả sứ điệp chung của cả Tân Ước.

New Testament /nu: ˈtestəmənt/ *Tân Ước.* Bao gồm 27 sách của Kinh thánh tập trung vào Chúa Giê-xu và hội thánh đầu tiên; được hội thánh công nhận là lời của Chúa.

Nicaea (Nicea), Council of (325) /naɪˈsiːə, ˈkaʊnsl əv/ *giáo hội Nghị Nicaea.* giáo hội nghị đầu tiên của hội thánh đầu tiên đưa ra quyết định về thuyết Arius và cho rằng Chúa Giê-xu cùng bản chất với Đức Chúa Cha.

Nicene Creed /naɪˈsiːən kriːd/ *Bài Tín Điều Nicaea.* Bài tín điều được giáo hội nghị Nicaea công nhận (năm 325) và được chỉnh sửa vào năm 381 để chống thuyết Arius.

nihilism /ˈnaɪɪlɪzəm/ *hư vô thuyết.* Quan điểm triết học của thế kỷ XIX gạt bỏ truyền thống về đạo đức, tôn giáo và quyền lực.

Ninety-five Theses (1517) /ˈnaɪnti - faɪv ˈθiːsiːz/ *chín mươi lăm điều khẳng định; chín mươi lăm luận đề.* Tài liệu mà Martin Luther đóng trên cửa của nhà thờ tại Wittenberg, Đức, vào năm 1517 và bắt đầu cuộc cải chánh Tin Lành.

noetic /nəʊˈɛtɪk/ *thuộc lý trí.* Điều liên quan đến tri thức.

nominal Christian /ˈnaːmɪnl ˈkrɪstʃən/ *tín hữu danh nghĩa.* Một người tuyên xưng đức tin nhưng không có hành động chứng tỏ đức tin như đi nhóm, môn đồ hóa, v.v...

nominalism /ˈnaːmɪnlɪzəm/ *thuyết duy danh.* Quan điểm triết học cho rằng ý tưởng trừu tượng chỉ là danh thôi, không phải thực hữu bên ngoài cụ thể, khác với thuyết duy thực.

nominalists /ˈnaːmɪnlɪstz/ *những người ủng hộ thuyết duy danh.* Xem: nominalism.

nominating committee /ˈnaːmɪneɪtɪŋ kəˈmɪti/ *ủy ban bổ nhiệm.* ủy ban cử người để làm chức vụ nào đó trong hội thánh (mục sư, trưởng lão, hoặc chấp sự); bình thường người được cử phải được người trong hội thánh bầu.

non posse non peccare, non posse peccare /naːn ˈpaːsi naːn pəˈkaːreɪ, naːn ˈpaːsi pəˈkaːreɪ/ *không thể không phạm tội/không thể phạm tội.* Hai cụm từ dùng cho hai nhóm người trong hai trạng thái khác nhau: trong đời này người ta bắt buộc phải phạm tội và người ở trên trời không thể phạm tội; quan điểm do Augustine đưa ra.

non-Christian religions /naːn-ˈkrɪstʃən rɪˈlɪdʒən/ *tôn giáo không thuộc về Cơ Đốc giáo.* Các tôn giáo như Đạo Phật, Hồi Giáo và Ấn Độ Giáo không phải là Cơ Đốc giáo.

nonbiblical /naːnˈbɪblɪkl/ *không thuộc Kinh thánh.* Điều gì bắt nguồn từ tài liệu bên ngoài Kinh thánh hoặc có thể mâu thuẫn với Kinh thánh.

noncompatibilistic freedom /nɑːnkəmˌpætəˈbɪlistik ˈfriːdəm/ *tự do không tương hợp.* Quan điểm thần học về tự do con người cho rằng sự tự do của con người không phù hợp với việc tất định của Đức Chúa Trời.

nondenominational church /ˌnandɪˌnaməˈneɪʃənl tʃɜːrtʃ/ *hội thánh không giáo phái.* Một hội thánh không thuộc về một giáo phái nào; thường là độc lập.

nonelect /nanɪˈlekt/ *người không được chọn.* Những người không được Chúa chọn để được cứu. Xem: elect.

nonfundamental articles /nanˌfʌndəˈmentl ˈɑːrtɪklz/ *giáo lý không căn bản.* Những điều tín lý không làm nền tảng của Phúc Âm.

norm /nɔːrm/ *tiêu chuẩn; quy tắc.* Mô hình người ta dùng trong đạo đức học để đánh giá hành vi.

nothingness /ˈnʌθɪŋnəs/ *hư vô; hư không.* Trạng thái không thực hữu.

number of the beast /ˈnʌmbər ʌv ðə biːst/ *số con thú.* Con số của con thú trong Khải 13:18, là 666.

numerology, biblical /ˌnuːməˈraːlədʒi, ˈbɪblɪkl/ *Thánh Kinh số học.* Xu hướng nghiên cứu về ý nghĩa của con số trong Kinh thánh.

numinous, the /ˈnuːmɪnəs, ðə/ *siêu trí; thần thiêng.* Kinh nghiệm về sự thánh khiết có tính mầu nhiệm, thích thú và kinh hãi.

nun /nʌn/ *nữ tu.* Một thiếu nữ vào một dòng tu Công giáo.

nunnery /ˈnʌnəri/ *nữ tu viện.* Chỗ ở và làm việc của nữ tu.

O - o

oath /oʊθ/ *lời thề.* Lời hứa quan trọng, thường xác định Đức Chúa Trời là chứng nhân.

obedience of Christ /əˈbiːdiəns ʌv kraɪst/ *sự vâng phục của Đấng Christ.* Hành động tích cực của Chúa Giê-xu làm theo ý muốn của Đức Chúa Cha, chịu đóng đinh trên thập tự giá để cứu con người.

obedience /əˈbiːdiəns/ *vâng phục; vâng lời.* Việc làm theo ý của người khác (thường là Đức Chúa Trời).

obedience, vow of /əˈbiːdiəns, vaʊ ʌv/ *lời thề vâng phục.* Lời hứa của những người vào dòng tu để vâng phục Chúa và những người lãnh đạo của họ trong dòng tu.

object of faith /ˈɑːbdʒekt ʌv feɪθ/ *đối tượng của đức tin.* Mục tiêu của niềm tin, như Chúa Giê-xu, Kinh thánh, v.v...

objectification /əbˌdʒektɪfɪˈkeɪʃn/ *sự đối tượng hóa.* Việc làm con người thành đối tượng (thay cho con người); thường liên quan đến vấn đề lợi dụng con người và đặc biệt là phụ nữ.

objective Christianity /əbˈdʒektɪv ˌkrɪstiˈænəti/ *Cơ Đốc giáo khách quan.* Cụm từ được Soren Kirkegaard (thế kỷ XIX) dùng cho việc khách quan hóa (chứng minh theo lô-gíc, v.v...) Cơ Đốc giáo đến mức không còn có tác động chủ quan.

objective guilt /əbˈdʒektɪv gɪlt/ *tội lỗi khách quan.* Phạm tội được biết qua hành động (không phải qua tình cảm); thực sự phạm tội.

objective knowledge /əbˈdʒektɪv ˈnɑːlɪdʒ/ *kiến thức khách quan.* Kiến thức tồn tại ở bên ngoài người có kiến thức, không thuộc về quan điểm chủ quan của một người.

objective truth /əbˈdʒektɪv truːθ/ *chân lý khách quan.* Điều có thật, là sự kiện không phải là ý kiến chủ quan của một người hoặc một nhóm người.

objectivity /ˌɑːbdʒekˈtɪvəti/ *tính khách quan.* Bỏ qua ý kiến của mình để thấy và công nhận chân lý.

obligation /ˌɑːblɪˈgeɪʃn/ *nhiệm vụ.* Yêu cầu đạo đức mà mình phải làm theo dù thích hay không.

Occam's razor /ˈɒkəmz ˈreɪzər/ *dao cạo của Occam.* Nguyên tắc triết học của William of Occam (thế kỷ XIII-XIV) nhấn mạnh tính đơn giản; nên sử dụng càng ít càng tốt để giải thích một hiện tượng. Xem: nominalism.

occult, occultism /əˈkʌlt, əˈkʌltɪzəm/ *huyền bí, thuyết huyền bí.* Việc liên kết với quyền lực vô hình qua thuật chiêm tinh, ma thuật, v.v... và sử dụng quyền lực đó.

offering /ˈɔːfərɪŋ/ *dâng hiến.* Những gì dâng cho Chúa như tiền bạc hoặc chính mình để phục vụ Ngài. Xem: collection.

offertory /ˈɔːfərtɔːri/ *bài ca dâng hiến.* Một bài ca được hát khi dâng hiến trong lễ thờ phượng.

office /ˈɔːfɪs/ *chức vụ.* Vị trí chính thức trong một hội thánh hoặc một giáo hội.

officers, church /ˈɔːfɪsərz, tʃɜːrtʃ/ *viên chức của hội thánh.* Những người được tuyển làm chức vụ chính thức trong hội thánh như trưởng lão hoặc chấp sự.

offices of Christ /ˈɔːfɪsərz əv kraɪst/ *chức vụ của Đấng Christ.* Những chức năng của Đấng Christ; theo truyền thống là nhà tiên tri, thầy tế lễ và vua.

oil, anointing with /ɔɪl, əˈnɔɪntɪŋ wɪð/ Xem: anointing.

old covenant /oʊld ˈkʌvənənt/ *Cựu Ước.* Có thể hiểu là 39 sách trước thời Chúa Giê-xu, hoặc giao ước cũ (thường là giao ước với dân Y-sơ-ra-ên qua Môi-se). Xem: Old Testament.

old dispensation /oʊld ˌdɪspenˈseɪʃn/ *chế độ tôn giáo cũ.* Chế độ quan hệ của Cựu Ước, trước thời của Chúa Giê-xu.

old life /oʊld laɪf/ *đời sống cũ.* Cuộc sống trước khi tin Chúa, trước khi được tái sinh.

old nature /oʊld ˈneɪtʃər/ *bản chất cũ.* Bản chất tội lỗi của con người trước khi được tái sinh.

Old Testament believers, saints /oʊld ˈtestəmənt bɪˈliːvərz, seɪntz/ *thánh đồ thời Cựu Ước.* Những người tin Chúa trước thời Chúa Giê-xu.

Old Testament theology /oʊld ˈtestəmənt θiˈɑːlədʒi/ *thần học Cựu Ước.* Ngành thần học tập trung vào các chủ đề trong Cựu Ước hoặc mô tả sứ điệp chung của cả Cựu Ước.

Old Testament /oʊld ˈtestəmənt/ *Cựu Ước.* Bao gồm 39 sách của Kinh thánh Do Thái trước thời của Chúa Giê-xu được hội thánh công nhận là lời của Chúa; kinh điển Tin Lành là 39 sách nhưng Công giáo chấp nhận 46 sách.

omission, sins of Xem: sins of omission.

omnibenevolent /ˌɑːmnɪbəˈnevələnt/ *toàn thiện.* Thuộc tính của Đức Chúa Trời liên quan đến cách yêu thương, thương xót.

omnipotence of God /ɑːmˈnɪpətəns əv gɑːd/ *Đức Chúa Trời toàn năng.*

omnipresence of God /ˌɑːmnɪˈprezns əv gɑːd/ *Đức Chúa Trời toàn tại.* Xem: God, omnipresence of.

omniscience of God /ɑːmˈnɪsiəns əv gɑːd/ *Đức Chúa Trời toàn tri.* Xem: God, omniscience of.

omnitemporal /ɑːmˈnɪˈtempərəl/ *toàn thời gian.* Thuộc tính của Đức Chúa Trời tồn tại mãi mãi.

Oneness Pentecostalism /ˈwʌnnəs ˌpentɪˈkɔːstəlizəm/ *Ngũ Tuần Độc Nhất.* Loại Ngũ Tuần gạt bỏ Đức Chúa Trời Ba Ngôi và chỉ chấp nhận Đức Chúa Giê-xu Christ.

only begotten /ˈoʊnli bɪˈgɒtn/ *độc sinh.* Cụm từ dùng trong bản dịch Kinh thánh King James Version trong Gi 3:16 để mô tả địa vị của Chúa Giê-xu là con một của Đức Chúa Trời.

ontological argument /ˌɑːntəˈlɑːdʒɪkl ˈɑːrgjumənt/ *luận chứng bản thể học.* Cách thức chứng minh sự thực hữu của Đức Chúa Trời do Anselm (thế kỷ XI-XII) đưa ra cho rằng Đức Chúa Trời là hữu thể lớn nhất mà chúng ta hình dung được; vì thế nên Ngài phải thực hữu vì nếu không thì sẽ không phải lớn vậy.

ontological deity of Jesus /ˌɑːntəˈlɑːdʒɪkl ˈdeɪəti əv ˈdʒiːzəs/ *thần tính bản thể của Chúa Giê-xu.* Nhấn mạnh đến vấn đề Chúa Giê-xu thực sự có bản chất của Đức Chúa Trời chứ không phải chỉ làm chức năng của Đức Chúa Trời.

ontology /ɑːnˈtɑːlədʒi/ *bản thể học.* Ngành triết học nghiên cứu bản thể hoặc sự hiện hữu để xác định điểm chung của các hữu thể.

open Communion /ˈoʊpən kəˈmjuːnjən/ *Tiệc Thánh mở.* Cho phép bất cứ tín hữu nào tham gia vào Tiệc Thánh dù họ thuộc về giáo phái của mình hay không, khác với Tiệc Thánh đóng.

open-air meeting /ˈoʊpən-er ˈmiːtɪŋ/ *chương trình ngoài trời.* Chương trình truyền giảng hoặc bồi linh được tổ chức ở bên ngoài nhà thờ.

oracles of God /ˈɔːrəklz əv gɑːd/ *sấm ngôn của Đức Chúa Trời.* Điều Chúa bày tỏ, đặc biệt qua các nhà tiên tri; đặc biệt liên quan đến thần học của John Calvin (thế kỷ XVI) cho rằng có cách thức Ngài phán hoặc bày tỏ Ngài cách đặc biệt như Đấng Christ, Kinh thánh, giảng dạy, v.v...

oral tradition /ˈɔːrəl trəˈdɪʃn/ *truyền thống truyền khẩu.* Cách thức truyền thống được lưu truyền cho thế hệ mới bằng lời nói (thay vì tài liệu được viết); cách thức một số phần của Kinh thánh được lưu truyền trước khi được viết ra.

oratory /ˈɔːrətɔːri/ *nhà nguyện.* Chỗ dành để cầu nguyện.

ordain /ɔːrˈdeɪn/ *tấn phong; chỉ định.* Việc phong chức mục sư; việc Đức Chúa Trời ra lệnh về một sự kiện sẽ xảy ra theo ý muốn của Ngài.

order of salvation /ˈɔːrdər əv sælˈveɪʃn/ *trật tự cứu rỗi.* Là thứ tự của quá trình được cứu trong truyền thống của các nhà thần học Calvin; bao gồm sự kêu gọi, tái sinh, được nhận là con nuôi của Chúa, đức tin, được xưng công bình, thánh hóa, v.v...

ordinance /ˈɔːrdɪnəns/ *lễ nghi; thánh lễ.* Lễ nghi được Chúa truyền cho hội thánh phải tuân giữ; trong truyền thống Báp-tít bao gồm phép báp-têm và tiệc thánh; làm lễ nghi này không có tác động thuộc linh như trong truyền thống Công giáo và một số giáo phái Tin Lành nhưng là vấn đề vâng phục Chúa. Xem: sacrament.

ordination /ˌɔːrdənˈeɪʃn/ *lễ tấn phong.* Lễ tấn phong mục sư hoặc một chức vụ khác.

original righteousness /əˈrɪdʒənl ˈraɪtʃəsnəs/ *sự công bình nguyên thủy.* Trạng thái của A-đam và Ê-va trước khi sa ngã.

original sin /əˈrɪdʒənl sɪn/ *nguyên tội.* Tội lỗi của A-đam hiện hữu trong mọi người được sinh ra (Rô 5:12-14). Xem: sin, original.

Orthodox Church, the /ˈɔːrθədɑːks tʃɜːrtʃ, ðə/ *hội thánh chính thống.* Những giáo hội chấp nhận bảy giáo hội nghị đầu tiên của hội thánh và tách ra khỏi Công giáo năm 1054; họ cũng chấp nhận thượng phụ tại Constantinople; cũng được gọi chính thống Đông Phương. Xem: Orthodoxy, Eastern.

Orthodox spirituality /ˈɔːrθədɑːks ˌspɪrɪtʃuˈæləti/ *thuộc linh chính thống.* Truyền thống thuộc linh của tín hữu chính thống tập trung vào việc thờ phượng, suy ngẫm, sự hiện diện mầu nhiệm của Đấng Christ, các bí tích, và theo lịch của giáo hội.

Orthodox theology /ˈɔːrθədɑːks θiˈɑːlədʒi/ *thần học chính thống.* Quan điểm thần học của hội thánh chính thống.

orthodox view /ˈɔːrθədɑːks vjuː/ *quan điểm chính thống.* Quan điểm thần học được nhiều giáo hội chấp nhận là đúng.

orthodox /ˈɔːrθədɑːks/ *chính thống.* Mô tả quan điểm hoặc tín lý đúng được nhiều giáo hội chấp nhận.

Orthodoxy Xem: Orthodox Church, the; orthodox view.

Orthodoxy, Eastern /ˈɔːrθədɑːksi, ˈiːstərn/ *Chính thống Đông phương.* Xem: Orthodox Church, the.

orthopraxis /ˈɔːrθoʊˈpræksɪs/ *chính hành.* Nếu orthodoxy là tín lý đúng thì orthopraxy là phương pháp đúng; đặc điểm của thần học giải phóng nhấn mạnh việc làm đúng những thực thể của đức tin.

orthopraxy Xem: orthopraxis.

outer darkness /ˈaʊtər ˈdɑːrknəs/ *nơi tối tăm ở bên ngoài.* Cụm từ Chúa Giê-xu dùng trong Mat 8:12, 22:13 và 25:30 là chỗ hình phạt.

P - p

pacifism /ˈpæsɪfɪzəm/ *chủ nghĩa hoà bình.* Quan điểm gạt bỏ chiến tranh và bạo lực.

paedobaptism /ˌpeɪdoʊˈbæptɪzəm/ *phép báp-têm cho trẻ con.* Việc làm phép báp-têm cho trẻ con và đặc biệt là em bé. Xem: pedobaptism.

pagan /ˈpeɪgən/ *ngoại đạo.* Từ dùng để mô tả một người hoặc một tôn giáo không phải là Cơ Đốc giáo. Xem: heathen.

paganism /ˈpeɪgənɪzəm/ *ngoại giáo.* Từ dùng cho bất cứ tôn giáo nào không thuộc về Cơ Đốc giáo.

Palm Sunday /pɑːm ˈsʌndeɪ/ *Chúa nhật Lễ lá.* Chúa nhật trước Lễ Phục sinh kỷ niệm ngày Chúa Giê-xu vào thành Giê-ru-sa-lem cưỡi lừa và đi trên các lá (Mat 21, Mác 11, Lu 19, Gi 12).

panentheism /pænˈɛnθiːɪʒəm/ *phiếm tại thần thuyết.* Quan điểm tôn giáo cho rằng thần ở trong tất cả. Xem: pantheism.

pantheism /ˈpænθiɪzəm/ *phiếm thần thuyết.* Quan điểm tôn giáo cho rằng cái gì cũng là thần. Xem: panentheism.

papacy, the /ˈpeɪpəsi, ðə/ *chức giáo hoàng.* Trong hệ thống quản lý giáo hội Công giáo, Giáo Hoàng là chức vụ cao nhất.

papal blessing /ˈpeɪpl ˈblesɪŋ/ *phép lành toà thánh.* Việc chúc phước của giáo hoàng.

papal infallibility /ˈpeɪpl ɪnˈfæləbɪləti/ *sự vô ngộ của giáo hoàng.* Xem: infallibility, papal.

parable /ˈpærəbl/ *ngụ ngôn; ví dụ; ẩn dụ.* Câu chuyện dựa vào kinh nghiệm bình thường để trình bày sứ điệp (xem Mác 4).

parables of Jesus /ˈpærəblz əv ˈdʒiːzəs/ *ngụ ngôn của Chúa Giê-xu.* Các ngụ ngôn của Đấng Christ trong các sách Phúc Âm; Mác 4:1-20 giải thích lý do Ngài dùng ngụ ngôn.

parachurch organizations /ˈpærətʃɜːrtʃ ˌɔːrgənəˈzeɪʃnz/ *những tổ chức phi giáo hội.* Tổ chức thuộc Cơ Đốc giáo nhưng không phải là hội thánh như hội truyền giáo, trường Kinh thánh và nhiều loại chức vụ khác.

Paraclete /ˈpærəˌklit/ *Đấng Yên Ủi.* Danh xưng của Đức Thánh Linh (Gi 14:16, 26).

paradigm shift /ˈpærədaɪm ʃɪft/ *thay đổi khuôn mẫu.* Xảy ra khi thay đổi mô hình suy nghĩ hoàn toàn; thay đổi tư duy tác động lớn.

paradigm /ˈpærədaɪm/ *khuôn mẫu.* Mô hình tổ chức ý tưởng hoặc ví dụ.

paradise /ˈpærədaɪs/ *lạc viên; thiên đàng.* Chỗ sung sướng như vườn Ê-đen hoặc thiên đàng. Xem: Eden, Garden of.

paradox /ˈpærədɑːks/ *nghịch lý.* Điều vừa có thật vừa thấy mâu thuẫn như nói Đức Chúa Trời là ba ngôi và một Đức Chúa Trời.

paradox, theology of /ˈpærədɑːks, θiˈɑːlədʒi əv/ *thần học nghịch lý.* Mô tả tinh thần của một số học giả như Soren Kirkegaard (thế kỷ XIX) và Karl Barth (thế kỷ XX) nhấn mạnh những điều nghịch lý trong Cơ Đốc giáo.

parallelism, poetic /ˈpærəlelɪzəm, poʊˈetɪk/ *cấu trúc thi ca song song, thể song hành.* Cấu trúc thi ca thường gặp trong Cựu Ước khi một câu có hai hoặc ba dòng song song với nhau.

pardon /ˈpɑːrdn/ *tha thứ.* Việc tha thứ một người đã phạm tội.

parish /ˈpærɪʃ/ *giáo xứ.* Cộng đồng một hội thánh phục vụ hoặc các thành viên của hội thánh đó.

parole /pəˈroʊl/ *lời nói cụ thể.* Từ tiếng Pháp được Ferdinand de Saussure (thế kỷ XIX-XX) dùng cho một lời nói cụ thể, khác với hệ thống ngữ pháp lý thuyết.

Parousia /ˌpɑruˈsiə/ *sự tái lâm.* Sự kiện Chúa Giê-xu trở lại (Mat 24:29-31).

parson /ˈpɑːrsn/ *mục sư.* Người phụ trách một hội thánh, hoặc nói chung là mục sư.

parsonage /ˈpɑːrsənɪdʒ/ *tư thất.* Chỗ ở của mục sư được hội thánh cung cấp, thường trong cơ sở của nhà thờ.

particular judgment /pərˈtɪkjələr dʒʌdʒmənt/ *phán xét riêng.* Trong thần học Công giáo là cuộc phán xét xảy ra khi một người chết.

particular redemption /pərˈtɪkjələr rɪˈdempʃn/ Xem: limited atonement.

particularism /pərˈtɪkjələrɪzəm/ *chủ nghĩa đặc thù.* Quan điểm cho rằng đáp ứng cá nhân cần thiết để được cứu. Xem: universalism.

particularity /pərˈtɪkjuˈlærəti/ *đặc điểm.* Điều đặc biệt của cái gì đó.

paschal lamb Xem: Passover lamb.

passibility /pæsɪbɪləti/ *khả thụ tính.* Khả năng chịu đau khổ; một số nhà thần học cho rằng từ này mô tả Đức Chúa Trời có đặc tính này, nhưng một số thì cho là không.

passion of Christ /ˈpæʃn əv kraɪst/ *sự thương khó của Đấng Christ.* Sự đau khổ của Đấng Christ trước khi và trong khi bị đóng đinh trên thập tự giá.

passion plays /ˈpæʃn pleɪz/ *kịch thương khó.* Kịch bản kể lại sự thương khó của Đấng Christ.

Passion Week /ˈpæʃn wiːk/ *Tuần lễ Thương Khó.* Xem: Holy Week.

passion /ˈpæʃn/ *cảm xúc; say mê; đam mê.* Trong cách nói thông thường là điều gì mình ham thích hoặc say mê.

Passover lamb /ˈpæsoʊvər læm/ *Chiên con Lễ Vượt qua.* Chiên con được người Y-sơ-ra-ên ăn trong Lễ Vượt qua, nhưng cũng chỉ về Chúa Giê-xu (Gi 1:29). Xem: paschal lamb.

Passover meal /ˈpæsoʊvər miːl/ *bữa ăn vượt qua.* Bữa ăn tối của Lễ Vượt qua bao gồm "thịt chiên quay với bánh không men và rau đắng" (Xuất 12:8).

Passover /ˈpæsoʊvər/ *Lễ Vượt qua.* Kỷ niệm sự kiện thiên sứ hủy diệt "vượt qua", không hủy diệt con trưởng nam của dân Y-sơ-ra-ên tại Ai Cập, trước khi họ ra khỏi Ai Cập.

pastor /ˈpæstər/ *mục sư.* Người phục vụ hội thánh trong các việc như giảng dạy, cầu nguyện và chăm sóc mục vụ; từ này có nghĩa là "người chăn chiên".

pastoral care /pæˈstɔːrəl ker/ *chăm sóc mục vụ.* Các loại chăm sóc mà mục sư làm cho tín hữu trong hội thánh của mình.

pastoral counseling /pæˈstɔːrəl ˈkaʊnsl/ *tư vấn mục vụ.* Việc lắng nghe và khuyên tín hữu trong các vấn đề thuộc linh, gia đình, v.v.; hiện nay việc tư vấn của mục sư không những dựa vào Kinh thánh mà còn dùng nguyên tắc tâm lý học.

pastoral letter /pæˈstɔːrəl ˈletər/ *thư của mục sư.* Lá thư mục sư gửi cho tín hữu trong hội thánh của mình.

pastoral ministry /pæˈstɔːrəl ˈmɪnɪstri/ *mục vụ.* Chức vụ của mục sư, bao gồm các chức năng của mục sư.

pastoral office /pæˈstɔːrəl ˈɔːfɪs/ *chức vụ mục sư.* Vị trí của mục sư trong giáo hội.

pastoral prayer /pæˈstɔːrəl prer/ *bài cầu nguyện của mục sư.* Phần nghi lễ thờ phượng khi mục sư (thường là mục sư quản nhiệm) cầu nguyện cho hội thánh.

pastoral staff /pæˈstɔːrəl stæf/ *ban mục sư.* Các mục sư phục vụ ở một hội thánh.

pastoral theology /pæˈstɔːrəl θiˈɑːlədʒi/ *thần học mục vụ.* Ngành thần học liên quan đến chức vụ của mục sư.

pastoral visitation /pæˈstɔːrəl ˌvɪzɪˈteɪʃn/ *sự thăm viếng của mục sư.* Công việc của mục sư đi thăm các tín hữu tại nhà riêng hoặc ở bệnh viện để chăm sóc, an ủi, và môn đồ hóa.

pastoral /pæˈstɔːrəl/ *mục vụ.* Liên quan đến công việc của mục sư.

pastoralia Xem: pastoral theology.

pastorate /ˈpæstərət/ *chức vụ mục sư.* Chức vụ cụ thể của mục sư ở một hội thánh cụ thể trong một giai đoạn cụ thể.

paternalism /pəˈtɜːrnəlɪzəm/ *thái độ phụ mẫu.* Những thái độ và hành động bắt chước mối quan hệ giữa cha và con, đặc biệt giữa đàn ông và phụ nữ hoặc giữa nước lớn và nước nhỏ.

paternity, divine /pəˈtɜːrnəti, dɪˈvaɪn/ *phụ tính của Đức Chúa Trời.* Vai trò của Đức Chúa Cha trong Đức Chúa Trời Ba Ngôi.

pathos /ˈpeɪθɑːs/ *thương xót sâu sắc.* Cảm xúc thông cảm sâu sắc trước sự đau khổ của người khác.

patriarch /ˈpeɪtriɑːrk/ *thượng phụ, giáo trưởng.* Lãnh đạo của hội thánh Chính Thống; ngày xưa là giám mục của năm hội thánh quan trọng nhất của hội thánh đầu tiên.

patriarchal period /ˌpeɪtriˈɑːrkl, ˈpɪriəd/ *thời tộc trưởng.* Thời đại của Áp-ra-ham, Y-sác và Gia-cốp trong Sáng Thế Ký.

patriarchates, the five ancient /ˈpeɪtriɑːrkətz, ðə faɪv ˈeɪnʃənt/ *Năm chức phận thượng phụ cổ.* Năm thành phố ngày xưa có thượng phụ của hội thánh là Anthioch, Rome, Jerusalem, Alexandria và Constantinople.

patriarchs /ˈpeɪtriɑːrkz/ *tộc trưởng.* Những người đầu tiên trong dòng dõi của Áp-ra-ham đến thế hệ của Giô-sép.

patriarchy /ˈpeɪtriɑːrki/ *chế độ phụ quyền.* Cách thức quản lý gia đình qua cha/đàn ông; theo phong trào nữ quyền, đây là chế độ áp bức phụ nữ.

patripassianism /ˌpætriˈpæsiːənɪzəm/ *khổ phụ thuyết.* Quan điểm cho rằng Đức Chúa Cha cùng chịu khổ khi Đức Chúa Con bị đóng đinh trên thập tự giá; được xem là tà thuyết vì quan điểm này cho rằng Đức Chúa Con chỉ là một hình thức của Đức Chúa Cha. Xem: theopassianism.

patristic theology /pəˈtrɪstɪk θiˈɑːlədʒi/ Xem: patristics.

patristics /pəˈtrɪstɪkz/ *giáo phụ học.* Ngành nghiên cứu về các quan điểm thần học của các lãnh đạo của hội thánh đầu tiên. Xem: patristic theology.

patron saint /ˈpeɪtrən seɪnt/ *thánh bảo hộ, thành hoàng.* Người thánh đặc biệt liên quan đến một chỗ, v.v...

Pauline theology /ˈpɔllin θiˈɑːlədʒi/ *thần học Phao-lô.* Ngành Thánh kinh thần học tập trung vào những chủ đề và giáo lý mà Sứ đồ Phao-lô nhấn mạnh trong thư tín của ông.

Paulinism /ˈpɔlɪnɪzəm/ *thuyết Phao-lô cực đoan.* Quan điểm thần học dựa hoàn toàn vào thư tín của Sứ đồ Phao-lô.

peace offering /piːs ˈɔːfərɪŋ/ *của lễ thù ân.* Một trong những của lễ trong hệ thống của lễ của Cựu Ước; người dâng của lễ này dâng con vật, giết nó, thầy tế lễ sẽ rảy máu con sinh trên bàn thờ (xem Lê-vi 3).

peace, theology of /piːs, θiˈɑːlədʒi əv/ *thần học bình an.* Quan điểm thần học nhấn mạnh bình an là điểm chính của thần học.

peacemaking /piːsˈmeɪkɪŋ/ *việc giải hoà.* Công việc giải hoà của tín hữu (Mat 5:9); trong một số truyền thống, đây là một trong những công việc chính của hội thánh.

pedobaptism Xem: paedobaptism.

Pelagianism /pɪˈleɪdʒɪənɪzəm/ *thuyết Pelagius.* Quan điểm thần học của Pelagius (thế kỷ IV-V) nhấn mạnh sự tự do của con người đến mức con người có khả năng làm việc lành trong trạng thái tự nhiên (không cần ân điển); giáo hội nghị Ephesus đã lên án quan điểm này.

penal law /ˈpiːnl lɔː/ *hình luật.* Hệ thống luật pháp của Công giáo đề cập đến cách thức phạt tín hữu vi phạm luật của giáo hội.

penal-substitutionary theory of the atonement /ˈpiːnl-ˈsʌbstɪˈtuːʃneri ˈθiːəri əv ði əˈtoʊnmənt/ *lý thuyết về hình phạt-thay thế của sự chuộc tội.* Một sự giải thích về ý nghĩa của cái chết của Chúa Giê-xu, rằng Ngài chết thay cho tội lỗi của con người.

penitence /ˈpenɪtəns/ *thái độ ăn năn.* Thái độ cảm thấy hối tiếc vì tội lỗi của mình; liên quan đến vấn đề ăn năn.

penitential psalms /ˌpenɪˈtenʃl sɑːmz/ *Thi Thiên ăn năn.* Bảy Thi Thiên nhấn mạnh đến việc ăn năn (Thi 6, 32, 38, 51, 102, 130, 143).

Pentateuch /ˈpɛntətjuːk/ *Ngũ Kinh.* Năm sách đầu tiên của Cựu Ước bao gồm Sáng Thế Ký, Xuất Ê-díp-tô Ký, Lê-vi Ký, Dân Số Ký và Phục Truyền Luật Lệ Ký.

Pentecost, Day of Pentecost /ˈpentɪkɔːst, deɪ əv ˈpentɪkɔːst/ *Lễ Ngũ Tuần.* Ngày lễ 50 ngày sau Lễ Vượt qua khi dân Y-sơ-ra-ên dâng hoa quả đầu tiên cho Chúa; cũng được gọi là Lễ Mùa Màng.

Pentecostal movement, modern /ˌpentɪˈkɔːstl ˈmuːvmənt, ˈmɑːdərn/ *phong trào Ngũ Tuần hiện đại.* Phong trào Cơ Đốc bắt đầu ở đầu thế kỷ XX nhấn mạnh đến ân tứ của Đức Thánh Linh, đặc biệt nói tiếng lạ.

Pentecostalism /ˌpentɪˈkɔːstəlizəm/ Xem: Pentecostal movement, modern.

penultimate /penˈʌltɪmət/ *giáp cuối; áp chót.* Điều trước điều cuối cùng.

people of God /ˈpiːpl əv gɑːd/ *dân Chúa.* Theo nghĩa rộng, cụm từ này chỉ về những người thuộc về Chúa, bao gồm thời Cựu Ước và thời Tân Ước.

perdition /pɜːrˈdɪʃn/ *hư mất.* Cách thức Đức Chúa Trời phạt con người độc ác khi Ngài phán xét nhân loại.

perfect state /ˈpɜːrfɪkt steɪt/ *trạng thái hoàn hảo.* Trạng thái của con người chưa phạm tội (Sáng 1-2) và sau khi được ở với Chúa trên thiên đàng.

perfection /pərˈfekʃn/ *sự hoàn hảo.* Trạng thái cao nhất của một hữu thể, là trạng thái của Đức Chúa Trời; theo dòng truyền thống Wesley có thể là trạng thái của tín hữu hoàn toàn yêu mến Chúa.

perfectionism /pərˈfekʃənɪzəm/ *thuyết hoàn hảo.* Quan điểm thần học cho rằng con người có thể đạt được trạng thái hoàn hảo.

pericope /pəˈrɪkəpi/ *đoạn văn; khúc Kinh thánh.* Một đơn vị văn chương trong Kinh thánh, đặc biệt các sách Phúc Âm, bao gồm một câu chuyện như Mác 2:1-12.

perishable body /ˈperɪʃəbl ˈbɑːdi/ *thân thể hay hư nát.* Thân thể của con người trước sự sống lại và có thể bị diệt vong (I Cô 15:53-54).

permissive will of God /pərˈmɪsɪv wɪl əv gɑːd/ *ý chí cho phép của Đức Chúa Trời.* Cách thức phân biệt giữa việc Đức Chúa Trời tích cực làm và việc Ngài cho phép xảy ra.

perpetual virginity of Mary /pərˈpetʃuəl vərˈdʒɪnəti əv ˈmɛːri/ *sự đồng trinh trọn đời của Ma-ri.* Quan điểm của Công giáo cho rằng Ma-ri là đồng trinh suốt đời. Xem: virginity, perpetual.

persecution /ˌpɜːrsɪˈkjuːʃn/ *sự bắt bớ.* Việc áp bức tín hữu vì đức tin.

perseverance of the saints /ˌpɜːrsəˈvɪrəns of ðə seɪntz/ *sự nhẫn nhục/bền đỗ của các thánh đồ.* Một trong năm quan điểm được tuyên bố được người theo thuyết Calvin tại Dort cho rằng những người được Chúa chọn sẽ kiên trì trong đức tin đến chết. Xem: saints, perseverance of the.

person of Christ /ˈpɜːrsn əv kraɪst/ Christ, person of.

person /ˈpɜːrsn/ *ngôi vị; nhân vị.* Bản chất của một hữu thể có tính cách, v.v...

person, God as /ˈpɜːrsn, gɑːd æz/ God, personality of.

personal ethics /ˈpɜːrsənl ˈeθɪkz/ *đạo đức học cá nhân.* Những nguyên tắc từng cá nhân áp dụng khi quyết định về vấn đề đạo đức.

personal evangelism /ˈpɜːrsənl ɪˈvændʒəlɪzəm/ *truyền giảng cá nhân.* Việc làm chứng qua mối quan hệ của mình.

personal union /ˈpɜːrsənl ˈjuːnjən/ *sự hiệp nhất thân vị.* Sự hiệp nhất của thần vị và nhân vị của Chúa Giê-xu.

personality /ˌpɜːrsəˈnæləti/ *cá tính.* Những đặc tính của từng con người về tâm lý, v.v...

personhood /ˈpɜːrsənhʊd/ *bản ngã.* Bản chất của con người là một nhân vị cụ thể.

petition /pəˈtɪʃn/ *lời khẩn cầu.* Những điều người cầu nguyện xin Chúa.

Petrine succession /ˈpiːtrɪn səkˈseʃn/ *Quyền kế vị của Phi-e-rơ.* Theo truyền thống Công giáo, giáo hoàng, tức giám mục của Rô-ma, bắt nguồn trực tiếp từ Sứ đồ Phi-e-rơ.

pews /pjuːz/ *ghế dài.* Những cái ghế dài trong nhà thờ, thường làm bằng gỗ, dùng cho lễ thờ phượng.

Pharisees /ˈfærɪsiːz/ *những người Pha-ri-si.* Những người theo phái Pha-ri-si vào thời của Chúa Giê-xu; họ theo cả luật pháp của Môi-se và các truyền thống truyền khẩu của các học giả Do Thái xưa.

phenomenal /fəˈnɑːmɪnl/ *hiện tượng.* Mô tả cái gì mình nhận thức được.

phenomenological analysis /fɪˌnɑːmənəˈlɑːdʒɪkl əˈnæləsɪs/ *phân tích theo hiện tượng.* Việc phân tích một điều hoặc một sự kiện theo các chứng cớ nhận thức được.

phenomenology of religion /fɪˌnɑːməˈnɑːlədʒi əv rɪˈlɪdʒən/ *hiện tượng học tôn giáo.* Ngành triết học áp dụng phương pháp của hiện tượng học cho việc nghiên cứu các tôn giáo; thay cho xác định giáo lý như thần học, việc nghiên cứu này mô tả cách thức con người làm tôn giáo.

phenomenology /fɪˌnɑːməˈnɑːlədʒi/ *hiện tượng học.* Quan điểm triết học tập trung vào bản chất của khả năng nhận thức của con người; của Edmund Husserl (thế kỷ XIX).

philanthropy, Christian /fɪˈlænθrəpi, ˈkrɪstʃən/ *nhân ái Cơ Đốc.* Việc dâng tiền để giúp người hoặc tổ chức khác vì lòng yêu thương Cơ Đốc.

philosophical ethics /ˌfɪləˈsɑːfɪkl ˈeθɪkz/ *đạo đức học triết lý.* Lý thuyết đạo đức học dựa vào tư tưởng triết học.

philosophical theology /ˌfɪləˈsɑːfɪkl θiˈɑːlədʒi/ *thần học triết lý.* Cách thức nghiên cứu thần học sử dụng phương pháp triết học.

philosophy of religion /fɪˈlɒsəfi əv rɪˈlɪdʒən/ *triết học tôn giáo.* Ngành triết học áp dụng phương pháp triết học cho tôn giáo. Xem: religion, philosophy of.

philosophy /fəˈlɑːsəfi/ *triết học.* Môn học nghiên cứu cuộc sống qua lô-gíc, đạo đức học, nhận thức học, hữu thể học, v.v...

philosophy, analytical /fəˈlɑːsəfi, ˌænəˈlɪtɪkl/ *triết học phân tích.* Phong trào triết học bắt đầu thế kỷ XX tập trung vào ngôn ngữ thay cho hữu thể học và nhận thức học.

pietism /ˈpaɪətɪzəm/ *mộ đạo phái.* Phong trào nhấn mạnh kinh nghiệm thuộc linh và cũng bị một số người xem thường là phong trào không có căn bản kiến thức.

piety /ˈpaɪəti/ *lòng mộ đạo.* Lòng cam kết tôn giáo, đặc biệt được chứng tỏ qua việc thực hiện kỷ luật thuộc linh.

pilgrim church /ˈpɪlgrɪm tʃɜːrtʃ/ *hội thánh hành hương.* Cách nói về hội thánh nhấn mạnh tính tạm thời của hội thánh trong giai đoạn này khi tiến tới thiên đàng.

pilgrimages /ˈpɪlgrɪmɪdʒz/ *cuộc hành hương.* Chuyến đi thăm chỗ thánh.

Pilgrims /ˈpɪlgrɪmz/ *người hành hương.* Nhóm người Anh di cư sang Mỹ (bang Massachussetts) vào năm 1620 để tìm tự do tôn giáo.

plain meaning Xem: literal meaning.

Platonism /ˈpleɪtənɪzəm/ *thuyết Plato.* Các quan điểm triết học xuất phát từ quan điểm của nhà triết học Hy Lạp tên là Plato. Xem: Neoplatonism.

plenary inspiration Xem: inspiration, plenary.

plenary sense Xem: sensus plenior.

pluralism /ˈplʊrəlɪzəm/ *đa nguyên thuyết.* Quan điểm chung chấp nhận nhiều quan điểm khác nhau; mô tả một xã hội có nhiều quan điểm khác nhau.

pluralism, religious /ˈplʊrəlɪzəm, rɪˈlɪdʒəs/ *thuyết đa nguyên tôn giáo.* Mô tả một xã hội có nhiều tôn giáo khác nhau.

Plymouth Brethren /ˈplɪməθ ˈbreðrən/ *Nhóm Anh Em Plymouth.* Hệ phái Tin Lành bắt đầu tại Plymouth, Anh Quốc, nhấn mạnh đến sự hướng dẫn của Đức Thánh Linh, nghiên cứu Kinh thánh và thuyết tiền thiên hi niên; không có mục sư mà được trưởng lão lãnh đạo.

pneumatology /ˌnjuːməˈtɒlədʒi/ *Thánh Linh học.* Ngành thần học nghiên cứu về Đức Thánh Linh; cũng dùng cho giáo lý về Đức Thánh Linh.

polemic /pə'lemɪk/ *luận chiến.* Việc tranh luận với một quan điểm nào đó, thường là quan điểm Cơ Đốc giáo. Xem: apologetics.

political theology /pə'lɪtɪkl θi'ɑ:lədʒi/ *thần học chính trị.* Các quan điểm thần học nhấn mạnh đến tác động chính trị của đức tin.

polity /'pɑ:ləti/ *giáo thể.* Cách tổ chức và lãnh đạo một giáo hội.

polyandry /ˌpɑ:li'ændri/ *chế độ đa phu.* Trong một số văn hóa, một phụ nữ có thể cưới nhiều chồng một lúc.

polygamy /pə'lɪgəmi/ *chế độ đa hôn.* Trong một số văn hóa, một người đàn ông có thể cưới nhiều vợ một lúc hoặc một phụ nữ có thể cưới nhiều chồng một lúc. Xem: polygyny; polyandry.

polyglot Bibles /'pɑ:liglɑ:t 'baɪblz/ *bản Kinh thánh đa ngữ.* Cuốn Kinh thánh có bản dịch của nhiều ngôn ngữ khác nhau được in song song với nhau.

polygyny /pə'lɪdʒɪni/ *chế độ đa thê.* Trong một số văn hóa, một người đàn ông có thể cưới nhiều vợ một lúc.

polytheism /'pɑ:liθiɪzəm/ *đa thần.* Quan điểm tôn giáo cho rằng có nhiều thần.

Pontiff /'pɑ:ntɪf/ *giáo trưởng.* Cũng được gọi là giáo hoàng. Xem: pope, the.

pontifical /pɑ:n'tɪfɪkl/ *thuộc giáo hoàng.* Cái gì thuộc về giáo hoàng, đặc biệt trong vai trò của ông.

pool, baptismal /pu:l bæp'tɪzməl/ *hồ báp-têm.* Xem: baptistry, baptistery.

pope, the /poʊp, ðə/ *giáo hoàng.* Giám mục của thành Rô-ma; trong Công giáo được xem là giáo trưởng. Xem: Pontiff.

popular culture /'pɑ:pjələr 'kʌltʃər/ *văn hóa bình dân.* Mô tả các phong trào văn hóa của người dân bình thường của một xã hội.

popular movement /'pɑ:pjələr 'mu:vmənt/ *phong trào bình dân.* Bất cứ phong trào cụ thể nào xuất phát từ người dân bình thường.

popular religion /'pɑ:pjələr rɪ'lɪdʒən/ *tôn giáo bình dân.* Các quan điểm và thói quen tôn giáo của người dân bình thường, đặc biệt khác với các quan điểm và nghi lễ chính thức của các tôn giáo.

popular theology /'pɑ:pjələr θi'ɑ:lədʒi/ *thần học bình dân.* Thuật ngữ của thần học giải phóng mô tả các quan điểm thần học xuất phát từ các nhóm căn bản của người dân.

positive theology /'pɑ:zətɪv θi'ɑ:lədʒi/ *thần học tích cực.* Phương pháp làm thần học dựa vào sự kiện lịch sử và theo phương pháp quy nạp.

positive thinking /ˈpɑːzətɪv ˈθɪŋkɪŋ/ *tư duy tích cực.* Quan điểm của Norman Vincent Peale (thế kỷ XX) cho rằng việc suy nghĩ lạc quan sẽ mang lại nhiều hiệu quả.

positivism /ˈpɑːzətɪvɪzəm/ *thuyết duy thực chứng.* Quan điểm triết học nhấn mạnh đến chứng cớ mình kinh nghiệm được và phương pháp khoa học.

positivism, logical /ˈpɑːzətɪvɪzəm, ˈlɑːdʒɪkl/ *thuyết duy thực chứng lô-gíc.* Phong trào triết học chỉ chấp nhận điều mình chứng minh được qua kinh nghiệm và phương pháp khoa học.

posse peccare/posse non peccare /ˈpɒsei pəkˈkaːrei, ˈpɒsei nɑːn pəkˈkaːrei/ *có thể phạm tội/có thể không phạm tội.* Hai trạng thái được Augustine (thế kỷ IV-V) mô tả; con người không có ân điển có thể phạm tội, nhưng con người có ân điển có thể không phạm tội.

possession, demon Xem: demon possession.

post-Christian era /poʊst-ˈkrɪstʃən ˈɪrə/ *thời hậu Cơ Đốc.* Cụm từ mô tả xã hội phương tây ở cuối thế kỷ XX, đầu thế kỷ XXI không còn coi trọng Cơ Đốc giáo.

postapostolic age /poʊstæpəˈstɑːlɪk eɪdʒ/ *thời hậu sứ đồ.* Giai đoạn của hội thánh đầu tiên sau khi các sứ đồ của Chúa Giê-xu qua đời.

postcommunion /poʊstkəˈmjuːnjən/ *lời nguyện hiệp lễ.* Một phần trong lễ thờ phượng Công giáo sau Tiệc Thánh.

postconversion experience /poʊstkənˈvɜːrʒn ɪkˈspɪriəns/ *kinh nghiệm sau sự cải đạo.* Trong một số truyền thống (đặc biệt Ngũ Tuần), cụm từ này chỉ về kinh nghiệm mới về Đức Thánh Linh sau khi tiếp nhận Chúa.

postcritical /poʊstˈkrɪtɪkl/ *hậu phê bình.* Mô tả thời gian sau khi mình nghi ngờ một điều và suy nghĩ lại về điều đó với một góc nhìn mới.

postexilic /ˌpoʊstɛgˈzɪlɪk/ *hậu lưu đày.* Mô tả giai đoạn lịch sử của người Do Thái sau cuộc lưu đày tại Ba-by-lôn.

postlapsarianism Xem: infralapsarianism.

postliberal theology, postliberalism /poʊstˈlɪbərəl θiˈɑːlədʒi, poʊstˈlɪbərəlɪzəm/ *thần học hậu tự do/thuyết hậu tự do.* Quan điểm thần học của George Lindbeck (thế kỷ XX) nhấn mạnh đến sự ảnh hưởng của giáo lý và ngôn ngữ Kinh thánh trên ngôn ngữ cộng đồng.

postmillenialism /poʊstmɪˈleniəlɪzəm/ *thuyết hậu thiên hi niên.* Quan điểm về sự tái lâm của Chúa Giê-xu cho rằng Ngài sẽ trở lại sau thiên hi niên của Khải 20.

postmodern theology /poʊstˈmɑːdərn θiˈɑːlədʒi/ *thần học hậu hiện đại.* Các quan điểm thần học gạt bỏ quan điểm của chủ nghĩa hiện đại.

postmodernism /poʊstˈmɑːdərnɪzəm/ *chủ nghĩa hậu hiện đại.* Các quan điểm triết học cuối thế kỷ XX, đầu thế kỷ XXI, gạt bỏ chủ nghĩa hiện đại và kiến thức toàn thể; gạt bỏ chân lý khách quan và nhấn mạnh đến quan điểm của các cộng đồng khác nhau.

postresurrection appearances /poʊstˌrezəˈrekʃn əˈpɪrənsɪz/ *sự xuất hiện sau sự sống lại.* Đề cập đến những lần Chúa Giê-xu hiện ra cho các môn đồ sau khi sống lại

postresurrection community /poʊstˌrezəˈrekʃn kəˈmjuːnəti/ *cộng đồng sau sự sống lại.* Những môn đồ tồn tại sau sự sống lại của Chúa Giê-xu trong thế kỷ I và thành lập hội thánh đầu tiên.

poststructuralism /poʊstˈstrʌktʃərəlɪzəm/ *thuyết hậu cấu trúc.* Quan điểm sau thuyết cấu trúc cho rằng ý nghĩa không phải thuộc về văn bản mà là kết quả của người đọc và giải nghĩa văn bản. Xem: deconstruction/ deconstructionism.

posttribulationism /poʊstˌtrɪbjuˈleɪʃnɪzəm/ *thuyết hậu đại nạn.* Quan điểm cho rằng Chúa Giê-xu sẽ tái lâm sau cơn đại nạn.

potentiality /pəˌtenʃiˈæləti/ *tính tiềm năng.* Quyền năng của một cái gì đó dựa vào bản chất của nó.

poverty, vow of /ˈpɑːvərti, vaʊ əv/ *lời khấn nghèo khó.* Đặc biệt trong Công giáo, là cam kết của một người sẽ không sở hữu cái gì.

power of being /ˈpaʊər əv ˈbiːɪŋ/ *quyền năng tồn tại.* Khả năng tồn tại của một hữu thể.

power of the church /ˈpaʊər əv ðə tʃɜːrtʃ/ *giáo quyền.* Quyền lực của giáo hội trong việc dạy dỗ, quản trị, tha thứ, v.v..., đặc biệt trong Công giáo.

power /ˈpaʊər/ *quyền năng; quyền lực.* Khả năng tác động ai hoặc cái gì khác.

practical divinity Xem: practical theology.

practical reason /ˈpræktɪkl ˈriːzn/ *lý trí thực tế.* Việc áp dụng lý trí cho vấn đề thực tiễn chứ không chỉ cho lý thuyết.

practical syllogism /ˈpræktɪkl ˈsɪlədʒɪzəm/ *tam đoạn luận thực tế.* Cách nhà thần học Cải Chính nhận biết ai được Chúa chọn bằng suy luận, "Ai tin được chọn; tôi tin cho nên tôi được chọn".

practical theology /ˈpræktɪkl θiˈɑːlədʒi/ *thần học thực hành/thực dụng.* Ngành thần học mô tả vai trò và công việc của mục sư và cuộc sống của hội thánh. Xem: practical divinity.

pragmatism /ˈprægmətɪzəm/ *chủ nghĩa thực dụng.* Quan điểm triết học nhấn mạnh giá trị thực tiễn của một ý tưởng và kiểm tra giá trị đó qua kết quả thực tế.

praise service /preɪz ˈsɜːrvɪs/ *lễ ca ngợi.* Lễ thờ phượng nhấn mạnh phần ca ngợi Chúa.

Praise the Lord /preɪz ðə lɔːrd/ Xem: hallelujah (alleluia).

praise /preɪz/ *ca ngợi.* Việc ca ngợi, đặc biệt là ca ngợi Chúa.

praxis /ˈpræksɪs/ *thực tiễn.* Sự nhấn mạnh của thần học giải phóng, là áp dụng lý thuyết để giải phóng người bị áp bức.

prayer books /prer bʊkz/ *sách cầu nguyện.* Quyển sách chứa lời cầu nguyện và hướng dẫn cho người cầu nguyện hoặc chứa đựng hướng dẫn chính thức của một giáo hội cho lễ thờ phượng.

prayer meetings /prer ˈmiːtɪŋz/ *lễ cầu nguyện.* Buổi gặp nhau của hội thánh nhằm mục đích cầu nguyện.

prayer /prer/ *cầu nguyện.* Việc nói với Chúa qua lời ca ngợi, cảm tạ, xưng tội và cầu xin.

Prayer, Lord's /prer, lɔːrdz/ Xem: Lord's Prayer.

prayer, prophetic /prer, prəˈfetɪk/ *bài cầu nguyện tiên tri.* Bài cầu nguyện của nhà tiên tri hoặc bài cầu nguyện có ý nghĩa đặc biệt đối với hội thánh.

preacher /ˈpriːtʃər/ *người rao giảng.* Người thuyết giảng một sứ điệp cho hội thánh; thường là truyền đạo hoặc mục sư.

preaching /priːtʃɪŋ/ *rao giảng.* Việc chia sẻ lời Chúa hoặc Phúc Âm.

preceptive will of God /prɪˈsɛptɪv wɪl əv gɑːd/ *ý muốn truyền khiến của Đức Chúa Trời.* Ý muốn của Chúa được bày tỏ qua lời Ngài.

precepts /ˈpriːsept/ *quy luật.* Những nguyên tắc quy định cho hành vi.

precritical /priːˈkrɪtɪkl/ *tiền phê bình.* Mô tả các quan điểm về Kinh thánh trước thời hiện đại, trước khi các phương pháp phê bình được phát triển hoặc quan điểm hiện nay và không sử dụng phương pháp phê bình.

predestination /ˌpriːdestɪˈneɪʃn/ *tiền định.* Việc Chúa chọn điều gì xảy ra trước; trong truyền thống cải chánh, đó là việc chọn người được cứu và người bị phạt.

predetermination /priːdɪtəːmɪnˈneɪʃən/ *tiền định.* Cụm từ của Thomas Aquinas kết hợp tự do con người với quyết định của Chúa cho rằng con người sẽ thực hiện những việc Ngài quyết định họ sẽ làm.

predictive prophecy /prɪˈdɪktɪv ˈprɑːfəsi/ *lời tiên tri đoán trước.* Loại lời tiên tri nói trước một sự kiện sẽ xảy ra. Xem: prescriptive prophecy.

preevangelization /priːɪˈvandʒələˈzeɪʃən/ *công tác chuẩn bị trước khi rao giảng Phúc Âm.* Việc chuẩn bị cho công tác rao giảng Phúc Âm.

preexistence of Christ /priːɪɡˈzɪstəns əv kraɪst/ *sự tiền hiện hữu của Đấng Christ.* Quan điểm chính thống cho rằng Đấng Christ hiện hữu đời đời trước khi được sinh ra là Giê-xu ở Na-xa-rét.

preexistence of souls /priːɪɡˈzɪstəns əv soʊlz/ *sự tiền hiện hữu của linh hồn.* Quan điểm cho rằng linh hồn hiện hữu trước khi một người được sinh ra; quan điểm này bị hội thánh lên án.

preincarnate humanity /priːɪnˈkɑːrnət hjuːˈmænəti/ *nhân tính tiền nhập thể.* Quan điểm về Đấng Christ cho rằng Ngài có nhân tính trước khi được sinh ra.

premillennialism /ˌpriːmɪˈlɛniəlɪzəm/ *thuyết tiền thiên hi niên.* Quan điểm về sự tái lâm của Chúa Giê-xu cho rằng Ngài sẽ trở lại trước thiên hi niên của Khải 20 và cai trị trái đất trong thiên hi niên.

premundane fall /ˌpriːmʌnˈdeɪn fɔːl/ *sự sa ngã trước khi sáng thế.* Chủ trương này không đúng với Kinh thánh.

preparation for conversion /ˌprepəˈreɪʃn fɔːr kənˈvɜːrʒn/ *chuẩn bị cho sự cải đạo.* Những bước một người trải qua trước khi tiếp nhận Chúa, đặc biệt cảm thấy hối tiếc về tội lỗi của mình.

preparation for the gospel /ˌprepəˈreɪʃn fɔːr ðə ˈɡɑːspl/ *chuẩn bị cho Phúc Âm.* Những việc Đức Chúa Trời làm để chuẩn bị thế gian cho việc rao giảng Phúc Âm trong Đấng Christ.

Preparation, day of /ˌprepəˈreɪʃn, deɪ əv/ *ngày sắm sửa.* Trong tuần lễ của người Do Thái, đó là ngày thứ sáu khi người Do Thái chuẩn bị cho ngày thứ bảy, là ngày Sa-bát.

presbyter /ˈprɛzbɪtə/ *trưởng lão.* Từ này dùng trong truyền thống trưởng lão cho những người quản trị hội thánh địa phương.

presbyterian form of church government /ˌprezbɪˈtɪrəriən fɔːrm əv tʃɜːrtʃ ˈɡʌvərnmənt/ *giáo thể trưởng lão.* Thể chế hội thánh do các trưởng lão lãnh đạo.

Presbyterian /ˌprezbɪˈtɪrəriən/ *Trưởng Lão.* Những giáo hội có giáo thể trưởng lão, tức trưởng lão quản trị.

presbytery /ˈprezbɪteri/ *chính điện (trong nhà thờ).* Hội đồng địa phương của giáo hội trưởng lão.

prescience, divine /ˈpresiəns, dɪˈvaɪn/ *tiền thức (sự biết trước) của Đức Chúa Trời.* Liên quan đến sự toàn tri, là nhận thức của Đức Chúa Trời về mỗi chuyện trước khi nó xảy ra.

prescriptive prophecy /prɪˈskrɪptɪv ˈprɑːfəsi/ *lời tiên tri quy định.* Loại lời tiên tri đưa ra việc cho người nghe làm, khác với việc tiên đoán. Xem: predictive prophecy.

presence of Christ /ˈprezns əv kraɪst/ *sự hiện diện của Đấng Christ.* Cụm từ chỉ sự hiện diện của Đấng Christ cùng hội thánh (Mat 28:20); và trong một số truyền thống, đề cập đến việc Đấng Christ hiện diện một cách đặc biệt trong Tiệc Thánh.

presence, bodily /ˈprezns, ˈbɑːdɪli/ *sự hiện diện thân thể.* Quan điểm (đặc biệt Công giáo) về Tiệc Thánh cho rằng thân thể của Đấng Christ hiện diện trong bánh và nước (rượu nho).

presence, divine /ˈprezns, dɪˈvaɪn/ *sự hiện diện của Đức Chúa Trời.* Mô tả việc Chúa ở với dân Ngài. Xem: divine presence.

presence, real /ˈprezns, ˈriːəl/ *sự hiện diện thật.* Trong truyền thống Lutheran, là quan điểm cho rằng thân thể và huyết của Chúa Giê-xu hiện diện trong, với và dưới bánh và rượu nho của Tiệc Thánh.

preservation /ˌprezərˈveɪʃn/ *sự bảo tồn.* Công việc của Đức Chúa Trời gìn giữ vũ trụ.

presupositions /ˌpriːsʌpəˈzɪʃnz/ *tiền giả định.* Những điều được cho là có thật trước khi bình luận.

presuppositionalism /ˌpriːsʌpəˈzɪʃnnəlɪzəm/ *thuyết tiền giả định.* Quan điểm thần học cho rằng tất cả dựa vào một số tiền giả định về con người và Đức Chúa Trời mà không ai có thể chứng minh được.

preterist view /ˈprɛtərɪst vyu/ *quan điểm ứng nghiệm.* Quan điểm về cách thức đọc Khải Huyền cho rằng lời tiên tri của nó đã hoặc đang được ứng nghiệm trong khi sách được viết ra.

pretribulational rapture /ˌpritrɪbyəˈleɪʃənl ˈræptʃər/ *cất lên tiền đại nạn.* Theo quan điểm tiền đại nạn, hội thánh sẽ không trải qua cơn đại nạn mà sẽ được cất lên khỏi thế gian.

pretribulationism /ˌpritrɪbyəˈleɪʃənlɪzəm/ *quan điểm tiền đại nạn.* Quan điểm cho rằng hội thánh sẽ không trải qua cơn đại nạn mà sẽ được cất lên khỏi thế gian (Mat 24:21-31).

preunderstanding /ˌpriːʌndərˈstændɪŋ/ *sự hiểu biết trước.* Những kiến thức một người có trước khi giải nghĩa Kinh thánh; kiến thức này ảnh hưởng đến kết luận về ý nghĩa của Kinh thánh.

priest /priːst/ *thầy tế lễ; linh mục.* Trong thời Cựu Ước, đó là người đại diện cho dân Chúa trước mặt Đức Chúa Trời và dâng của lễ; trong Công giáo, đó là chức vụ dưới cấp giám mục, phụ trách về hội thánh địa phương.

priest, Christ as /priːst, kraɪst æz/ *Đấng Christ là thầy tế lễ.* Theo sách Hê-bơ-rơ, là một trong những chức vụ của Đấng Christ (Hê 9:11-28).

priest, high Xem: high priest.

priesthood of all believers /ˈpriːsthʊd əv ɔːl bɪˈliːvərz/ *chức tế lễ của mỗi tín hữu.* Sự dạy dỗ của Martin Luther (thế kỷ XVI) nhấn mạnh quyền của mỗi tín hữu đến trực tiếp với Đức Chúa Trời, không cần qua một thầy tế lễ hoặc linh mục.

priesthood /ˈpriːsthʊd/ *chức tế lễ; chức linh mục.* Nói chung về người làm thầy tế lễ hoặc linh mục.

priesthood, the holy /ˈpriːsthʊd, ðə ˈhoʊli/ *chức linh mục thánh.* Cụm từ Công giáo mô tả chức linh mục là một chức vụ thánh khiết.

primary actuality /ˈpraɪmeri ˌæktʃuˈæləti/ *bản chất chính.* Cụm từ phân biệt bản chất của hữu thể với chức năng của nó.

prime mover /praɪm ˈmuːvər/ *nguyên động lực; tác nhân nguyên thủy.* Theo triết học Hy Lạp, là hữu thể bắt đầu vũ trụ.

primitive church /ˈprɪmətɪv tʃɜːrtʃ/ *hội thánh nguyên thủy.* Giai đoạn đầu của hội thánh đầu tiên, khi các sứ đồ còn sống.

primitive revelation /ˈprɪmətɪv ˌrevəˈleɪʃn/ *mặc khải nguyên thủy.* Quan điểm cho rằng Đức Chúa Trời đã bày tỏ một ít cho con người từ ban đầu.

Prince of Peace /prɪns əv piːs/ *Chúa Bình An.* Danh xưng của Đấng Mê-si-a trong Ê-sai 9:5 (bản dịch tiếng Anh là câu 6).

principle /ˈprɪnsəpl/ *nguyên tắc.* Ý tưởng căn bản, ảnh hưởng đến cách suy nghĩ và hành động của một người.

prison epistles /ˈprɪzn ɪˈpɪslz/ *thư tín lao tù.* Các thư tín của Sứ đồ Phao-lô được viết khi ông ở trong nhà tù, bao gồm Ê-phê-sô, Phi-líp, Cô-lô-se và Phi-lê-môn.

private revelation /ˈpraɪvət ˌrevəˈleɪʃn/ *mặc khải riêng.* Trong truyền thống Công giáo là điều Đức Chúa Trời bày tỏ cho một người.

privatization of sin /ˌpraɪvətəˈzeɪʃn əv sɪn/ *sự nhân cách hóa tội lỗi.*

pro-life movement /proʊ-laɪf ˈmuːvmənt/ *phong trào ủng hộ sự sống.* Phong trào của những người bác bỏ việc phá thai; phong trào này cho rằng sự sống bắt đầu ở sự thụ thai. Xem: right-to-life.

process of regeneration /ˈprɑːses əv rɪˌdʒenəˈreɪʃn/ *tiến trình tái sinh.* Quan điểm cho rằng việc được tái sinh là một tiến trình kéo dài chứ không phải là một thời điểm nhất định.

process philosophy /ˈprɑːses fəˈlɑːsəfi/ *triết học quy trình.* Quan điểm triết học của Alfred North Whitehead và Charles Hartshorne (thế kỷ XX) cho rằng cái gì cũng đang thay đổi và ở trong một quy trình, kể cả Đức Chúa Trời. Xem: process theology.

process theism Xem: process theology.

process theology /ˈprɑːses θiˈɑːlədʒi/ *thần học quy trình.* Quan điểm thần học theo thuyết quy trình cho rằng Đức Chúa Trời chịu ảnh hưởng của vật chất và đang thay đổi với vũ trụ. Xem: process philosophy.

procession of the Spirit, Trinitarian /prəˈseʃn əv ðə ˈspɪrɪt ˌtrɪnɪˈtɛːrɪən/ *sự lưu xuất từ Ba Ngôi của Thánh Linh.* Cụm từ mô tả nguồn gốc của Đức Thánh Linh xuất phát từ Đức Chúa Cha và Đức Chúa Con.

proclamation /ˌprɑːkləˈmeɪʃn/ *công bố.* Từ mô tả chức năng của việc giảng lời Chúa là việc công bố Phúc Âm.

procreation /ˌproʊkriˈeɪʃn/ *sinh đẻ.* Việc sinh con.

profane /prəˈfeɪn/ *tầm thường; xúc phạm.* Cái gì bình thường và không thánh khiết; có thể là xấu đến mức xúc phạm.

professing Christians /prəˈfesɪŋ ˈkrɪstʃənz/ *những người tuyên xưng đức tin Cơ Đốc.* Bao gồm những người xem mình là Cơ Đốc nhân và nói như vậy một cách công khai.

profession /prəˈfeʃn/ *điều tuyên xưng.* Điều gì mình nói là niềm tin của mình.

profession, religious /prəˈfeʃn, rɪˈlɪdʒəs/ *tuyên khấn.* Trong Công giáo, là việc nói lời khấn nguyện để gia nhập giới tôn giáo như tu sĩ.

progressive revelation Xem: revelation, progressive.

prohibited degrees /proʊˈhɪbɪtəd dɪˈgriːz/ *cấp hệ kỵ hôn.* Các mối quan hệ không được phép kết hôn.

prolegomena /ˌprəʊlɪˈgɒmɪnən/ *lời tựa; phần giới thiệu.* Phần của tác phẩm trước phần chính và đưa ra vấn đề quan trọng.

prolepsis /prəʊˈlɛpsɪs/ *lối nói đón trước.* Điều thấy trước hoặc phản chiếu trước một vấn đề trong tương lai.

promise /ˈprɑːmɪs/ *lời hứa.* Điều mình cam kết thực hiện trong tương lai.

Promised Land /ˈprɑːmɪst lænd/ *đất hứa.* Vùng đất Đức Chúa Trời hứa cho dòng dõi Áp-ra-ham (Sáng 12:9, 15:18-21); gọi là Ca-na-an hoặc Pa-le-stin.

promises of God /ˈprɑːmɪsɪz əv gɑːd/ *lời hứa của Đức Chúa Trời.* Những điều Ngài hứa thực hiện.

proof text /pruːf tekst/ *câu chứng cớ.* Câu Kinh thánh đưa ra để chứng minh một vấn đề tín lý, đặc biệt khi câu đó không có ý nghĩa đó trong bối cảnh của nó.

proofs for the existence of God /pruːfz fɔːr ði ɪgˈzɪstəns əv gɑːd/ *Những bằng chứng về sự thực hữu của Đức Chúa Trời.* Xem: theistic proofs.

prophecy /ˈprɑːfəsi/ *lời tiên tri.* Đức Chúa Trời phán qua các nhà tiên tri của Cựu Ước và những người có ân tứ tiên tri (Rô 12:6, I Cô 12:10, 14:22, Êph 4:11).

prophet /ˈprɑːfɪt/ *nhà tiên tri.* Người nói lời của Chúa, bao gồm các nhà tiên tri của Cựu Ước và những người có ân tứ tiên tri (Rô 12:6, I Cô 12:10, 14:22, Êph 4:11).

prophet, Christ as /ˈprɑːfɪt, kraɪst æz/ *Đấng Christ là Nhà Tiên Tri.* Chức danh của Chúa Giê-xu là Đấng nói lời của Chúa. Xem: priest, Christ as.

prophetic conferences /prəˈfetɪk ˈkɑːnfərənsɪz/ *hội thảo tiên tri.* Các hội thảo ở Mỹ vào thế kỷ XIX thảo luận về các vấn đề cuối cùng trong các sách tiên tri của Kinh thánh theo quan điểm thuyết định kỳ. Xem: dispensationalism.

Prophets, Former /ˈprɑːfɪts, ˈfɔːrmər/ *Tiền Tiên Tri.* Theo kinh điển Do Thái (Cựu Ước), đó là các sách: Giô-suê, Các Quan Xét, Sa-mu-ên và Các Vua.

Prophets, Latter /ˈprɑːfɪts, ˈlætər/ *Hậu Tiên Tri.* Theo kinh điển Do Thái (Cựu Ước), đó là các sách tiên tri từ Ê-sai đến Ma-la-chi trừ Ca Thương và Đa-ni-ên.

Prophets, Major /ˈprɑːfɪts, ˈmeɪdʒər/ *Đại tiên tri.* Trong Cựu Ước, các sách hậu tiên tri lớn nhất là Ê-sai, Giê-rê-mi và Ê-xê-chi-ên; trong các bản Kinh thánh không theo kinh điển Do Thái, sách Đa-ni-ên là một trong các sách Đại tiên tri.

Prophets, Minor /ˈprɑːfɪts, ˈmaɪnər/ *Tiểu tiên tri.* Trong Cựu Ước, mười hai sách hậu tiên tri là các sách Tiểu tiên tri: từ Ô-sê đến Ma-la-chi.

propitiation /prəˌpɪʃiˈeɪʃn/ *sự làm nguôi cơn giận.* Việc chuộc tội qua một của lễ để làm nguôi cơn giận; của lễ vãn hồi.

propositionalism /ˌprɑːpəˈzɪʃnəlɪzəm/ *thuyết giả định.* Loại bình luận đưa ra mệnh đề hoặc câu khẳng định mà có thể đúng hay sai.

proselyte /ˈprɒsɪlait/ *tín hữu mới.* Người cải đạo, đặc biệt người lớn và những người mới cải đạo.

Protestant ethic /ˈprɑːtɪstənt ˈeθɪk/ *đạo đức Tin Lành.* Thói quen và giá trị của những người theo đạo Tin Lành ở Anh, Đức và một số nước lân cận vào thế kỷ XVII, nhấn mạnh đức tính chăm chỉ và tự do tôn giáo. Xem: Puritan ethic.

Protestant liberalism /ˈprɑːtɪstənt ˈlɪbərəlɪzəm/ *Tin Lành tự do phái.* Truyền thống Tin Lành nhấn mạnh nghiên cứu theo phương pháp khoa học và phê bình; đặc biệt quan điểm cho rằng con người đang tiến hóa một cách tốt đẹp tiến tới nước Chúa.

Protestant orthodoxy /ˈprɑːtɪstənt ˈɔːrθədɑːksi/ *Tin Lành chính thống.* Hệ thống thần học xuất phát từ cuộc cải chánh và thế hệ sau tồn tại trong giáo hội Lutheran và các giáo hội cải chánh.

Protestant principle /ˈprɑːtɪstənt ˈprɪnsəpl/ *nguyên tắc Tin Lành.* Nguyên tắc căn bản của cuộc cải chánh, là "được xưng công chính chỉ bởi đức tin".

Protestant Reformation /ˈprɑːtɪstənt ˌrefərˈmeɪʃn/ *cuộc cải chánh/cải cách Tin Lành.* Phong trào thần học tại châu Âu vào thế kỷ XVI do Martin Luther, Huldrych Zwingli và John Calvin lãnh đạo, gạt bỏ một số điều trong thần học Công giáo và phát triển đạo Tin Lành.

Protestant /ˈprɑːtɪstənt/ *Tin Lành.* Từ dành cho những người theo cuộc cải chánh ra khỏi Công giáo, thành lập các giáo hội mới và những giáo hội thừa kế tư tưởng của cuộc cải chánh.

Protestantism /ˈprɑːtɪstəntɪzəm/ *đạo Tin Lành.* Dòng truyền thống của Cơ Đốc giáo phát triển vào thế kỷ XVI ở châu Âu nhấn mạnh sự cứu rỗi nhờ ân điển bởi đức tin, việc nghiên cứu Kinh thánh và chức tế lễ của mỗi tín hữu.

protoevangelium /ˌproʊtəɪvæŋˈgɛliəm/ *Phúc Âm tiên khởi.* Từ giải thích Sáng 3:15 rằng dòng dõi của người nữ sẽ đấu tranh với con rắn.

prototype /ˈproʊtətaɪp/ *nguyên mẫu.* Trong thần học dùng cho Đấng Christ, là gương mẫu và nguồn gốc của đức tin cho mỗi tín hữu.

proverb /ˈprɑːvɜːrb/ *tục ngữ.* Một câu đưa ra chân lý chung qua một số lời ngắn gọn, đặc biệt trong sách Châm Ngôn.

providence, divine /ˈprɑːvɪdəns, dɪˈvaɪn/ *thần hựu.* Công việc bảo tồn và tể trị vũ trụ; nghĩa đen là "cung cấp trước".

providence, doctrine of /ˈprɑːvɪdəns, ˈdɑːktrɪn əv/ *giáo lý thần hựu.* Niềm tin của Cơ Đốc giáo về việc bảo tồn và tể trị vũ trụ của Đức Chúa Trời.

prudence /ˈpruːdnt/ *cẩn trọng.* Việc áp dụng kiến thức và khôn ngoan một cách cẩn thận cho cuộc sống.

psalm /sɑːm/ *thi thiên; thánh thi.* Bài thi ca thuộc linh được tìm thấy trong sách Thi Thiên, bao gồm thơ ca ngợi, cảm tạ, ca thương, v.v...

psalter /ˈsɔːltər/ *bộ sách Thi Thiên.* Sưu tập bài thi ca được sắp xếp theo năm quyển của Thi Thiên (1-41, 42-72, 73-89, 90-106, 107-150).

Pseudepigrapha /ˌsjuːdɪˈpɪgrəfə/ *sách ngụy thư.* Những sách tôn giáo của Do Thái Giáo được viết trong danh nghĩa của người khác, thường là nhân vật nổi tiếng như Môi-se.

psychology of religion /saɪˈkɑːlədʒi əv rɪˈlɪdʒən/ *tâm lý học tôn giáo.* Ngành nghiên cứu tâm lý học áp dụng phương pháp tâm lý học cho tôn giáo. Xem: religion, psychology of.

psychosomatic unity /ˌsaɪkoʊsəˈmætɪk ˈjuːnəti/ *hiệp nhất tâm thể.* Quan điểm về bản chất con người cho rằng việc phân biệt thân thể, tâm hồn và linh hồn không phải hoàn toàn đúng và một con người là hiệp một của cả ba; nhấn mạnh tính toàn diện của từng người.

public-private dualism /ˈpʌblɪk-ˈpraɪvət ˈduːəlɪzəm/ *phân biệt công khai và riêng tư.* Quan điểm đạo đức học cho rằng hành vi công khai và hành vi riêng tư có thể theo nguyên tắc khác nhau.

pulpit exchange /ˈpʊlpɪt ɪksˈtʃeɪndʒ/ *trao đổi toà giảng.* Khi hai mục sư đồng ý hoán chuyển giảng cho hội thánh (có thể một Chúa nhật hoặc một giai đoạn).

pulpit supply /ˈpʊlpɪt səˈplaɪ/ *giảng tạm thời.* Mục sư từ nơi khác đến giảng, đặc biệt khi mục sư thường trực đi vắng, hoặc khi một hội thánh không có mục sư.

pulpit /ˈpʊlpɪt/ *toà giảng.* Chỗ người giảng đứng để giảng lời Chúa; cũng mô tả chức năng (hoặc người) giảng lời Chúa.

punishment /ˈpʌnɪʃmənt/ *trừng phạt.* Cách thức Đức Chúa Trời hoặc chính quyền phạt những người phạm tội; trong Cơ Đốc giáo sự chết là sự trừng phạt dành cho tội lỗi.

punishment, eternal /ˈpʌnɪʃmənt, ɪˈtɜːrnl/ *trừng phạt vĩnh viễn.* Tình trạng của tội nhân không tiếp nhận Chúa, phải chịu trừng phạt đời đời (Mat 25:46).

pure mortalism /pjʊr ˈmɔːrtlɪzəm/ *quan điểm chết hoàn toàn; thuyết tịch diệt.* Quan điểm cho rằng khi một người chết, người đó không tồn tại chút gì vì sự sống gắn liền với thân thể. Xem: annihilationism.

purgatory /ˈpɜːrgətɔːri/ *ngục luyện tội.* Theo Công giáo, đó là chỗ tín hữu chết phải hoàn tất việc thánh hóa của mình và chịu thanh luyện trước khi lên thiên đàng.

purification /ˌpjʊrɪfɪˈkeɪʃn/ *sự thanh tẩy.* Việc dọn mình thánh sạch theo quy định của Cựu Ước (Dân 8:7; 19:9).

Purim /ˈpʊrɪm/ *Lễ Phu-rim.* Ngày lễ của Do Thái Giáo kỷ niệm sự giải cứu dân Do Thái vào thời của Ê-xơ-tê.

Puritan ethic /ˈpjʊrɪtən ˈeθɪk/ *đạo đức Thanh giáo.* Những nguyên tắc đạo đức của phong trào Thanh giáo ở Anh và Mỹ vào thế kỷ XVII, nhấn mạnh làm việc chăm chỉ, tự giác, tiết kiệm, khiêm nhường, v.v... Xem: Protestant ethic.

Puritans /ˈpjʊrɪtənz/ *người theo Thanh giáo.* Những người ở Anh và Mỹ vào thế kỷ XVII tìm cách thanh sạch hóa giáo hội Anh Quốc theo nguyên tắc của Kinh thánh; nhấn mạnh vai trò của thần học và giảng luận trong đạo đức con người.

purity of the church /ˈpjʊrəti əv ðə tʃɜːrtʃ/ *sự thanh khiết của hội thánh.* Lý tưởng về hội thánh hoàn toàn theo gương của Chúa Giê-xu.

purity, ritual /ˈpjʊrəti, ˈrɪtʃuəl/ *sự thanh khiết lễ nghi.* Tiêu chuẩn thanh sạch của Cựu Ước (Lê-vi 11-17).

Q - q

Q (Quelle) /kyu (kɛlə)/ *Tài liệu Q.* Trong tiếng Đức, từ quelle có nghĩa "nguồn gốc"; Q là một tài liệu nhiều học giả Tân Ước cho rằng tác giả của sách Phúc Âm Ma-thi-ơ và Lu-ca đã sử dụng, tức là nội dung chung của hai sách đó mà không có trong Mác hoặc Giăng, hàm ý rằng có một tài liệu nguồn (chính) nào đó nhưng không có bản thảo.

Quakerism Xem: Quakers (Society of Friends).

Quakers (Society of Friends) /ˈkweɪkərz/ *Giáo phái Tin Lành Quaker/Hội Bạn Hữu.* Giáo phái Tin Lành được George Fox thành lập vào thế kỷ XVII tại Anh; là giáo phái không có mục sư chuyên nghiệp và gạt bỏ các bí tích, lời thề và chiến tranh; "quaker" có nghĩa là "người run lên" vì khi họ thờ phượng họ run lên.

qualities, absolute /ˈkwɑːləti, ˈæbsəluːt/ *thuộc tính tuyệt đối.* Những bản chất của Đức Chúa Trời không liên quan đến mối quan hệ với tạo vật như con người.

quest of the historical Jesus /kwest əv ðə hɪˈstɔːrɪkl ˈdʒiːzəs/ *tìm hiểu về nhân vật Giê-xu trong lịch sử.* Dự án nghiên cứu của Albert Schweitzer (thế kỷ XX) để viết tiểu sử của Chúa Giê-xu như mọi nhân vật khác, sử dụng phương pháp lịch sử học. Xem: new quest for the historical Jesus.

quietism /ˈkwaɪətɪzəm/ *tĩnh lặng chủ nghĩa; chủ nghĩa ẩn tu.* Truyền thống thuộc linh nhấn mạnh đến việc ngồi im lặng để chờ đợi Chúa.

Qumran /kʊmˈrɑːn/ *Qumran (cum-ranh).* Một vùng gần Biển Chết, là chỗ một số bản thảo cổ được phát hiện vào năm 1947; trong vòng thế kỷ I, đó là nơi một cộng đồng người Do Thái sinh sống theo quy tắc riêng biệt của họ.

R - r

rabbi /ˈræbaɪ/ *thầy.* Những thầy giáo của người Do Thái dạy luật pháp của Môi-se. Xem: rabbinic.

rabbinic /rəˈbɪnɪk/ *thuộc thầy giáo Do Thái.* Mô tả những gì theo quan điểm thầy giáo của người Do Thái ngày xưa. Xem: rabbi.

race /reɪs/ *chủng tộc.* Từ dùng để mô tả một nhóm người có cùng một số đặc tính, khác với các dân tộc lân cận. Xem: racism.

racism /ˈreɪsɪzəm/ *phân biệt chủng tộc.* Việc đánh giá thấp hoặc áp bức người của một chủng tộc hay dân tộc vì họ thuộc về chủng tộc đó; việc kỳ thị này bị xem là tội lỗi. Xem: race.

Radical Reformation /ˈrædɪkl ˌrefərˈmeɪʃn/ *Cuộc Cải Chánh/Cải Cách Tận Gốc.* Một phần của phong trào cải chánh tìm cách trở lại các nguyên tắc của hội thánh đầu tiên và gạt bỏ những giáo hội thuộc về các chính phủ ở châu Âu thời đó; bao gồm phong trào Mennonite và Hội Bạn Hữu. Xem: Mennonites; Anabaptist.

radical theology /ˈrædɪkl θiˈɑːlədʒi/ *thần học tự do cực đoan.* Cách thức tạo lập thần học áp dụng phương pháp khoa học và gạt bỏ các quan điểm truyền thống.

ransom theory of the atonement /ˈrænsəm ˈθiːəri əv ði əˈtoʊnmənt/ *quan điểm giá chuộc.* Quan điểm của Origen (thế kỷ III) về ý nghĩa của sự chuộc tội cho rằng Chúa Giê-xu đã trả giá chuộc khi Ngài chết trên thập tự giá (Mác 10:45). Xem: atonement, theories.

rapture /ˈræptʃər/ *nhấc bổng lên; sự cất lên.* Theo quan điểm tiền thiên hi niên, sự kiện được công bố trong I Tê 4:17 khi Chúa Giê-xu cất hội thánh lên trời để gặp lại Ngài.

rapture, midtribulational view of the /ˈræptʃər, ˈmɪdtrɪbjuˈleɪʃnl vjuː əv ðə/ *quan điểm trung đại nạn.* Theo một quan điểm tiền thiên hi niên, sự kiện Chúa Giê-xu tái lâm và hội thánh được cất lên ở giữa bảy năm của cơn đại nạn. Xem: rapture.

rapture, partial /ˈræptʃər, ˈpɑːrʃl/ *sự cất lên một phần.* Quan điểm cho rằng, tuỳ theo sự trưởng thành của từng tín hữu, một số người sẽ được cất lên và một số người khác sẽ theo sau. Xem: rapture.

rapture, posttribulational view of the /ˈræptʃər, ˌpoʊsttrɪbjuˈleɪʃnl vjuː əv ðə/ *quan điểm hậu đại nạn.* Theo một quan điểm tiền thiên hi niên, sự kiện Chúa Giê-xu tái lâm và hội thánh được cất lên vào cuối giai đoạn bảy năm của cơn đại nạn. Xem: rapture.

rapture, pretribulational view of the /ˈræptʃər, ˌpriːtrɪbjuˈleɪʃnl vjuː əv ðə/ *quan điểm tiền đại nạn.* Theo một quan điểm tiền thiên hi niên, sự kiện Chúa Giê-xu tái lâm và hội thánh được cất lên vào đầu giai đoạn bảy năm của cơn đại nạn. Xem: rapture.

rationalism /ˈræʃnəlɪzəm/ *chủ nghĩa duy lý.* Quan điểm triết học cho rằng chân lý được tìm thấy qua lý trí của con người và nhấn mạnh khả năng lý trí của con người. Xem: rationalist.

rationalist /ˈræʃnəlɪst/ *người theo quan điểm duy lý.* Xem: rationalism.

rationality /ˌræʃnˈæləti/ *tính hợp lý.* Mức độ hợp lý của một điều gì đó, theo lô-gíc.

reader-response criticism /ˈriːdər-rɪˈspɑːns ˈkrɪtɪsɪzəm/ *phê bình dựa vào đáp ứng của người đọc.* Quan điểm và phương pháp đọc bản văn nhấn mạnh vai trò của người đọc trong quá trình xác định ý nghĩa của bản văn, gạt bỏ quan điểm cho rằng nguồn gốc của ý nghĩa là bản văn hoặc ý định của tác giả.

reading, spiritual /ˈriːdɪŋ, ˈspɪrɪtʃuəl/ *đọc sách bồi linh.* Một phương pháp trưởng thành thuộc linh là đọc sách đề cập đến các vấn đề thuộc linh.

real presence of Christ /ˈriːəl ˈprezns əv kraɪst/ *sự hiện diện thật của Đấng Christ.* Theo một số quan điểm về Tiệc Thánh (đặc biệt Công giáo, Anh quốc giáo, Lutheran, v.v...), là sự hiện diện của Đấng Christ trong Tiệc Thánh; cách thức Ngài hiện diện tuỳ theo từng quan điểm.

realism /ˈriːəlɪzəm/ *chủ nghĩa hiện thực.* Quan điểm triết học cho rằng ý tưởng chung hiện thực ở ngoài nhận thức của con người. Xem: nominalism.

reason /ˈriːzn/ *lý trí; lý do.* Khả năng của con người suy nghĩ và nắm bắt lẽ thật; thỉnh thoảng được phân biệt với mặc khải, là nguồn kiến thức không bắt đầu từ con người; Căn bản cho một lý luận.

rebaptism /rɪˈbæptɪzəm/ *tái báp-têm.* Việc làm phép báp-têm cho một người chịu phép báp-têm rồi, như trường hợp một người chịu phép báp-têm khi còn nhỏ và muốn làm lại khi lớn.

rebellion /rɪˈbeljən/ *nổi loạn.* Tội bác bỏ lời Chúa, không chịu vâng lời Ngài.

rebirth /ˌriːˈbɜːrθ/ *tái sinh.* Trở nên mới mẻ hoàn toàn nhờ Đức Thánh Linh khi vào gia đình của Chúa (Gi 3:3). Xem: regenerate.

recapitulation /ˌriːkəpɪtʃuˈleɪʃn/ *tóm lược thuyết.* Quan điểm của Irenaeus (thế kỷ II) cho rằng Đấng Christ "thâu tóm" hoặc thay thế cho con người và cứu chuộc con người.

received text /rɪˈsiːvd tekst/ *bản văn được thừa nhận.* Cách nói về bản văn Tân Ước Hy Lạp mà Erasmus xuất bản vào năm 1516, được một số người xem là bản Tân Ước có thẩm quyền nhất.

recension /rɪˈsɛnʃən/ *bản văn đã được duyệt lại.* Từ dành cho bản văn cổ có thay đổi từ bản gốc.

recompense /ˈrekəmpens/ *sự thưởng phạt.* Xem: reward.

reconciliation /ˌrekənsɪliˈeɪʃn/ *sự giải hoà.* Việc khiến cho hai bên đã có mối quan hệ gián đoạn phục hồi mối quan hệ; là một ẩn dụ cho sự cứu rỗi, đó là con người được Chúa Giê-xu giải hoà với Đức Chúa Trời (II Cô 5:16-21).

reconsitituted body /ˌriːkɑːnstəˈtuːdəd ˈbɑːdi/ *thân thể tái tạo.* Thân thể của con người trong sự sống lại vừa mới, vừa có điểm chung với thân thể cũ (nhận biết người quen).

rector /ˈrektər/ *linh mục giáo sở; chủ tọa, hiệu trưởng.* Theo truyền thống của Anh quốc giáo và Công giáo, là người phụ trách một chi hội. Xem: rectory.

rectory /ˈrektəri/ *tư thất.* Nhà ở hoặc văn phòng của chủ tọa, quản nhiệm. Xem: rector.

redaction criticism /rɪˈdækʃn ˈkrɪtɪsɪzəm/ *phê bình biên soạn.* Loại phê bình bản văn lịch sử phân tích cách người biên soạn cổ sắp xếp tài liệu để hình thành một tài liệu mới theo mục đích của mình; đặc biệt áp dụng cho các sách Phúc Âm. Xem: redactor.

redaction /rɪˈdækʃn/ *bài viết.* Một bài viết được người biên soạn sắp xếp tài liệu theo thứ tự mới.

redactor /rɪˈdæktər/ *người biên soạn.* Người sắp xếp tài liệu để hình thành một quyển sách. Xem: redaction criticism.

redeemed /rɪˈdiːmd/ *được cứu chuộc.* Trạng thái của người được Chúa Giê-xu cứu chuộc.

Redeemer /rɪˈdiːmər/ *Đấng Cứu Chuộc.* Cách nói về Chúa Giê-xu nhấn mạnh công việc cứu chuộc tín hữu của Ngài.

redemption /rɪˈdempʃn/ *sự cứu chuộc.* Cách nói về sự cứu rỗi theo ngôn ngữ tài chính, xem sự cứu rỗi bao gồm việc Chúa mua chuộc lại tội nhân từ trạng thái nô lệ trong tội lỗi.

redemptive history /rɪˈdemptɪv ˈhɪstri/ *lịch sử cứu chuộc.*

reductionism /rɪˈdʌkʃənɪzəm/ *thuyết đơn giản hóa.* Quan điểm cho rằng có thể giải thích những điều phức tạp bằng cách xem chúng như sự kết hợp của những phần đơn giản.

reform movements /rɪ ˈfɔːrm ˈmuːvməntz/ *phong trào cải cách.* Những phong trào trong đời sống thuộc linh và công việc của hội thánh.

Reformation theology /ˌrefərˈmeɪʃn θiˈɑːlədʒi/ *thần học cải chánh/cải cách.* Những quan điểm xuất phát từ cuộc cải chánh vào thế kỷ XVI ở châu Âu như quan điểm của Martin Luther hoặc John Calvin; nhấn mạnh thẩm quyền của Lời Chúa và sự cứu rỗi nhờ ân điển bởi đức tin.

Reformation, Protestant /ˌrefərˈmeɪʃn, ˈprɑːtɪstənt/ *cuộc cải chánh/cải cách Tin Lành.* Phong trào vào thế kỷ XVI ở châu Âu cải cách thần học của Công giáo, mang lại kết quả là nhiều giáo phái Tin Lành ra đời. Xem: reformers.

reformed churches /rɪˈfɔːrmd tʃɜːrtʃəs/ *hội thánh cải chánh/cải cách.* Những hội thánh theo quan điểm của John Calvin (thế kỷ XVI) và có giáo thể trưởng lão.

Reformed theology /rɪˈfɔːrmd θiˈɑːlədʒi/ *thần học cải chánh/cải cách.* Mô tả những quan điểm thần học xuất phát từ thuyết Calvin, đặc biệt giáo lý về việc được tuyển chọn cho sự cứu rỗi.

Reformed tradition /rɪˈfɔːrmd trəˈdɪʃn/ *truyền thống cải chánh/cải cách.* Dòng truyền thống thần học xuất phát từ thuyết Calvin.

reformed /rɪˈfɔːrmd/ *cải chánh/cải cách.* Mô tả những giáo hội và tín hữu theo thuyết Calvin và sự phát triển của quan điểm đó đến ngày nay.

reformers /rɪˈfɔːrmərz/ *nhà cải chánh/cải cách.* Những người cải cách hội thánh; đặc biệt là các nhà thần học Tin Lành của thế kỷ XVI như Martin Luther, John Calvin và Huldrych Zwingli. Xem: Reformation, Protestant.

regenerate /rɪˈdʒenərət/ *những người được tái sinh.* Là những người tin Chúa, nhận sự thay đổi hoàn toàn qua công việc của Đức Thánh Linh.

regenerate, new birth Xem: new life.

regeneration, baptismal Xem: baptismal regeneration.

reign of God /reɪn əv gɑːd/ *sự tể trị của Đức Chúa Trời.* Xem: God, kingdom of.

reincarnation /ˌriːɪnkɑːrˈneɪʃn/ *sự đầu thai.* Quan điểm cho rằng linh hồn chuyển sang thân thể mới sau khi một người chết.

relativism /ˈrelətɪvɪzəm/ *thuyết tương đối.* Quan điểm triết học cho rằng cái gì cũng tương đối và tuỳ theo từng người; không có điều tuyệt đối.

relics /ˈrelɪk/ *thánh tích.* Theo truyền thống Công giáo, là đồ của người thánh mà người ta tôn kính.

religion /rɪˈlɪdʒən/ *tôn giáo.* Quan điểm về thế giới và thần linh, thường có cùng lễ nghi, nguyên tắc đạo đức và thói quen cộng đồng.

religion, comparative /rɪˈlɪdʒən, kəmˈpærətɪv/ *tôn giáo đối chiếu.* Xem: comparative study of religion.

religion, phenomenology of /rɪˈlɪdʒən, fɪˌnɑːməˈnɑːlədʒi əv/ *hiện tượng học về tôn giáo.* Xem: phenomenology of religion.

religion, philosophy of /rɪˈlɪdʒən, fəˈlɑːsəfi əv/ Xem: philosophy of religion.

religion, psychology of Xem: psychology of religion.

religion, revealed /rɪˈlɪdʒən, rɪˈviːld/ *tôn giáo mặc khải.* Những tôn giáo (hoặc nội dung giáo lý) được xem là được thần bày tỏ thay cho quan điểm xuất phát từ lý trí con người.

religion, sociology of /rɪˈlɪdʒən, ˌsoʊsiˈɑːlədʒi əv/ Xem: sociology of religion.

religiosity /rɪˌlɪdʒiˈɑːsəti/ *tinh thần tôn giáo; lòng mộ đạo.* Mô tả cam kết và nhiệt thành về tôn giáo.

religious education /rɪˈlɪdʒəs ˌedʒuˈkeɪʃn/ *giáo dục tôn giáo.* Xem: Christian education.

religious epistemology /rɪˈlɪdʒəs ɪˌpɪstəˈmɑːlədʒi/ *nhận thức luận tôn giáo.* Ngành triết học tập trung vào cách thức nhận kiến thức tôn giáo. Xem: epistemology.

religious experience /rɪˈlɪdʒəs ɪkˈspɪriəns/ *kinh nghiệm tôn giáo.* Kinh nghiệm liên quan đến tôn giáo; đặc biệt là nhận thức về sự hiện diện của Chúa.

religious freedom Xem: liberty, religious.

religious language Xem: language, religious.

religious leader /rɪˈlɪdʒəs ˈliːdər/ *nhà lãnh đạo tôn giáo.* Người hướng dẫn người khác trong vấn đề tôn giáo.

religious liberty /rɪˈlɪdʒəs ˈlɪbərti/ *tự do tôn giáo.* Quyền theo đạo và thực hiện các lễ nghi và lối sống của tôn giáo mình, không chịu sự can thiệp của người khác.

Religious Society of Friends Xem: Quakers (Society of Friends).

religious /rɪˈlɪdʒəs/ *thuộc tôn giáo.* Mô tả cái gì liên quan đến tôn giáo.

remarriage /ˌriːˈmærɪdʒ/ *tái hôn.* Việc kết hôn sau khi ly dị hoặc sau khi vợ hoặc chồng qua đời.

remission of sins /rɪˈmɪʃn əv sɪnz/ *sự tha tội.* Việc Chúa tha thứ tội lỗi nhờ huyết của Chúa Giê-xu. Xem: sin, remission of.

remnant /ˈremnənt/ *phần dân còn lại.* Phần của một nhóm tiếp tục tồn tại; trong bối cảnh Kinh thánh, là phần dân Y-sơ-ra-ên tiếp tục trung tín với Chúa.

remunerative justice Xem: distributive justice.

Renaissance /ˈrenəsɑːns/ *thời kỳ phục hưng.* Giai đoạn ở châu Âu khi văn hóa Âu châu chuyển từ thời trung cổ đến thời hiện đại và nhiều người đặc biệt nghiên cứu thời cổ đại và các bản văn cổ; đã làm nền tảng kiến thức cho cuộc cải chánh.

renewal movements /rɪˈnuːəl ˈmuːvməntz/ *các phong trào đổi mới.* Những nhóm cố gắng đổi mới hội thánh. Xem: renewal, church.

renewal, church /rɪˈnuːəl, tʃɜːrtʃ/ *đổi mới hội thánh.* Sự kiện hoặc sự cố gắng phục hồi tinh thần của hội thánh để hội thánh nhiệt tình và trung tín hơn. Xem: renewal movements.

renunciation of the devil /rɪˌnʌnsiˈeɪʃn əv ðə ˈdevl/ *từ bỏ Sa-tan.* Một phần của lễ phép báp-têm thời cổ yêu cầu người chịu phép báp-têm từ bỏ lối sống độc ác.

renunciation /rɪˌnʌnsiˈeɪʃn/ *từ bỏ.* Việc từ bỏ một lối sống tội lỗi hoặc những thú vui thuộc thể theo nghĩa tôn giáo.

repentance /rɪˈpentəns/ *sự ăn năn.* Đau buồn về tội lỗi của mình và từ bỏ lối sống tội lỗi.

representative, Christ as /ˌreprɪˈzentətɪv, kraɪst əz/ *Đấng Christ là Đấng Đại Diện.* Cách nhìn Chúa Giê-xu là người đại diện cho con người, như là A-đam thứ hai.

reprobates /ˈreprəbeɪts/ *những người tội; bị từ bỏ để chịu hình phạt.* Bao gồm những người không nhận sự cứu rỗi cho tội lỗi của mình, sẽ chịu hình phạt mãi mãi.

reprobation /ˈreprəˈbeiʃn/ *sự định tội.* Tình trạng của tội nhân không nhận sự cứu rỗi.

resistible grace /rɪˈzɪstəbl greɪs/ *ân điển có thể từ chối.* Theo quan điểm của Luther và Arminius, ân điển của Chúa là điều mình có thể từ chối được theo ý chí tự do của từng người, khác với quan điểm cải chánh. Xem: irresistible grace.

response /rɪˈspɑːns/ *sự đáp ứng.*

Restoration movement /ˌrestəˈreɪʃn ˈmuːvmənt/ *phong trào phục hồi.* Phong trào ở Mỹ vào thế kỷ XIX cố gắng theo mô hình của Tân Ước và sinh ra hội thánh Cơ đốc (Môn Đồ của Đấng Christ).

restoration of Israel /ˌrestəˈreɪʃn əv ˈɪzreɪl/ *sự phục hồi của dân Y-sơ-ra-ên.* Quan điểm về điều cuối cùng cho rằng đến một thời điểm nào đó dân Y-sơ-ra-ên sẽ về đất hứa, ăn năn và tin nơi Chúa Giê-xu.

resurrection body /ˌrezəˈrekʃn ˈbɑːdi/ *thân thể sống lại.* Thân thể mới của con người khi sống lại.

resurrection of Jesus Christ /ˌrezəˈrekʃn əv ˈdʒiːzəs kraɪst/ *sự phục sinh của Chúa Giê-xu.* Sự kiện Đấng Christ sống lại sau khi chịu chết trên thập tự giá (Mat 28:1-10, Mác 16:1-8, Lu 24:1-12, Gi 20:1-10).

resurrection of judgment /ˌrezəˈrekʃn əv ˈdʒʌdʒmənt/ *sự sống lại để chịu phán xét.* Sự kiện khi người chết sẽ sống lại để chịu phán xét về đời sống của mình (Gi 5:28-29).

resurrection of the body /ˌrezəˈrekʃn əv ðə ˈbɑːdi/ *sự sống lại của thân thể.* Quan điểm cho rằng người chết sẽ sống lại và nhận một thân thể mới (I Cô 15:). Xem: bodily resurrection.

resurrection of the dead /ˌrezəˈrekʃn əv ðə ded/ *sự sống lại của kẻ chết.* Sự sống lại của mọi người đã chết để chịu sự phán xét.

resurrection /ˌrezəˈrekʃn/ *sự sống lại, sự phục sinh.* Đề cập đến sự phục sinh của Chúa Giê-xu và sự sống lại của những người đã chết trước sự phán xét cuối cùng. Xem: new body.

resurrection, first /ˌrezəˈrekʃn, fɜːrst/ *sự sống lại đầu tiên.* Theo quan điểm tiền thiên hi niên, sự sống lại đầu tiên trong Khải 20:5 sẽ bao gồm các tín hữu; quan điểm vô thiên hi niên cho rằng đây chỉ là sự tái sinh. Xem: first resurrection.

retreat /rɪˈtriːt/ *cuộc tĩnh tâm.* Thời gian và chỗ để dành cho việc nghỉ ngơi, cầu nguyện và suy ngẫm; nói chung là sự kiện dành cho việc phục hồi đời sống thuộc linh hoặc mối quan hệ của hai vợ chồng.

retribution /ˌretrɪˈbjuːʃn/ *sự báo trả.* Trả thù việc xấu người khác làm cho mình.

retributive justice /rɪˈtrɪbjətɪv ˈdʒʌstɪs/ *sự báo trả công bằng.* Quan điểm cho rằng Đức Chúa Trời sẽ thưởng phạt con người theo việc họ làm.

revelation /ˌrevəˈleɪʃn/ *mặc khải.* Việc Chúa bày tỏ ý muốn của Ngài cho con người.

revelation, anthropic /ˌrevəˈleɪʃn, anˈθrɒpɪk/ *mặc khải theo cách con người.* Mô tả những cách thức Đức Chúa Trời dùng để bày tỏ ý muốn của Ngài bằng cách sử dụng ngôn ngữ và ý tưởng quen thuộc đối với con người.

revelation, biblical /ˌrevəˈleɪʃn, ˈbɪblɪkl/ *mặc khải Kinh thánh.* Sự bày tỏ của Đức Chúa Trời trong Lời Chúa.

revelation, divine /ˌrevəˈleɪʃn, dɪˈvaɪn/ *mặc khải của Đức Chúa Trời.* Sự bày tỏ của Đức Chúa Trời về ý muốn và thuộc tính của Ngài.

revelation, general /ˌrevəˈleɪʃn, ˈdʒenrəl/ *mặc khải phổ quát.* Sự bày tỏ của Đức Chúa Trời qua công cuộc sáng thế (Thi 19).

revelation, natural /ˌrevəˈleɪʃn, ˈnætʃrəl/ Xem: revelation, general.

revelation, progressive /ˌrevəˈleɪʃn, prəˈgresɪv/ *mặc khải tiệm tiến.* Quan điểm cho rằng Đức Chúa Trời bày tỏ ý của mình dần dần qua một quá trình lâu dài. Xem: progressive revelation.

revelation, special /ˌrevəˈleɪʃn, ˈspeʃl/ *mặc khải đặc biệt.* Sự bày tỏ của Đức Chúa Trời một cách cụ thể qua người đặc biệt; Kinh thánh là tài liệu kể lại sự bày tỏ đó.

reverence for God /ˈrevərəns fɔːr gɑːd/ *sự tôn kính đối với Đức Chúa Trời.* Thái độ và hành động tôn trọng Đức Chúa Trời.

reverend /ˈrevərənd/ *mục sư.* Chức danh cho mục sư, nhấn mạnh họ đáng được tôn trọng.

revival movements /rɪˈvaɪvl ˈmuːvmɘntz/ *phong trào phục hưng.* Những giai đoạn khi một cuộc phục hưng diễn ra qua một thời gian ở nhiều địa phương.

revival /rɪˈvaɪvl/ *phục hưng.* Sự kiện Đức Thánh Linh hành động một cách đặc biệt và phục hồi tinh thần của hội thánh; cũng dùng cho sự kiện truyền giảng nhằm khích lệ sự phục hưng ở một cộng đồng.

revival, theology of /rɪˈvaɪvl, θiˈɑːlədʒi əv/ *thần học về phục hưng.* Những nhận xét thần học về hiện tượng phục hưng.

revivals, revivalism /rɪˈvaɪvlz, rɪˈvaɪvəlɪzəm/ *cuộc phục hưng/thuyết phục hưng.* Sự cố gắng khích lệ cuộc phục hưng qua chương trình truyền giảng hoặc phương pháp khác.

reward /rɪˈwɔːrd/ *phần thưởng.* Theo quan điểm Công giáo, đó là kết quả tốt đẹp của sự kết hợp ân điển và sự cố gắng của con người khi tín hữu lên thiên đàng. Xem: recompense.

right hand of God (the Father) /raɪt hænd əv gɑːd (ðə ˈfɑːðər)/ *bên phải của Đức Chúa Trời (Đức Chúa Cha).* Đề cập đến vị trí thể hiện quyền năng của Đức Chúa Trời; và theo Kinh thánh, đó là vị trí của Đấng Christ trên thiên đàng (Rô 8:34).

right-to-life /raɪt-tə-laɪf/ *quyền sống.* Theo quan điểm của phong trào ủng hộ sự sống, đó là quyền được sống của con người từ khi là một bào thai và không bị phá thai. Xem: pro-life movement.

righteous indignation /ˈraɪtʃəs ˌɪndɪgˈneɪʃn/ *cơn thịnh nộ công chính.*

righteousness of faith /ˈraɪtʃəsnəs əv feɪθ/ *sự công chính của đức tin.*

righteousness of God /ˈraɪtʃəsnəs əv gɑːd/ *sự công chính của Đức Chúa Trời.*

righteousness /ˈraɪtʃəsnəs/ *sự công chính.*

rite /raɪt/ *nghi lễ.* Phần của lễ thờ phượng hoặc thứ tự lễ thờ phượng; cũng có thể là nghi lễ địa phương. Xem: ritual.

rites, last Xem: last rites.

ritual of purification /ˈrɪtʃuəl əv ˌpjʊrɪfɪˈkeɪʃn/ *nghi lễ thanh tẩy.* Theo Lê-vi 12, đó là quá trình một phụ nữ sinh con phải trải qua sau khi sinh con để được xem là sạch.

ritual /ˈrɪtʃuəl/ *thuộc lễ nghi.* Những thói quen và thứ tự tôn giáo. Xem: rite.

ritualism /ˈrɪtʃʊəlɪzəm/ *chủ nghĩa nghi thức.* Từ dùng để phê bình người phụ thuộc vào nghi lễ quá nhiều.

Roman Catholic Church /ˈroʊmən ˈkæθlɪk tʃɜːrtʃ/ *giáo hội Công giáo La Mã.* giáo hội chấp nhận giám mục của La Mã là giáo chủ.

Roman Catholicism /ˈroʊmən kəˈθɑːləsɪzəm/ *Công giáo La Mã.* Xem: Roman Catholic Church.

romanticism /roʊˈmæntɪsɪzəm/ *trào lưu lãng mạn.* Phong trào văn hóa và tri thức bác bỏ sự nhấn mạnh của thời kỳ khai sáng về lý trí và nhấn mạnh đến cảm xúc, nghệ thuật; trong thần học, F. D. E. Scheilermacher (1768-1834) đã theo phong trào này.

Rome, bishop of /roʊm, ˈbɪʃəp əv/ *giám mục của La Mã.* Theo truyền thống Công giáo Sứ đồ Phi-e-rơ là giám mục đầu tiên của thành La Mã cho nên chìa khóa của Nước Trời (Mat 16:18-19) được giao cho giám mục của La Mã.

Rosary /ˈroʊzəri/ *cầu nguyện bằng chuỗi mân côi.* Bài cầu nguyện trong truyền thống Công giáo được một chuỗi mân côi giúp đỡ tín hữu nhớ thứ tự cầu nguyện.

rule of faith /ruːl əv feɪθ/ *quy tắc của đức tin.* Trong thời hội thánh đầu tiên, đó là bài tín điều cho lễ báp-têm, tóm tắt đức tin Cơ Đốc; nhưng trong thời cải chánh, đó là Kinh thánh.

rule of life /ruːl əv laɪf/ *quy tắc của cuộc sống.* Những thói quen giúp trung tín trong các qui luật thuộc linh, đặc biệt ở tu viện.

S - s

Sabaoth /ˈsabeɪɒθ/ *Chúa vạn quân; Đức Giê-hô-va vạn quân.* Từ Hê-bơ-rơ thường đi cùng với *Yahweh* hoặc *Yehowah* và *Elohim* làm danh xưng của Đức Chúa Trời, nghĩa là Chúa của vạn đạo binh. Danh xưng này không xuất hiện trong sách Ngũ Kinh, nhưng được sử dụng nhiều trong Thi Thiên và các sách tiên tri. Danh này chỉ sự tể trị tối thượng của Đức Chúa Trời trên muôn loài và trên lịch sử.

Sabbatarianism /ˌsabəˈtɛːrɪənɪzəm/ *giáo phái Sa-bát.* Phái Tin Lành hình thành vào thế kỷ XVII ở nước Anh buộc phải giữ ngày Sa-bát như người Do Thái.

Sabbath /ˈsæbəθ/ *ngày Sa-bát.* Ngày thứ bảy trong tuần dành để thờ phượng và nghỉ ngơi (Xuất 20:8; 31:13-17; Phục 5:14), là một ngày thánh trong Do Thái Giáo. Cơ Đốc giáo chọn Chúa nhật làm ngày thờ phượng, kỷ niệm sự phục sinh của Đấng Christ.

sabbatical year /sə'bætɪkl jɪr/ *năm Sa-bát.* Một năm định ra trong chu kỳ bảy năm, người Do Thái phải để cho đất nghỉ, tha cho người mắc nợ và cho người nghèo kiếm lương thực ngoài đồng (Xuất 21:2-6; 23:10-11; Lê-vi 25; Phục 15:1-3). Năm Sa-bát nhắc nhở dân Do Thái nhớ rằng mọi của cải đều thuộc về Đức Chúa Trời.

sacrament of baptism /'sækrəmənt əv 'bæptɪzəm/ *thánh lễ báp-têm.* Coi lễ báp-têm là một thánh lễ tức là một dấu hiệu hay phương tiện truyền tải ân điển của Đức Chúa Trời.

sacrament of the Lord's Supper /'sækrəmənt əv ðə lɔːrdz 'sʌpər/ *thánh lễ Tiệc Thánh.* Coi lễ Tiệc Thánh là một thánh lễ tức là một dấu hiệu hay phương tiện truyền tải ân điển của Đức Chúa Trời.

sacrament /'sækrəmənt/ *thánh lễ.* Dấu hiệu bên ngoài do Đức Chúa Trời thiết lập để bày tỏ ân điển bên trong hay thiêng liêng. Thánh lễ là các nghi lễ của các hội thánh. giáo hội Công giáo có bảy thánh lễ, còn hội thánh Tin Lành có hai thánh lễ. Xem: ordinance.

sacramental theology /ˌsækrə'mentl θi'ɑːlədʒi/ *thần học thánh lễ.* Các tín điều thần học về thánh lễ của hội thánh Cơ Đốc.

sacramentalism /ˌsækrə'men'talɪzəm/ *chủ nghĩa thánh lễ; chủ nghĩa tượng trưng.* Quan điểm thần học cho rằng ân điển của Đức Chúa Trời được bày tỏ thông qua các nghi lễ được coi là các thánh lễ.

sacred history /'seɪkrɪd 'hɪstri/ *lịch sử thánh.* Lịch sử ghi chép trong Kinh thánh như công việc của Đức Chúa Trời trong toàn bộ dòng lịch sử của nhân loại.

sacred, the /'seɪkrɪd, ðə/ *vật thánh.* Điều được coi là thánh và có khả năng giúp người ta kinh nghiệm được Đấng Thánh.

sacrifice /'sækrɪfaɪs/ *sự hy sinh; dâng tế lễ; hiến dâng mình.* Vật có giá trị dâng lên Chúa như một nghi lễ thờ phượng. Của lễ được dâng lên Chúa xuyên suốt thời Cựu Ước (Sáng 4:3-5; 8:20-22), đi kèm với giao ước (Xuất 24:3-8) và có nhiều loại khác nhau.

sacrificial offering /ˌsækrɪ'fɪʃl 'ɔːfərɪŋ/ *tế lễ; của lễ.* Những lễ vật được dâng để thờ phượng Đức Chúa Trời. Kinh Cựu Ước mô tả những loại tế lễ sinh vật khác nhau. Tân Ước coi cái chết của Đức Chúa Giê-xu Christ trên thập tự giá là tế lễ đền tội cho tội lỗi của thế gian (Êph 5:2; Hê 5:3; 10:12).

sacrificial system /ˌsækrɪ'fɪʃl 'sɪstəm/ *hệ thống/nghi thức dâng tế lễ.* Nghi lễ dâng sinh tế, sản vật mùa màng hay những đồ vật có giá trị lên Đức Chúa Trời.

sacrilege /ˈsækrəlɪdʒ/ *tội phạm thượng; tội báng bổ.* Vi phạm hay làm ô uế một nơi thánh hay một vật thánh.

Sadducees /ˈsadjʊsiːz/ *Sa-đu-sê.* Một đảng tôn giáo thuộc Do Thái giáo bao gồm các thầy tế lễ phục vụ trong đền thờ Giê-ru-sa-lem. Họ tìm cách bảo tồn bản sắc, tôn giáo và văn hóa của người Do Thái. Họ bác bỏ những phong tục Do Thái không được quy định trong sách Ngũ Kinh hoặc trong Kinh Luật. Họ phủ nhận giáo lý về sự sống lại và sự xét đoán thưởng phạt sau khi chết. Trong thời Chúa Giê-xu, họ mâu thuẫn với phái Pha-ra-si và bị Chúa Giê-xu lên án (Mat 22:23-33).

saint /seɪnt/ *thánh đồ; thánh nhân; vị thánh.* Trong Tân Ước, từ này chỉ những người là tín đồ thật của Đấng Christ. Trong Công giáo La Mã, từ này chỉ tín hữu đã ở trên thiên đàng nhờ đời sống gương mẫu và có thể cầu thay cho những người đang sống và những người ở trong ngục luyện tội.

sainthood /seɪnthʊd/ *địa vị thánh đồ.* Chức vị do giáo hội Công giáo La Mã ban tặng cho những người rất thánh, với nghi thức tuyên phúc và phong thánh.

saints, communion of /seɪntz, kəˈmjuːnjən əv/ *sự cảm thông/thông công của thánh đồ.* Xem: communion of saints.

saints, perseverance of the /seɪntz, ˌpɜːrsəˈvɪrəns əv ðə/ *sự nhẫn nhục/bền đỗ của thánh đồ.* Xem: perseverance of the saints.

salutary act /ˈsæljəteri ækt/ *hành động cứu độ.* Thuật ngữ trong thần học Công giáo La Mã, chỉ một hành động của con người dẫn đến sự xưng công chính. Đối với những người đã được xưng công chính, chỉ hành động góp phần để người đó được hưởng vinh phúc trước Thiên Chúa.

Salvation Army /sælˈveɪʃn ˈɑːrmi/ *Hội Cứu thế quân.* Thế kỷ thứ 19, William Booth (1829-1912) sáng lập một đoàn thể Truyền giáo Quốc tế có cơ cấu tổ chức rập khuôn theo quân đội.

salvation by grace /sælˈveɪʃn baɪ greɪs/ *cứu rỗi bởi ân điển.* Quan điểm thần học đặc trưng của Tin Lành cho rằng sự cứu rỗi xuất phát từ lòng thương xót và tình yêu của Đức Chúa Trời dành cho tội nhân. Sự cứu rỗi là món quà cho không, bởi ân điển của Đức Chúa Trời - không phải nhờ công việc hay công trạng nào của người nhận món quà đó.

salvation by works /sælˈveɪʃn baɪ wɜːrks/ *cứu rỗi bởi việc làm.* Quan điểm cho rằng sự cứu rỗi có được do những hành động đạo đức hay công trạng làm đẹp lòng Đức Chúa Trời. Quan điểm này gắn với tà giáo Pelagius trong thời kỳ hội thánh ban đầu.

salvation history /sæl'veɪʃn 'hɪstri/ *lịch sử cứu rỗi.* Những sự kiện trong Kinh thánh kể lại dưới quan điểm đức tin và thể hiện mục đích cứu chuộc thế giới của Đức Chúa Trời.

salvation /sæl'veɪʃn/ *sự cứu rỗi.* Hành động của Đức Chúa Trời khiến con người có mối quan hệ ngay thẳng với Đức Chúa Trời và với nhau thông qua Đức Chúa Giê-xu Christ. Họ được cứu khỏi hậu quả tội lỗi và được ban sự sống đời đời.

salvation, doctrine of /sæl'veɪʃn, 'dɑːktrɪn əv/ *giáo lý về sự cứu rỗi.* Nghiên cứu thần học về cách cứu rỗi, bao gồm các khái niệm như sự tái sinh, đức tin, sự xưng công chính, cải đạo, hiệp một với Đấng Christ, nhận làm con nuôi, thánh hóa, bền đỗ và được vinh hiển. Xem: soteriology.

salvific will of God /sæl'vɪfɪk wɪl əv gɑːd/ *ý định cứu rỗi của Đức Chúa Trời.* Ý muốn của Đức Chúa Trời muốn tất cả mọi người đều nhận được sự cứu rỗi, nhờ đó biết và yêu mến Đức Chúa Trời (I Ti 2:4).

sanctification /ˌseɪŋktɪfɪ'keɪʃn/ *sự thánh hóa.* Quá trình hay kết quả công việc Đức Chúa Trời tiếp tục làm trong đời sống Cơ Đốc nhân nhờ quyền năng của Đức Thánh Linh. Trong thần học Tin Lành, quá trình này diễn ra sau khi một người được xưng công chính và là sự tăng trưởng trong ân điển và sự thánh khiết trong nếp sống thể hiện qua những việc lành.

sanctify /'seɪŋktɪfaɪ/ *thánh hóa.* Làm cho thánh khiết bằng cách tẩy rửa tội lỗi.

sanctifying grace /'seɪŋktɪfaɪɪŋ greɪs/ *ân điển thánh hóa.* Thuật ngữ sử dụng trong thần học Công giáo La Mã, chỉ ân điển nhận được qua các thánh lễ. Thuật ngữ này bao hàm hai khái niệm trong Tin Lành: xưng công chính và thánh hóa.

sanctity /'seɪŋktəti/ *thánh hóa; nên thánh.* Làm thánh khiết bằng cách rửa sạch tội lỗi.

sanctuary /'seɪŋktʃueri/ *thánh đường; đền thánh; giáo đường.* Khu vực trong nhà thờ dùng làm nơi thờ phượng, bao quanh bàn thờ, bàn Tiệc Thánh hoặc bục giảng.

Satan /'seɪtn/ *Sa-tan.* Ma quỷ, đại diện cho cái ác chống nghịch Đức Chúa Trời và mục đích của Ngài (Mat 4:10; Lu 10:18; II Cô 2:11). Xem: devil.

Satanism /'seɪtənɪzəm/ *Sa-tan giáo; phái thờ Sa-tan.* Hành động thờ lạy Sa-tan.

satisfaction theory of the atonement /ˌsætɪs'fækʃn 'θiːəri əv ðə ə'toʊnmənt/ *thuyết chuộc tội; đền tội.* Học thuyết cho rằng Đấng Christ đền bồi cho Đức Chúa Cha vì cớ tội lỗi của chúng ta qua sự chết của Ngài.

Savior /ˈseɪvjər/ *Đấng Cứu rỗi; Đấng Cứu Thế.* Thuật ngữ chỉ Đức Chúa Trời là Đấng giải cứu và Đấng bảo vệ (II Sam 22:3; Ê-sai 49:26; I Tim 1:1; Tít 1:3), và chỉ Đức Chúa Giê-xu Christ nhấn mạnh vào công việc Ngài làm để cứu rỗi con người (Công 13:23; II Tim 1:10).

sayings of Jesus /ˈseɪɪŋz əv ˈdʒiːzəs/ *lời nói của Chúa Giê-xu.* Những câu nói của Chúa Giê-xu chép trong Kinh thánh Tân Ước. Các học giả có những quan điểm khác nhau về việc những câu này thực sự là lời Chúa Giê-xu nói hay do các trước giả biên tập đưa vào.

scapegoat /ˈskeɪpgoʊt/ *con dê mang tội.* Con dê đực biểu tượng mang lấy mọi tội lỗi của dân Y-sơ-ra-ên và bị đuổi vào đồng vắng mang theo tội lỗi dân Y-sơ-ra-ên vào ngày lễ Chuộc tội (Lê-vi 16:8-22).

schism /ˈskɪzəm/ *ly giáo; chủ nghĩa ly giáo.* Sự chia rẽ hay ly khai của một nhóm tôn giáo, thường do bất đồng kéo dài.

scholasticism /skəˈlæstɪsɪzəm/ *học phái kinh viện.* Hệ thống và phương pháp học triết học và thần học trong các trường đại học châu Âu thời Trung cổ. Học phái này sử dụng lý trí và các phương pháp triết học để phân tích kiến thức. Xem: medieval scholasticism.

scholasticism, Protestant /skəˈlæstɪsɪzəm, ˈprɑːtɪstənt/ *học phái kinh viện Tin Lành.* Việc các nhà thần học Luther và cải chánh vào thế kỷ XVII, giai đoạn Tin Lành chính thống, sử dụng nhiều khái niệm lô-gic, triết học và ngôn ngữ chính xác của thần học Trung cổ. Học phái này gồm những hệ thống chi tiết với những bàn luận phức tạp về nhiều vấn đề thần học.

schools of theology /skuːlz əv θiˈɑːlədʒi/ *các trường phái thần học.* Sự phát triển của một tư tưởng thần học từ một nhà thần học hay một nhóm thần học gia thành một trào lưu. Ví dụ trường phái Alexandria và Antioch, học thuyết Luther, học thuyết Calvin, học thuyết Wesley...

science of religion /ˈsaɪəns əv rɪˈlɪdʒən/ *khoa học về tôn giáo.* Lĩnh vực nghiên cứu tôn giáo nhằm giải thích tôn giáo trên cơ sở khoa học. Chủ yếu mô tả thay vì giải thích tôn giáo.

scientific method /ˌsaɪənˈtɪfɪk ˈmeθəd/ *phương pháp khoa học.* Những quy trình sử dụng trong nhiều môn khoa học để tìm ra kết luận. Nó là quá trình nghiên cứu và kiểm chứng một cách hệ thống. Các nhà thần học có thể sử dụng phương pháp thần học theo hoặc không theo phương pháp khoa học.

Scientology /ˌsaɪənˈtɑːlədʒi/ *khoa nghiên cứu về khoa học.*

Scopes ("Monkey") Trial /skoʊps (ˈmʌŋki) ˈtraɪəl/ *vụ án Scopes ("Vượn").* Vụ án nổi tiếng ở Dayton, Tenessee (1925), xét xử John Scopes- một giáo viên sinh học cấp trung học vì tội dạy thuyết tiến hóa. Mặc dù Scopes bị kết tội (về sau bản án bị lật lại), nhưng vụ án đã huỷ hoại thanh danh của phái duy văn tự (fundamentalist) là những người chống lại thuyết tiến hóa, dựa trên nghĩa đen của chương 1 sách Sáng thế ký.

scriptural proof /ˈskrɪpʃərəl pruːf/ *bằng chứng trong Kinh thánh.* Trích dẫn Kinh thánh để chứng minh cho một quan điểm thần học.

Scripture alone Xem: sola Scriptura.

Scripture principle Xem: sola Scriptura.

Scripture /ˈskrɪpʃər/ *Kinh thánh.* Các sách được coi là thánh. Trong Cơ Đốc giáo, Cựu Ước và Tân Ước được coi là Thánh kinh vì chúng là lời Đức Chúa Trời bày tỏ về chính mình Ngài. Từ này có thể chỉ một câu Kinh thánh hoặc toàn bộ quyển Kinh thánh. Xem: Holy Scripture(s).

Scripture, authority of /ˈskrɪpʃər, əˈθɔːrəti əv/ *thẩm quyền của Kinh thánh.* Theo quan điểm Cơ Đốc, các sách Cựu Ước và Tân Ước có vị trí độc tôn như sự bày tỏ bản thân của Đức Chúa Trời. Các sách này phải được công nhận như vậy và Cơ Đốc nhân phải vâng phục sự dạy dỗ trong đó như những hướng dẫn đáng tin cậy về nếp sống Cơ Đốc.

Scripture, doctrine of /ˈskrɪpʃər, ˈdɑːktrɪn əv/ *giáo lý về Kinh thánh.* Sự dạy dỗ của giáo hội về bản chất của Kinh thánh và các cách hiểu Kinh thánh. Giáo lý bao gồm những nội dung về thẩm quyền, sự mặc khải, chức năng, cách sử dụng Kinh thánh và các quan điểm giải nghĩa Kinh thánh (Thích kinh học).

seal of confession /siːl əv kənˈfeʃn/ *ấn tín giải tội; sự giữ bí mật của toà cáo giải.* Nghĩa vụ của linh mục Công giáo phải giữ bí mật tuyệt đối, không tiết lộ bất cứ lời nào của người thú tội trong phép Giải tội.

seal /siːl/ *ấn tín; ấn chứng.* Dấu nhận dạng chỉ sự xác thực, thẩm quyền hay để khẳng định một mối quan hệ. John Calvin (1509-1564) coi thánh lễ là "dấu hiệu và ấn chứng" của ân điển.

secession /sɪˈseʃn/ *sự ly khai.* Việc một nhóm người rút khỏi một hội thánh hay một giáo phái và hình thành một hội thánh mới.

second Adam, last Adam /ˈsekənd ˈædəm, læst ˈædəm/ *A-đam thứ hai; A-đam cuối cùng.* Hình ảnh về Chúa Giê-xu trong các thư tín của Sứ đồ Phao-lô (Rô 5:14; I Cô 15:45). Trái với "A-đam thứ nhất" là người đưa tội lỗi đến thế gian, Đấng Christ là Đấng đem đến sự cứu rỗi. Hình ảnh này được Irenaeus (130-200) phát triển thêm trong giáo lý về sự cứu rỗi.

second blessing /ˈsekənd ˈblesɪŋ/ *ơn phước thứ hai.* Thuật ngữ sử dụng trong các hội thánh thuộc giáo phái Thánh Khiết (Holiness Church) chỉ hành động riêng đặc biệt của Đức Thánh Linh giải cứu tín đồ khỏi quyền lực của tội lỗi và những thói quen xấu sau khi họ đã được tái sinh.

second causes, secondary causes /ˈsekənd kɔːzez, ˈsekənderi kɔːzez/ *nguyên nhân thứ sinh.* Đây là một khái niệm triết học được sử dụng trong thần học Kinh viện. Khái niệm này phân biệt cách Đức Chúa Trời hành động trong vũ trụ. Đức Chúa Trời không can thiệp trực tiếp mà hành động trong và qua trật tự hữu hạn của vũ trụ. Nguyên nhân bắt nguồn từ Đức Chúa Trời (nguyên sinh) trùng với nguyên nhân bắt nguồn từ con người (thứ sinh).

second chance /ˈsekənd tʃæns/ *cơ hội thứ hai.* Quan điểm thần học cho rằng những người chưa tiếp nhận Chúa Giê-xu làm Cứu Chúa sẽ có cơ hội tiếp nhận Ngài sau khi chết. Còn được gọi là thử thách thứ hai hay thử thách tương lai (second or future probation).

second coming (advent) of Christ /ˈsekənd ˈkʌmɪŋ (ˈædvent) əv kraɪst/ *Chúa Giê-xu tái lâm.* Giáo lý dạy rằng Chúa Giê-xu sẽ trở lại trần gian trong quyền năng và vinh hiển lúc thế gian tận chung (Mat 24:30; I Tê 1:10; 4:16). Xem: Christ, second coming of.

second death /ˈsekənd deθ/ *sự chết thứ hai.* Hình ảnh trong sách Khải Huyền biểu tượng cho sự chết tâm linh đời đời (Khải 2:11; 20:6,14; 21:8).

second future Xem: second probation.

second Person of the Trinity /ˈsekənd ˈpɜːrsn əv ðə ˈtrɪnəti/ *Ngôi Hai trong Đức Chúa Trời Ba Ngôi.* Thuật ngữ trong thần học Ba Ngôi Đức Chúa Trời, chỉ Đức Chúa Con hay Ngôi Lời, Đức Giê-xu Christ, là một trong Ba Ngôi của Đức Chúa Trời.

second probation /ˈsekənd proʊˈbeɪʃn/ *thử thách thứ hai.* Quan điểm cho rằng sau khi chết người ta vẫn có cơ hội được nghe Lời Chúa, đáp ứng với Phúc Âm của Đấng Christ và được cứu rỗi (I Phi 3:19-20; 4:6). Quan điểm này biện luận rằng Đức Chúa Trời kiên trì với công cuộc cứu rỗi. Còn được gọi là "Phúc Âm sau khi chết" ("postmortem evangelism").

second resurrection /ˈsekənd ˌrezəˈrekʃn/ *sự sống lại thứ nhì.* Thuật ngữ suy ra từ Khải 20:5 chỉ sự sống lại vào cuối giai đoạn thiên hy niên của những người chưa được sống lại từ cõi chết. Người theo quan điểm tiền thiên hy niên coi đây là sự sống lại của những người không tin Chúa. Người theo quan điểm vô thiên hy niên cho rằng nó là sự sống lại về thân thể của tất cả những người tin Chúa.

second-Adam Christology /ˈsekənd-ˈædəm ˌkrɪstˈtɑːlədʒi/ *Cơ Đốc luận A-đam thứ hai.* Là Cơ Đốc luận nhấn mạnh hình ảnh Chúa Giê-xu là "A-đam thứ hai" - người dùng công việc của mình để đảo ngược sự rủa sả và huỷ diệt đối với con người do tội lỗi của "A-đam thứ nhất" đem lại (Rô 5:12-21). Thuật ngữ này do Irenaeus (130-200) sử dụng.

sect /sekt/ *giáo phái; môn giáo.* Thuật ngữ xã hội học thường đối lập với thuật ngữ "hội thánh", chỉ một giáo phái gồm những thành viên tự nguyện với quan điểm riêng biệt, nhấn mạnh sự thoát ly khỏi trần gian và thể chế cầm quyền.

sectarianism /sekˈteriənɪzəm/ *chủ nghĩa giáo phái.* Hình thức thờ phượng cực đoan theo một quan điểm riêng.

secular Christianity /ˈsekjələr ˌkrɪstiˈænəti/ *Cơ Đốc giáo thế tục.* Phong trào thế kỷ XX nhằm biến đổi Cơ Đốc giáo cho phù hợp với văn hóa thế tục.

secular clergy /ˈsekjələr ˈklɜːrdʒi/ *tu sĩ tự do.* Trong nhà thờ Công giáo La Mã, từ này chỉ những tu sĩ không gắn với một dòng tu hay cộng đồng tôn giáo cụ thể nào. Đối lập với "giáo sĩ dòng" ("regular clergy").

secular humanism /ˈsekjələr ˈhjuːmənɪzəm/ *chủ nghĩa nhân văn thế tục.* Thuật ngữ hàm nghĩa miệt thị, thể hiện quan điểm con người tự đặt ra cho mình mọi giá trị tối hậu và những điều con người tin không có nguồn gốc hay cơ sở thần thánh nào.

secular theology /ˈsekjələr θiˈɑːlədʒi/ *thần học thế tục.* Thuật ngữ bắt nguồn từ tư tưởng của Dietrich Bonhoeffer (1906-1945), nhấn mạnh thần học Cơ Đốc phải hoà nhập với thế gian chứ không được thoát ly khỏi thế gian và khép mình trong một tín ngưỡng riêng biệt.

secular /ˈsekjələr/ *thế tục; phàm tục.* Thuộc về thế gian, trái đất và tạm thời, không mang tính tôn giáo hay tâm linh. Cũng để chỉ những người không bị ràng buộc bởi những quy định của tu viện, lời thề ước hay thẩm quyền của giáo hội.

secularism /ˈsekjələrɪzəm/ *chủ nghĩa thế tục.* Tư tưởng gắn những quan điểm, niềm tin, giá trị, hành động hay thể chế của con người với thế gian thay vì với tôn giáo.

secularization /ˌsekjələrəˈzeɪʃn/ *thế tục hóa.* Quá trình đi từ những tư tưởng và hành động đặt nền tảng trên tôn giáo chuyển sang những tư tưởng và hành động chỉ gắn với thế gian và coi thế gian như thực thể hiện hữu thực sự duy nhất.

security, eternal Xem: perseverance of the saints.

Seder /ˈseɪdər/ thuật ngữ chỉ Lễ Vượt qua của người Do Thái, đặc biệt là trật tự nghi lễ quanh bàn ăn đêm Vượt qua.

See, the Holy /siː, ðə ˈhoʊli/ *toà thánh.* Danh hiệu của giáo hoàng.

seed of faith /siːd əv feɪθ/ *hạt giống đức tin.* Khởi điểm đức tin mà Đức Thánh Linh đặt trong lòng một người trong quá trình tái sinh.

Seekers /ˈsiːkərz/ *tín đồ Phái cầu chính tông; người tìm kiếm.* Những tín đồ thế kỷ XVII không thuộc một hội thánh nào, nhưng tìm kiếm sự thông công với hội thánh. Nhiều người sau này gia nhập giáo phái Giáo hữu (Quây-cơ/Quakers). Thuật ngữ "người tìm kiếm" ngày nay chỉ những người đi nhà thờ để cầu tìm điều gì đó nhưng chưa tin nhận Chúa Giê-xu.

segregation /ˌsegrɪˈgeɪʃn/ *sự cô lập; sự chia tách; sự tách biệt.* Sự chia rẽ xã hội các nhóm người dựa trên chủng tộc hay giới tính. Đây là hành động tội lỗi khi nó phủ nhận sự hiệp một của mọi người trong Đức Chúa Giê-xu Christ (Ga 3:28) và đàn áp người khác bằng cách phủ nhận nhâh phẩm của họ.

self-deceit, self-deception /self-dɪˈsiːt, self-dɪˈsepʃn/ *tự dối mình.* Không chấp nhận sự thật về bản thân, đặc biệt có liên quan đến hành vi đạo đức.

self-denial /self-dɪˈnaɪəl/ *bỏ mình; khắc kỷ.* Mạng lệnh trong Kinh thánh dành cho những người theo Đức Chúa Giê-xu Christ (Mat 16:24; Mác 8:34; Tít 2:12), đòi hỏi con người phải đặt ý muốn của bản thân dưới ý muốn của Đức Chúa Trời. Cũng hàm nghĩa sự kỷ luật thân thể vì những mục đích thuộc linh.

self-emptying Xem: kenosis.

self-esteem /self-ɪˈstiːm/ *lòng tự trọng; tự ái.* Tôn trọng và tin tưởng vào bản thân.

self-examining /self-ɪgˈzæmɪnŋ/ *tự vấn; tự xét mình.* Tự rà soát đời sống và động cơ của bản thân. Kinh thánh khuyên dạy tín đồ phải tự xét mình trước khi dùng lễ Tiệc Thánh (I Cô 11:28) và trong đời sống Cơ Đốc hàng ngày (II Cô 13:5).

self-existence of God Xem: God, aseity of.

self-justification /self-ˌdʒʌstɪfɪˈkeɪʃn/ *tự xưng công chính.* Nỗ lực đạt được sự công chính trước Đức Chúa Trời bằng việc làm (Lu 10:29).

self-love /self-lʌv/ *yêu mình; vị kỷ.* Tự trọng và chăm sóc bản thân theo sự dạy dỗ của Kinh thánh (Lê 19:18; Mat 19:19; 22:39; Ga 5:14). Theo truyền thống Cơ Đốc, vị kỷ quá mức cũng là tội lỗi và chương trình môn đồ hóa kêu gọi tín hữu không quá đề cao bản thân mình (Lu 14:26).

self-righteousness /self-ˈraɪtʃəsnəs/ *sự công bình riêng; tự nên công chính.* Thái độ không tiếp nhận sự công chính của Đức Chúa Trời ban, trái lại tự dựa vào sức mình nhằm chu toàn pháp luật để kiến lập nên hệ thống giá trị đạo đức riêng. Thái độ tự cho mình là đúng, đôi khi coi mình là đạo đức hơn những người khác.

selfishness /ˈselfɪʃnəs/ *ích kỷ; vị kỷ.* Quan tâm quá mức đến quyền lợi, danh tiếng và tiện nghi cho bản thân.

semantics /sɪˈmæntɪks/ *ngữ nghĩa học.* Bộ môn ngôn ngữ học nghiên cứu bản chất, cấu trúc và sự thay đổi ý nghĩa của các ký hiệu, đặc biệt là ngôn ngữ con người.

Semi-Pelagianism /ˈsemi-pəˈleɪdʒiənɪzəm/ *học thuyết dạng Pelagius; bán thuyết Pelagius.* Quan điểm trung gian giữa quan điểm của Augustine (354-430) và quan điểm của Palagius (420). John Cassian (360-435) dạy rằng ý chí con người quyết định những bước đi đức tin đầu tiên và ân điển của Đức Chúa Trời đến sau đó. Quan điểm này bị lên án trong Hội Đồng Orange năm 529.

seminary /ˈsemɪneri/ *chủng viện.* Trường học giảng dạy các bộ môn thần học để giáo dục và huấn luyện những người phục vụ trong các mục vụ Cơ Đốc. Toà nhà của trường học như vậy.

semiology Xem: semiotics.

semiotics /ˌsemiˈɑːtɪks/ *ký hiệu học.* Nghiên cứu chức năng kết hợp của các hệ thống ký hiệu (trong văn học, phương tiện truyền thông, các chuẩn mực xã hội và các hệ tư tưởng) để tạo nên ý nghĩa đối với người nhận.

Semites /ˈsemaɪts/ *dân Semites; tiếng Sêmites.* Nhóm người thời cổ đại bao gồm dân Ba-by-lôn, A-sy-ri, A-ra-mê, Ca-na-an và Phê-ni-xi. Thuật ngữ này ngày nay chỉ người Do Thái và Ả-rập. Cũng được dùng để chỉ cách suy nghĩ của người Hê-bơ-rơ.

sense of divinity /sens əv dɪˈvɪnəti/ *ý thức về Đấng Thánh.* Nhận thức bản năng của tất cả mọi người về sự tồn tại của Đấng Thánh, là cơ sở cho mọi tôn giáo và thần học tự nhiên. John Calvin (1509-1564) cho rằng tội lỗi đã bóp méo ý thức này, vì thế nó không thể đem đến sự cứu rỗi. Ý thức này khiến con người không thể biện minh cho mình trước Đức Chúa Trời.

sense, allegorical /sens, ˌæləˈgɔːrɪkl/ *ý nghĩa ẩn dụ.* Xem: allegorical interpretation.

sense, anagogical /sens, ˌænəˈgɑːdʒɪkl/ *nghĩa thần bí.* Xem: anagogical sense of Scripture.

sense, literal /sens, ˈlɪtərəl/ *nghĩa đen.* Xem: literal sense of Scripture.

sense, mystical Xem: mystical sense of Scripture.

sense, tropoligical Xem: tropological sense of Scripture.

senses of Scripture /sensez əv ˈskrɪpʃər/ *ý nghĩa của Kinh thánh.* Những cách hiểu khác nhau của các phân đoạn hay các câu Kinh thánh. Bao gồm nghĩa đen, nghĩa bóng, nghĩa ẩn dụ, nghĩa hướng thượng hay nghĩa lai thế học. Trong đó nghĩa đen được coi là ý nghĩa chính.

sensuality /ˌsenʃuˈæləti/ *cảm giác tính; tính nhục dục; thú nhục dục.* Ý thức con người liên quan đến thể xác. Còn có nghĩa là sự chìm đắm trong những thú vui thân xác. Một số tư tưởng Cơ Đốc truyền thống phủ nhận tầm quan trọng của thân thể, khiến cho một số người ngày nay kêu gọi chúng ta phải công nhận bản chất tích cực của cảm giác tính.

sensus plenior /ˈsensəs ˈpliːniːər/ *ý nghĩa trọn vẹn; ý nghĩa đầy đủ.* Ý nghĩa vượt ra ngoài ý nghĩa chủ đích ban đầu của trước giả Kinh thánh; ý nghĩa này hình thành từ đời sống và kinh nghiệm của độc giả. Xem: plenary sense.

separatism /ˈseprətɪzəm/ *chủ nghĩa phân cách.* Quan điểm của một số nhà tư tưởng nữ quyền cho rằng cách duy nhất giúp phụ nữ phát huy thế mạnh của họ là tách khỏi những thể chế do đàn ông thống trị. Thuật ngữ này cũng chỉ những người tách khỏi giáo hội Anh quốc giáo vào thế kỷ XVI và XVII.

separatism, ecclesiastical /ˈseprətɪzəm, ɪˌkliːziˈæstɪkl/ *phân cách khỏi giáo hội.* Việc một người hay những nhóm người rút khỏi, hoặc chủ trương rút khỏi giáo hội vì nhiều lý do khác nhau.

Septuagint /ˈseptuədʒɪnt/ *Bản Bảy Mươi; Kinh thánh Cựu Ước tiếng Hy Lạp.* Tương truyền vua Ai Cập Ptolemy II (285-246 T.C.) thỉnh cầu 70 học giả Do Thái dịch Kinh thánh Cựu Ước từ tiếng Do Thái sang tiếng Hy Lạp. Tên gọi tắt là LXX. Đây là bản Kinh thánh của hội thánh đầu tiên, bao gồm các sách thứ kinh (Apocrypha).

seraphim /ˈserəfɪm/ *Sê-ra-phim.* Thiên sứ sáu cánh trong khải tượng về Đền Thánh của Ê-sai đang ca ngợi Đức Chúa Trời (Ê-sai 6:2). Sê-ra-phim theo nghĩa đen là "những vật đang cháy".

Sermon on the Mount /ˈsɜːrmən ɑːn ðə maʊnt/ *Bài giảng trên núi.* Bài giảng của Chúa Giê-xu trong Ma-thi-ơ 5-7, bao gồm Tám phước lành, bài Cầu Nguyện Chung và những giảng dạy đạo đức, thường được coi là những tiêu chuẩn cao nhất cho đời sống Cơ Đốc.

Sermon on the Plain /ˈsɜːrmən ɑːn ðə pleɪn/ *Bài giảng trên Đồng bằng.* Phiên bản ngắn hơn của Bài giảng trên núi chép trong Lu 6:20-49, bao gồm Tám phước lành, bài Cầu Nguyện Chung và những giảng dạy đạo đức.

sermon /ˈsɜːrmən/ *bài giảng; giảng đạo.* Sự tuyên giảng dựa trên Lời Chúa trong lễ thờ phượng của hội thánh.

servant of the Lord /ˈsɜːrvənt əv ðə lɔːrd/ *tôi tớ Chúa.* Người phục vụ Đức Chúa Trời tận tụy (Phục 34:5; Lu 1:38). Trong Ê-sai, từ "đầy tớ" xuất hiện 20 lần, lúc chỉ về dân Y-sơ-ra-ên, lúc chỉ Đấng Mê-si-a.

Servant Songs /ˈsɜːrvənt sɔːŋz/ *các (bốn) bài ca về Tôi tớ của Đức Giê-hô-va.* Bốn đoạn Kinh thánh (Ê-sai 42:1-4; 49:1-6; 50:4-9; 52:13-53:12) miêu tả "Tôi tớ của Đức Giê-hô-va", có khi được hiểu là những nhân vật có thật trong lịch sử hay là chính dân tộc Y-sơ-ra-ên. Quan điểm Cơ Đốc cho rằng hình ảnh Người Tôi Tớ ở đây là lời tiên tri về Đức Chúa Giê-xu Christ.

servant /ˈsɜːrvənt/ *đầy tớ; tôi tớ.* Người phục vụ người khác, trong Kinh thánh chỉ các nô lệ không có quyền gì. Chúa Giê-xu dùng từ này để chỉ mối quan hệ giữa con người với Đức Chúa Trời (Mat 6:24; 10:24; 24:45). Cơ Đốc nhân là những đầy tớ của Đấng Christ (I Cô 4:1; Phil 1:1).

service /ˈsɜːrvɪs/ *phục vụ.* Từ này trong Kinh thánh chỉ công việc của nô lệ. Trong Cơ Đốc giáo, bổn phận tôi tớ đối với chủ giờ đây trở thành công tác phục vụ mọi người nhân danh Đấng Christ (Gal 5:13; I Cô 9:19; II Cô 4:5).

seven churches of Asia, the /ˈsevn tʃɜːrtʃəz əv ˈeɪʒə, ðə/ *bảy hội thánh tại Tiểu Á.* Các hội thánh được nhắc tới trong sách Khải Huyền: Ê-phê-sô, Si-miệc-nơ, Bẹt-găm, Thi-a-ti-rơ, Sạt-đe, Phi-la-đen-phi và Lao-đi-xê (Khải 1:11).

seven deadly sins /ˈsevn ˈdedli sɪnz/ *bảy tội đáng chết; bảy mối tội đầu.* Bảy tội nghiêm trọng về đạo đức theo giáo hội Công giáo La Mã: kiêu ngạo, hà tiện, sắc dục, giận dữ, mê ăn uống, lười biếng, tham lam.

seven gifts of the Holy Spirit /ˈsevn gɪfts əv ðə ˈhoʊli ˈspɪrɪt/ *bảy ân tứ của Đức Thánh Linh.* Bao gồm khôn ngoan, hiểu biết, mưu lược, quyền năng, tri thức, ngoan đạo và kính sợ Chúa (dựa trên bản La-tinh Ê-sai 11:2).

seven sacraments Xem: sacrament.

seven virtues /ˈsevn ˈvɜːrtʃuːz/ *bảy đức hạnh.* Theo truyền thống, bảy đức hạnh bao gồm đức tin, hy vọng, tình yêu thương (những phẩm chất đức hạnh thần học); thận trọng, công bằng, tiết độ và can đảm (những phẩm chất đức hạnh tự nhiên).

Seventh-day Adventism /ˈsevnθ-deɪ ˈædvɛntɪzəm/ *giáo phái Cơ Đốc Phục lâm.* Một giáo phái Tin Lành vâng giữ ngày Sa-bát, lễ báp-têm cho tín đồ, sự tái lâm gần kề của Chúa Giê-xu, thiên hy niên, sự ngủ của linh hồn và kiêng giữ khỏi rượu, thuốc lá và một số thức ăn. Được thành lập ở Mỹ vào năm 1863. Xem: Adventism.

seventy weeks /ˈsevnti wiːks/ *bảy mươi tuần.* Cụm từ sử dụng trong Đa 9:20-27, Đấng xức dầu sẽ nổi lên và bị giết cho đến "bảy mươi tuần", sau đó thành Jerusalem và Đền thánh sẽ bị huỷ diệt. Bảy mươi tuần được coi là lời tiên tri dựa trên Giê 25:11.

sex roles /seks roʊlz/ *vai trò giới.* Vai trò xã hội của nam hay nữ dựa trên giới tính của họ.

sex /seks/ *giới tính; tính dục; tình dục.* Đặc điểm giải phẫu sinh học của một người là nam hay nữ. "Giới" ("gender") chỉ vai trò ấn định cho nam và nữ theo quy ước văn hóa. Những vấn đề liên quan đến giới tính về căn bản là những vấn đề đạo đức.

Shakers /ˈʃeɪkərz/ *tín đồ Shakers (Sê-cơ).* Hiệp hội tín hữu tin vào Sự Hiện ra Lần hai của Đấng Christ do Jane và James Wardley sáng lập năm 1747 tại nước Anh. Một chi nhánh thiên hy niên của giáo phái Giáo hữu (Quakers) nhập cư vào Mỹ và thành lập các cộng đồng xã hội chủ nghĩa. Họ là người yêu chuộng hoà bình, thích la hét và nhảy múa trong lễ thờ phượng và tin rằng Đấng Christ sẽ tái lâm trong hình dạng một phụ nữ.

Shekinah /ʃɪˈkaɪnə/ *sự vinh quang của Đức Chúa Trời.* Từ này không xuất hiện trong Kinh thánh, chỉ sự hiện diện của Đức Chúa Trời ở gần dân Ngài, ví dụ đám mây bao phủ hòm giao ước để hiển thị sự vinh quang của Đức Chúa Trời (Xuất 40:34).

Shema, the /ʃɪˈmɑ, ðə/ *bài Shema.* Bài xác quyết niềm tin đóng vai trò trung tâm trong thần học và nghi lễ Do Thái giáo, thường được đọc trong nghi lễ thờ phượng tại nhà và trong nhà hội, khẳng định đức tin nơi một thần duy nhất – Đức Chúa Trời là Đấng tối cao (Phục 6:4-9; 11:13-21; Dân 15:37-41). Shema nghĩa là "hãy nghe" – là chữ Hê-bơ-rơ đầu tiên của Phục 6:4.

Sheol /ˈʃioʊl/ *âm phủ; địa ngục; hoả ngục.* Từ Kinh thánh chỉ thế giới dành cho linh hồn những người chết (I Vua 2:6; Châm 9:18). Được dịch là "âm phủ", "huyệt mả", "bóng tối" trong Gióp 17:13-16. Từ này tương ứng với từ Hades trong tiếng Hy Lạp và khái niệm sự xét đoán.

shepherd /ˈʃepərd/ *người chăn chiên; mục tử.* Nghề chăn cừu là nghề bình dân, thấp hèn, thường được ví với những công việc của Đức Chúa Trời (Thi 23; Ê-sai 40:11; Êxê 34) hay Chúa Giê-xu (Gi 10:11,14); là từ đồng nghĩa với từ "mục sư" ("pastor") (Êph 4:11; I Phi 5:1-4).

Shepherd, the Good /ˈʃepərd, ðə gʊd/ *người chăn chiên nhân lành.* Danh hiệu của Chúa Giê-xu theo Lu 15:3-7 và Gi 10:1-18.

shepherding movement /ˈʃepərdɪŋ ˈmuːvmənt/ *phong trào chăm sóc bầy chiên.* Phong trào của các hội thánh tư gia và giáo phái ân tứ nhằm đẩy mạnh công tác môn đệ hóa. Mỗi thành viên trong hội thánh có trách nhiệm phải chăm sóc hay khích lệ người khác trong sự tăng trưởng thuộc linh. Lãnh đạo nhóm có trách nhiệm chăm sóc các trưởng lão hội thánh.

ship /ʃɪp/ *con tàu.* Hình ảnh tượng trưng do các tín đồ Cơ Đốc sử dụng để nói về hội thánh của Đấng Christ như con thuyền đi giữa sóng gió cuộc đời để đưa những người trung tín đến bến bờ cứu rỗi. Trong giáo hội Công giáo, Phi-e-rơ được ví với bánh lái ("helm"). Gian giữa của nhà thờ được gọi là "nave" bắt nguồn từ chữ La-tinh navis có nghĩa là "con tàu".

showbread (shewbread) /ˈʃoʊbred/ *bánh thánh; bánh trần thiết.* Mười hai cái bánh không men đặt trên bàn bánh thánh trong nơi thánh của Đền Tạm và Đền Thờ trong thời Cựu Ước (Xuất 25:30; I Vua 7:48), tượng trưng cho 12 bộ tộc Y-sơ-ra-ên (Dân 24:5-9) và sự hiện diện của Đức Chúa Trời.

Shroud, Holy (Shroud of Turin) /ʃraʊd, ˈhoʊli (ʃraʊd əv tʊərɪn)/ *khăn liệm thánh.* Khăn lanh tìm thấy ở Nhà thờ Turin tại I-ta-li-a tương truyền cho là chiếc khăn phủ thi hài Chúa Giê-xu. Chiếc khăn có vết máu khi chụp âm bản hiện lên hình một người đàn ông. Các xét nghiệm khoa học cho thấy tấm khăn liệm có xuất xứ từ thời trung cổ, nhưng nó vẫn là một câu chuyện thần bí với nhiều người.

sign gifts /saɪn gɪfts/ *ân tứ dấu hiệu.* Một số ân tứ của Thánh Linh như ân tứ nói tiếng lạ hay ân tứ chữa bệnh để làm bằng chứng về công việc của Ngài.

sign of peace /saɪn əv piːs/ *cử chỉ chúc bình an.* Cử chỉ chào hỏi trong các lễ thờ phượng Cơ Đốc để nhắc nhở nhau về sự hiệp một trong tình yêu của Đấng Christ. Bao gồm chào hỏi, ôm hôn hay bắt tay.

sign /saɪn/ *dấu hiệu.* Một vật hay một từ tượng trưng cho một điều khác. Mọi vật trong vũ trụ có thể coi là các "dấu hiệu", vì thế con người phải lượng giá và suy xét trong tâm trí mỗi khi nhìn thấy một vật. Augustine coi các thánh lễ là "dấu hiệu thấy được của những điều thánh".

signs /saɪnz/ *các dấu lạ; dấu hiệu.* Những sự kiện hay hành động quan trọng trong Kinh thánh chỉ ý định hay sự hiện diện của Đức Chúa Trời. Có lúc là các phép lạ (Xuất 4:1-9), có lúc là các hiện tượng tự nhiên (Sáng 9:13), có lúc là những dấu hiệu nhận dạng (Sáng 17:11), có lúc là những dấu hiệu về thời kỳ cuối cùng (Mác 13:4). Chúa Giê-xu cũng làm dấu hiệu (phép lạ).

silence /ˈsaɪləns/ *yên lặng.* Thì giờ yên lặng trong sự thờ phượng hay suy ngẫm cá nhân hoặc tập thể. Thì giờ im lặng cũng nằm trong quy định của các tu viện nhằm đạt được cảm nhận sâu sắc về Đức Chúa Trời.

silence, argument from /ˈsaɪləns, ˈɑːrgjumənt frəm/ *lập luận không căn cứ.* Một suy luận rút ra, không căn cứ trên các nguồn sách tham khảo được biết; thường bị coi là một lập luận yếu.

silent prayer /ˈsaɪlənt prer/ *cầu nguyện thầm; thầm nguyện.* Cầu nguyện không ra tiếng. Được thực hành trong thì giờ tĩnh nguyện cá nhân hoặc lễ thờ phượng tại hội thánh.

simplicity Xem: God, simplicity of.

simul iustus et peccator /ˌsaɪml juːstəs et ˈpekətɔːr/ *vừa công chính mà cũng vừa tội lỗi.* Cụm từ do Martin Luther dùng để chỉ tình trạng người Cơ Đốc một mặt được xưng công chính bởi đức tin và được coi là công bình trong mắt Đức Chúa Trời, nhưng mặt khác vẫn còn kinh nghiệm tội lỗi và sự phi công chính trong đời sống Cơ Đốc.

sin against the Holy Spirit /sɪn əˈgenst ðə ˈhoʊli ˈspɪrɪt/ *tội phạm đến Thánh Linh.* Sự báng bổ Đức Thánh Linh (Mat 12:31-32; Mác 3:28-29; Lu 12:10). Còn được gọi là "tội lỗi không thể tha thứ", là tội khước từ chân lý cứu rỗi do Đức Thánh Linh bày tỏ.

sin bearing /sɪn ˈberɪŋ/ *gánh tội lỗi.* Khái niệm Chúa Giê-xu gánh lấy tội lỗi của thế gian (Hê 9:28), giống như con dê mang tội của dân Y-sơ-ra-ên đem vào đồng vắng (Lê 16:8-22).

sin offering /sɪn ˈɔːfərɪŋ/ *tế lễ chuộc tội.* Tế lễ của dân Do Thái thời cổ đại để đền tội và xin tha thứ tội, thường là bò, dê, cừu, chim gáy hay chim bồ câu (Lê 4:4, 23, 28, 32; 5:7). Tế lễ chuộc tội là một phần nghi lễ rửa sạch và xin tha thứ những tội lỗi không cố ý, được dâng trong các kỳ lễ của người Do Thái.

sin /sɪn/ *tội lỗi.* tình trạng con người bị phân ly khỏi Đức Chúa Trời do chống nghịch mục đích của Ngài. Bao gồm vi phạm luật pháp của Đức Chúa Trời, không tuân theo ý muốn của Ngài hay nổi loạn. Tội lỗi cần sự tha thứ của Đức Chúa Trời.

sin, actual /sɪn, ˈæktʃuəl/ *kỷ tội; tội mình phạm.* Lời nói, suy nghĩ, việc làm cố ý vi phạm ý muốn và luật pháp của Đức Chúa Trời.

sin, Adam's /sɪn, ˈædəmz/ *tội lỗi của A-đam.* Tội A-đam phạm trong vườn Ê-đen (Sáng 3), do bất tuân ý chỉ của Đức Chúa Trời (Rô 5:12-21).

sin, bondage to /sɪn, ˈbɑːndɪdʒ tu/ *nô lệ cho tội lỗi.* Quan điểm thần học cho rằng tội lỗi có quyền biến con người thành nô lệ cho nó. Toàn bộ định hướng, triển vọng và hành động của con người đều có bản chất tội lỗi (Gi 8:34; Rô 7:25). Xem: sin, slavery to.

sin, consequences of /sɪn, ˈkɑːnsəkwensez əv/ *hậu quả của tội lỗi.* Những hậu quả của tội lỗi trên khía cạnh thần học và trong thực tế, cả hiện tại và trong cõi đời đời (Rô 6:23). Xem: sin, wages of.

sin, conviction of Xem: conviction of sin.

sin, deliberate /sɪn, dɪˈlɪbərət/ *tội cố ý.* Hành động cố ý làm trái ý muốn của Đức Chúa Trời và bị coi là phạm tội.

sin, imputation of /sɪn, ˌɪmpjuˈteɪʃn əv/ *quy tội.* Tội của A-đam và Ê-va bị quy cho dòng dõi của họ vì họ là đại diện cho nhân loại. Tất cả mọi người đều phạm tội (Thi 51:1-5; Rô 5:12; Êph 2:1-3).

sin, mortal /sɪn, ˈmɔːrtl/ *tội trọng; tử tội.* Theo thần học Công giáo La Mã, đây là tội đủ làm con người tách biệt với Chúa và huỷ diệt hoàn toàn mọi công đức cá nhân đã lập. Đối lập với tội nhẹ hay tiểu tội ("venial sin").

sin, original Xem: original sin.

sin, remission of Xem: remission of sins.

sin, slavery to Xem: sin, bondage to.

sin, structural /sɪn, ˈstrʌktʃərəl/ *tội xã hội; tội cơ cấu.* Quan điểm thừa nhận rằng tội lỗi con người ảnh hưởng đến toàn bộ các thể chế và cơ cấu xã hội và làm ảnh hưởng đến các quy trình và hành động của những cơ quan này.

sin, unforgivable (unpardonable) /sɪn, ˌʌnfərˈɡɪvəbl (ʌnˈpɑːrdnəbl)/ *tội không thể tha thứ.* Xem: sin against the Holy Spirit.

sin, wages of /sɪn, weɪdʒez əv/ *tiền công của tội lỗi.* Xem: sin, consequences of.

single procession of the Holy Spirit /ˈsɪŋɡl prəˈseʃn əv ðə ˈhoʊli ˈspɪrɪt/ *sự phát xuất duy nhất của Thánh Linh.* Quan điểm của giáo hội Chính thống Phương đông cho rằng Đức Thánh Linh xuất phát duy nhất từ Đức Chúa Cha chứ không xuất phát từ Đức Chúa Cha và Đức Chúa Con (từ La-tinh filioque nghĩa là "và Đức Chúa Con") như quan điểm của các giáo hội Phương Tây. Đây là nguyên nhân gây ra sự chia rẽ giữa giáo hội Phương Đông và giáo hội Phương Tây vào năm 1054, sau khi giáo hội Phương Tây thêm từ filioque vào Bài Tín điều Hội nghị Nicene-Constantinople năm 381. Xem: Holy Spirit, single procession of the.

sinlessness of Christ /ˈsɪnləsnəs əv kraɪst/ *sự vô tội của Đấng Christ.* Với tư cách là một con người, Chúa Giê-xu không phạm tội và vô tội, không sa ngã. Do đó, Ngài có mối thông công hoàn hảo với Đức Chúa Trời (II Cô 5:21; Hê 4:15; I Gi 3:5) Quan điểm này được khẳng định trong Hội nghị Chalcedon (451).

sinlessness /ˈsɪnləsnəs/ *vô tội.* Tình trạng không hề phạm tội.

sins of commission /sɪnz əv kəˈmɪʃn/ *tội làm điều trái phép.* Những tội lỗi bằng hành động, khác với "tội biết mà không làm" (sins of omission).

sins of ignorance /sɪnz əv ˈɪgnərəns/ *phạm tội do không biết.* Những tội lỗi phạm phải do không biết luật. Trong Cựu Ước có quy định về các thành trú ẩn cho những người phạm tội này (Dân 35:9-34; Giôs 20).

sins of omission /sɪnz əv əˈmɪʃn/ *tội biết mà không làm.* Tội biết việc tốt phải làm mà không làm, khác với "tội không được làm" (sin of commission) (Mat 25:41-46).

situation ethics /ˌsɪtʃuˈeɪʃn ˈeθɪks/ *luân lý tình huống; đạo đức học tình huống.* Học thuyết phủ nhận trật tự luân lý hoàn toàn khách quan và bất biến, mà cho rằng cần phải xét theo hoàn cảnh cụ thể; con người với ý nguyện lấy mối quan hệ và nhân cách làm trọng tâm, lấy ái đức làm căn bản và chiếu theo lương tâm chỉ dẫn để hành động, thì chính là đã hành thiện.

skepticism /ˈskeptɪsɪzəm/ *chủ nghĩa hoài nghi.* Thuật ngữ sử dụng trong triết học chỉ quan điểm cho rằng một số lĩnh vực nghiên cứu như đạo đức học, siêu hình học hay thần học không thể đạt được những kiến thức xác thực và đáng tin cậy.

slander /ˈslændər/ *nói xấu; vu khống; phỉ báng.* Vu oan làm tổn hại thanh danh người khác (Thi 15:3; Mat 15:19). Trong đạo đức học bao gồm sự nói dối và sự bất công nhằm làm hại người khác, cần phải được bồi thường và tha thứ.

slavery /ˈsleɪvəri/ *ách nô lệ; chế độ nô lệ.* Bị ép phải làm nô dịch cho người khác. Mặc dù chế độ nô lệ tồn tại trong Kinh thánh, nhưng căn cứ trên những nguyên tắc Thánh Kinh và các quan điểm đạo đức học Cơ Đốc, chế độ nô lệ đã bị coi là một vấn đề xã hội phải bị lên án và loại bỏ.

small group movement /smɔːl gruːp ˈmuːvmənt/ *phong trào nhóm nhỏ.* Phong trào xuyên giáo phái, với các nhóm nhỏ họp lại để cầu nguyện, học Kinh thánh, chia sẻ niềm tin nhằm giúp nhau làm mới lại và củng cố đời sống Cơ Đốc.

social action /ˈsoʊʃl ˈækʃn/ *hoạt động xã hội.* Các hoạt động tập thể nhằm thay đổi xã hội. Cá nhân và các hội thánh thường làm công tác xã hội để bảo vệ sự công bằng, hoà bình và các giá trị mà Phúc Âm bảo vệ.

social conditioning /ˈsoʊʃl kənˈdɪʃənɪŋ/ *ảnh hưởng xã hội.* Quan điểm thừa nhận vai trò của hoàn cảnh, môi trường xã hội trong việc hình thành hành vi của con người, trong đó có tôn giáo và tín ngưỡng.

Social Gospel /ˈsoʊʃl ˈgɑːspl/ *Phúc Âm Xã hội.* Phong trào xuất hiện tại Mỹ vào thế kỷ XIX, đầu thế kỷ XX, chủ yếu trong cộng đồng Tin Lành. Nó áp dụng niềm tin Cơ Đốc vào xã hội công nghiệp hóa đương đại, chủ yếu tập trung vào tầng lớp người lao động nghèo khổ sinh sống tại các đô thị. Phong trào nhằm trọng tâm bảo vệ sự công bằng và thiết lập nước Đức Chúa Trời.

social justice Xem: distributive justice.

social ministry /ˈsoʊʃl ˈmɪnɪstri/ *mục vụ/công tác xã hội.* Công tác phục vụ của cá nhân và các hội thánh để góp phần làm giảm nhẹ nỗi đau khổ của con người và đáp ứng các nhu cầu của cộng đồng. Công tác xã hội hướng tới một xã hội công bằng và đáp ứng nhu cầu cuộc sống thiết yếu của người nghèo. Xem: distributive justice.

Society of Friends Xem: Quakers (Society of Friends).

Society of Jesus Xem: Jesuits (Society of Jesus).

sociology of religion /ˌsoʊsiˈɑːlədʒi əv rɪˈlɪdʒən/ *xã hội học nghiên cứu tôn giáo.* Bộ môn nghiên cứu tôn giáo bằng quan điểm xã hội học trong bối cảnh văn hóa xã hội. Xem: religion, sociology of.

Socratic /səˈkrætɪk/ *Theo Socrates; như Socrates.* Thuộc tư tưởng hay phương pháp triết học của nhà triết học Hy Lạp Socrates (470-399 T.C.), được coi là người sáng lập ra nền triết học. Phương pháp vấn đáp sử dụng trong triết học và thần học thường được gọi là "phương pháp Socrates".

sola fide /ˈsoʊlɑ ˈfidɛ/ *chỉ bởi đức tin.* Khẩu hiệu trong công cuộc cải chánh giáo hội do Martin Luther (1483-1546) sử dụng dựa trên Rô 3:28, cho rằng một tội nhân được xưng công chính (được cứu) chỉ bởi đức tin chứ không bởi việc lành.

sola gratia /ˈsoʊlɑ ˈgrɑtiˌɑ/ *chỉ bởi ân điển.* Khẩu hiệu trong công cuộc cải chánh giáo hội cho rằng nền tảng sự cứu rỗi Cơ Đốc chỉ đặt trên ân điển của Đức Chúa Trời chứ không dựa vào thành tích của con người. Đức Chúa Trời chủ động và hành động làm thành tác nhân đem đến sự cứu rỗi.

sola Scriptura /ˈsoʊlɑ skrɪpˈtʊrə/ *duy chỉ Kinh thánh.* Khẩu hiệu trong công cuộc cải chánh giáo hội cho rằng thẩm quyền của hội thánh chỉ là Kinh thánh chứ không dựa trên truyền thống giáo hội hay quan điểm của con người. Đây là "nguyên tắc chính" (the "formal principle") của công cuộc cải chánh, hay còn được gọi là "nguyên tắc Thánh Kinh" (the "Scripture principle").

solidarity of the human race /ˌsɑːlɪˈdærəti əv ðə ˈhjuːmən reɪs/ *sự liên đới của nhân loại.* Quan điểm toàn bộ nhân loại có chung tổ tiên và chịu chung án phạt tội lỗi đầu tiên của A-đam trong vườn Ê-đen (Sáng 3; Rô 5:12).

Son of David /sʌn əv ˈdeɪvɪd/ *Con vua Đa-vít.* Chúa Giê-xu thuộc dòng dõi vua Đa-vít. Theo quan điểm Cơ Đốc, Chúa Giê-xu xứ Na-xa-rét làm ứng nghiệm lời hứa dòng dõi vua Đa-vít sẽ trị vì Y-sơ-ra-ên (II Sa 7:14-17) với tư cách Đấng được xức dầu của Đức Chúa Trời (tiếng Hy Lạp Christos). Gia phả dòng Đa-vít của Chúa Giê-xu được ghi lại trong Kinh thánh (Mat 1:2-17; Mác 10:47; Lu 1:32; Công 2:29-30; Khải 5:5; 22:16).

son of God /sʌn əv gɑːd/ *Con Trời; con cái Đức Chúa Trời.* Mối quan hệ đặc biệt với Đức Chúa Trời (Ga 4:6-7). Danh xưng này thường được dùng để nói đến dân Y-sơ-ra-ên (Xuất 4:22-23), các vua (Thi 2:7) và đặc biệt là Chúa Giê-xu (Mác 1:11; Gi 11:27; II Cô 1:19).

Son of Man /sʌn əv mæn/ *Con Người.* Từ này trong tiếng Hê-bơ-rơ hoặc Sy-ri có nghĩa là "nhân loại" (Êxê 2:1) hoặc chỉ một Đấng mặc khải sẽ xét đoán người công bình và không công bình vào ngày cuối cùng (Đa 7:13-14). Chúa Giê-xu cũng tự xưng mình bằng tên gọi này (Mác 2:10; 8:38). Xem: Man, Son of.

song leader /sɔːŋ ˈliːdər/ *người hát dẫn.* Người hướng dẫn hội chúng hát trong lễ thờ phượng.

sophism /ˈsɑːfɪzm/ *ngụy biện.* Sử dụng lý luận có vẻ khôn ngoan nhưng giả tạo để lừa gạt.

sorcery /ˈsɔːrsəri/ *phép phù thuỷ; ma thuật.* Sử dụng ma thuật hay quyền lực siêu nhiên trên người hay vật. Hành động này bị Kinh thánh nghiêm cấm và lên án (II Sử 33:6; Ga 5:20).

soteriology /səˌtɛriˈɒlədʒi/ *thuyết cứu chuộc; Cứu thục học.* Môn thần học về công trình cứu chuộc của Đấng Christ. Xem: salvation, doctrine of.

soul winning /soʊl ˈwɪnɪŋ/ *giành lấy linh hồn cho Đấng Christ.* Thuật ngữ xuất phát từ phong trào phục hưng và truyền giảng tại Mỹ, chỉ quá trình truyền giảng làm chứng giúp mọi người tin Chúa.

soul /soʊl/ *linh hồn; tâm hồn; con người.* Về căn bản linh hồn là nguồn gốc sự sống (Sáng 2:7). Trong Kinh thánh linh hồn chỉ sự sống (Mat 2:20) hay sự tồn tại của con người sau khi chết (Lu 21:19). Trong thần học, linh hồn chỉ khía cạnh phi vật chất của con người.

soul-body dualism /soʊl-ˈbɑːdi ˈduːəlɪzəm/ *thuyết nhị nguyên linh hồn - thể xác.* Cách mô tả con người như hai phần gồm thân thể vật chất và linh hồn phi vật chất. Quan điểm này dẫn đến quan niệm cho rằng thân thể có thể chết còn linh hồn thì bất diệt - một quan điểm chủ đạo trong triết học Hy Lạp và tư tưởng phương Tây.

source criticism Xem: criticism, source.

sovereign will /ˈsɑːvrən wɪl/ *ý muốn tối cao; ý muốn chí tôn.* Ý muốn của Đức Chúa Trời không bị quy định hay giới hạn bởi bất cứ quyền lực nào, là thực thể tồn tại tối thượng trên tất cả mọi vật.

speaking in tongues Xem: glossolalia.

spirit of adoption /ˈspɪrɪt əv əˈdɑːpʃn/ *Đức Thánh Linh nhận làm con nuôi.* Công việc của Đức Thánh Linh, Ngài nhận người tin Chúa làm con nuôi của gia đình Đức Chúa Trời qua đức tin nơi Chúa Giê-xu, khiến họ có mối quan hệ mật thiết với Đức Chúa Trời (Rô 8:15, 23; Ga 4:9; Êph 1:5).

Spirit of God /ˈspɪrɪt əv gɑːd/ *thần của Đức Chúa Trời.* Quyền năng và sự hiện diện huyền nhiệm của Đức Chúa Trời trong tạo vật vũ trụ, trong các cộng đồng và cá thể. Thần của Đức Chúa Trời tham gia vào công cuộc sáng tạo vũ trụ, cảm thúc con người và hiện diện trong tuyển dân giao ước. Tân Ước gọi là Đức Thánh Linh, Ngài ở giữa vòng hội thánh và các Cơ Đốc nhân, và hành động trong thế giới (Rô 8:1-25; I Cô 12:4-13).

spirit of the world /ˈspɪrɪt əv ðə/ *thần trí của thế gian.* Sự khôn ngoan của thế gian, tương phản với sự khôn ngoan và ân tứ của Đức Chúa Trời ban cho qua Đức Thánh Linh (I Cô 2:12).

Spirit of truth /ˈspɪrɪt əv truːθ/ *Thần Lẽ Thật.* Danh Chúa Giê-xu đặt cho Đức Thánh Linh là Đấng sẽ dẫn môn đồ vào mọi chân lý (Gi 14:17; 15:26;16:13; I Gi 4:6).

spirit of wisdom /ˈspɪrɪt əv ˈwɪzdəm/ *thần trí khôn ngoan.* Ân tứ Đức Chúa Trời ban cho dân Ngài để họ biết ý muốn của Ngài (Phục 34:9; Ê-sai 11:2; Êph 1:17).

spirit /ˈspɪrɪt/ *linh; thần; tinh thần; tâm hồn.* Một sinh linh không có thân thể vật chất. Đức Chúa Trời và Đức Thánh Linh là linh. Phần tồn tại trong con người giúp con người liên hệ với Đức Chúa Trời cũng là linh.

Spirit, Holy /ˈspɪrɪt, ˈhoʊli/ *Đức Thánh Linh.* Xem: Holy Spirit.

Spirit, personality of the /ˈspɪrɪt, ˌpɜːrsəˈnæləti əv ðə/ *bản tính Đức Thánh Linh.* Đức Thánh Linh là một thân vị trong Ba Ngôi Đức Chúa Trời, là Đức Chúa Trời trọn vẹn, không phải là một lực hay một năng quyền hay một Đấng vô ngã thua kém hơn. Bài tín điều Nicene-Constantinople

(381) đã khẳng định Đức Thánh Linh có thần tính như Đức Chúa Cha và Đức Chúa Con.

Spirit, the fruit of the /ˈspɪrɪt, ðə fruːt əv ðə/ *bông trái Thánh Linh.* Kết quả công việc Đức Thánh Linh làm trong đời sống người tin Chúa, như Sứ đồ Phao-lô liệt kê bao gồm: Yêu thương, vui mừng, bình an, nhịn nhục, nhân từ, hiền lành, trung tín, mềm mại, tiết độ (Ga 5:22). Tương phản với "những hành động theo tính xác thịt" (Ga 5:19-21).

Spirit, to seal with the /ˈspɪrɪt, tə siːl wɪð ðə/ *ấn chứng bằng Đức Thánh Linh.* Đức Chúa Trời ban Đức Thánh Linh cho người tin Chúa để Ngài tiếp tục hiện diện trong đời sống họ và bảo đảm họ thuộc về gia đình Đức Chúa Trời (II Cô 1:22; Êph 1:13; 4:30).

Spirit, witness of the Xem: internal testimony (witness) of the Holy Spirit.

Spirit, work of the /ˈspɪrɪt, wɜːrk əv ðə/ *công việc của Đức Thánh Linh.* Những công việc Đức Thánh Linh thi hành trong công cuộc sáng tạo vũ trụ, trong thế giới, trong hội thánh và trên đời sống người tin Chúa. Đức Thánh Linh cảm thúc để viết nên Kinh thánh, soi sáng cho tín hữu, hướng dẫn chúng ta giải nghĩa Kinh thánh và hành động để đưa tạo vật đến với sự sống của Đức Chúa Trời (Rô 8:9-30).

Spirit-filled /ˈspɪrɪt-fɪld/ *đầy dẫy Đức Thánh Linh.* Nói đến tín hữu có Đức Thánh Linh chiếm ngự trọn vẹn mọi lĩnh vực đời sống (Êph 5:18).

spiritism /ˈspɪrɪˌtɪzəm/ *thuyết duy linh.* Tin rằng có các thần linh hành động trong thế giới con người, và con người có thể liên hệ với thần linh và nhận năng quyền từ các thần linh.

spirits in prison, proclamation to the /ˈspɪrɪts ɪn ˈprɪzn, ˌprɑːkləˈmeɪʃn tuː ðə/ *rao giảng cho những linh hồn bị tù.* Cụm từ trong I Phi 3:19 gây nhiều tranh cãi. Có người cho rằng đây là sự rao giảng trong thời Nô-ê., Ý kiến khác cho rằng Chúa Giê-xu giảng cho các linh hồn trong Âm phủ sau khi Ngài chịu chết và trước khi Ngài phục sinh. Ý kiến thứ ba cho đây là sự rao giảng của Chúa Giê-xu khi Ngài thi hành chức vụ trên đất.

spirits, discernment of /ˈspɪrɪts, dɪˈsɜːrnmənt əv/ *phân biệt các thần.* Ân tứ của Đức Thánh Linh (I Cô 12:10), khả năng đặc biệt biết phân biệt các thần đến từ Đức Chúa Trời.

spiritual blindness /ˈspɪrɪtʃuəl ˈblaɪndnəs/ *sự mờ tối thuộc linh; đui mù thuộc linh.* Tình trạng của những người không thừa nhận công việc của Đức Chúa Trời (Rô 1:21; II Cô 4:4).

spiritual body /ˈspɪrɪtʃuəl ˈbɑːdi/ *thân thể thiêng liêng; thân thể thuộc linh.* Thân thể không hư nát của tín hữu sau khi sống lại (I Cô 15:42-49).

spiritual condition /ˈspɪrɪtʃuəl kənˈdɪʃn/ *tình trạng thuộc linh.* Tình trạng mối quan hệ của một người với Đức Chúa Trời: được cứu hay hư mất? thiêng liêng hay xác thịt?

spiritual death /ˈspɪrɪtʃuəl deθ/ *tình trạng chết thuộc linh.* Bị ngăn cách khỏi Đức Chúa Trời.

spiritual formation /ˈspɪrɪtʃuəl fɔːrˈmeɪʃn/ *hình thành đời sống thuộc linh.* Sự tăng trưởng trong đời sống thuộc linh và càng ngày càng trở nên giống Đấng Christ hơn. Sự hình thành đời sống thuộc linh tỏ ra qua nhiều dấu hiệu, như là sự vâng phục Đấng Christ và hiệp một với Ngài (Ga 2:20).

spiritual gifts /ˈspɪrɪtʃuəl gɪfts/ *ân tứ thuộc linh; ân tứ Thánh Linh.* Xem: gifts, spiritual.

spiritual growth /ˈspɪrɪtʃuəl groʊθ/ *sự tăng trưởng thuộc linh.*

spiritual healing /ˈspɪrɪtʃuəl ˈhiːlɪŋ/ *chữa trị về tâm linh; trị liệu tinh thần.* Phương pháp chữa bệnh bằng những phương pháp phi vật chất, như cách chữa bệnh của Chúa Giê-xu thời xưa hay chữa bệnh bằng đức tin và sự cầu nguyện như thời nay. Cũng chỉ sự chữa lành con người bên trong.

spiritual life /ˈspɪrɪtʃuəl laɪf/ *đời sống tâm linh; đời sống tinh thần.* Sự nhạy cảm và cởi mở với những vấn đề tâm linh, vượt ra ngoài đời sống vật chất hay sinh học của con người.

spiritual realm /ˈspɪrɪtʃuəl relm/ thế giới thần linh: Đức Chúa Trời, các thiên sứ và ma quỷ. Thuật ngữ này được sử dụng để phân biệt thực tế thành hai thế giới: thế giới vật chất hay bên ngoài, và thế giới thuộc linh hay bên trong.

spiritual truths /ˈspɪrɪtʃuəl truːðz/ *chân lý thuộc linh.* Kiến thức mà tâm trí con người thuần tuý không thể lĩnh hội.

spiritual warfare /ˈspɪrɪtʃuəl ˈwɔːrˌfer/ *cuộc chiến tâm linh.* Cuộc chiến của Cơ Đốc nhân với các thần linh ác và cuộc chiến giữa "Thánh Linh" và "xác thịt" (Rô 8:38-39; Ga 5:13-26; Êph 6:10-17; Hê 12:1).

spiritual /ˈspɪrɪtʃuəl/ *tâm linh; thuộc linh; thiêng liêng; tinh thần.* Thuộc về linh hồn hay phi vật chất.

spirituality of God /ˌspɪrɪtʃuˈæləti əv gɑːd/ bản chất phi vật chất của Đức Chúa Trời.

spirituality /ˌspɪrɪtʃuˈæləti/ *thuộc linh; lối sống thiêng liêng.* Lối sống thiêng liêng, gắn với nhiều tôn giáo khác nhau, hình thành qua các nghi lễ và sự hành đạo.

spirituality, Christian /ˌspɪrɪtʃuˈæləti, ˈkrɪstʃən/ *nếp sống thuộc linh Cơ Đốc.* Sống đời sống Cơ Đốc. Chỉ công việc Đức Thánh Linh làm trong đời sống tín hữu. Linh đạo Cơ Đốc cũng bao gồm các nghi lễ và tập quán để Cơ Đốc nhân cảm nhận được sự hiện diện của Đức Chúa Trời và thực tế về Ngài.

spiritually dead /ˈspɪrɪtʃuəli ded/ *chết về tâm linh.* Tình trạng của những người không tin Chúa, họ không có mối quan hệ với Đức Chúa Trời qua đức tin nơi Chúa Giê-xu và sống dưới quyền lực của tội lỗi.

spirituals /ˈspɪrɪtʃuəlz/ *dân ca tôn giáo.* Những bài hát thánh ca do nô lệ người Mỹ gốc Phi sáng tác. Chúng thể hiện kinh nghiệm của người theo Chúa và sử dụng lời mật mã để ám chỉ thời gian và lối trốn thoát.

stain of sin /steɪn əv sɪn/ *vết nhơ của tội lỗi.* Hậu quả của tội lỗi trên tâm linh khiến con người bất khiết trước mặt Đức Chúa Trời.

standards, confessional /ˈstændərdz, kənˈfeʃənl/ *tín điều.* Bảng tóm tắt tín lý của một giáo phái hay hội thánh.

state church /steɪt tʃɜːrtʃ/ *giáo hội quốc gia.* Theo pháp luật, một giáo hội là giáo hội chính thức của một quốc gia.

state of exaltation /steɪt əv ˌegzɔːlˈteɪʃn/ *được tôn cao.* Xem: exaltation of Jesus Christ.

state /steɪt/ *nhà nước; chính phủ; quốc gia.* Tổ chức chính phủ trên một quốc gia hay lãnh thổ xác định, có quyền lực xã hội, với chức năng duy trì trật tự và cung cấp các dịch vụ. Trong thần học, nhà nước là thể chế chính trị, đối lập với hội thánh là thể chế thuộc linh. Cơ Đốc nhân thừa nhận chính quyền là do Đức Chúa Trời thiết lập (Rô 13), nhưng nó cũng có thể trở thành công cụ của ma quỷ (Khải 13).

steward /ˈstuːərd/ *quản gia; người quản lý.* Thuật ngữ chỉ người giám sát, quản lý công việc trong nhà. Trong thần học, chỉ người quản lý tài sản Đức Chúa Trời giao phó, trong hội thánh và trong thế gian (I Cô 4:1-2; Tit 1:7; I Phi 4:10).

stewardship /ˈstuːərdʃɪp/ *quản trị.* Trách nhiệm quản trị trái đất do Đức Chúa Trời giao cho con người khi Ngài sáng tạo vũ trụ (Sáng 1:26). Trong hội thánh, sự quản trị của Cơ Đốc nhân là quản trị toàn bộ đời sống, vì sự sống do Đức Chúa Trời ban, và đời sống Cơ Đốc nhân phải làm vinh hiển danh Chúa (I Cô 4:1-2; 9:17; I Phi 4:10).

stigmata /stɪgˈmɑːdə/ *năm dấu thánh.* Trong lịch sử giáo hội Cơ Đốc, từ này chỉ những dấu đặc biệt như năm dấu đinh của Đấng Christ trên thân thể một tín đồ xuất chúng (bàn tay, bàn chân và sườn), từ những vết đỏ trên da đến những vết thương rớm máu. Trường hợp đầu tiên là thánh Francis xứ Assisi năm 1224. (Ga 6:17).

Stoicism /ˈstoʊɪsɪzəm/ *phái khắc kỷ; thuyết khắc kỷ.* Trường phái triết học do Zeno đề xướng vào năm 308 T.C; vì ông thường giảng dạy trước tiền sảnh Stoa của thành Athens mà có tên Stoicism; chủ trương kẻ khôn ngoan duệ trí phải vô tình, không để tình cảm khổ lạc ảnh hưởng, hơn nữa phải tự nguyện tuân phục luật tự nhiên. Trường phái này phổ biến trong Đế chế La Mã (Công 17:18) và thuật ngữ của nó ảnh hưởng đến các sách Tân Ước của Sứ đồ Phao-lô.

structural violence Xem: institutionalized violence.

structuralism /ˈstrʌktʃərəlɪzəm/ *chủ nghĩa cấu trúc; cấu trúc luận.* Phương pháp phân tích một đề tài (như tâm lý học, ngôn ngữ, văn học) tập trung vào cấu trúc của một hệ thống và quan hệ giữa các thành phần của nó, chứ không tập trung vào các chức năng của các thành phần đó.

structuralist exegesis /ˈstrʌktʃərəlɪst ˌeksɪˈdʒiːsɪs/ *chú giải Kinh thánh theo cấu trúc luận.* Phương pháp phân tích hay giải nghĩa Kinh thánh nghiên cứu ngoài phạm vi thứ tự cốt truyện để xác định những cấu trúc bên trong, tức là những hình mẫu lặp đi lặp lại bằng các mã ký hiệu.

subjective experience /səbˈdʒektɪv ɪkˈspɪriəns/ *kinh nghiệm chủ quan.* Kinh nghiệm cá nhân mà người khác hoặc sự vật bên ngoài không thể chứng minh được.

subjective knowledge /səbˈdʒektɪv ˈnɑːlɪdʒ/ *tri thức chủ quan.* Kiến thức không tách rời khỏi chủ thể mà gắn trọn vẹn với chủ thể sở hữu nó.

subjective truth /səbˈdʒektɪv truːθ/ *chân lý chủ quan.* Xác định một chân lý trên cơ sở tác động của nó trên người biết, thay vì so sánh nó với những tiêu chuẩn khách quan.

subjectivism /səbˈdʒektɪvɪzəm/ *chủ nghĩa chủ quan.* Thái độ hay lý luận quá đặt nặng ý kiến chủ quan, kết quả kiến thức bị coi là chỉ có giá trị tương đối. Trong đạo đức học, quan điểm này dẫn đến quan điểm cho rằng một sự việc đúng hay sai phải căn cứ trên thái độ hay hành động của mỗi người.

subjectivity /ˌsʌbdʒekˈtɪvəti/ *tính chủ quan; tính chất chủ quan.* Khái niệm hay hiểu biết rút ra từ kinh nghiệm cá nhân.

sublapsarianism Xem: infralapsarianism.

submersion /səbˈmɜːrʒn/ *sự chìm ngập.* Xem: immersion.

subordination /səˌbɔːrdɪˈneɪʃn/ *phụ thuộc.* Một người hay một nhóm người khuất phục một người hay nhóm người khác. Các tác giả nữ quyền xác định sự phụ thuộc của nữ giới vào nam giới trải qua nhiều giai đoạn lịch sử.

subordinationism /səˌbɔːrdɪˈneɪʃnɪzəm/ *thuyết phụ thuộc; thứ vị luận.* Quan điểm cho là về bản chất và địa vị, Đức Chúa Con phụ thuộc Đức Chúa Cha hoặc Đức Thánh Linh phụ thuộc Đức Chúa Cha và Đức Chúa Con. Quan điểm này bị bác bỏ trong Hội nghị Constantinople năm 381. Thuyết phụ thuộc xuất hiện trong chủ nghĩa Arian và các sách của Origen (185-254).

subsidiary, principle of the /səbˈsɪdieri, ˈprɪnsəpl əv ðə/ *nguyên tắc phụ trợ.* Nguyên tắc do Giáo Hoàng Pius X nêu lên năm 1931. Nguyên tắc quản lý giữa cấp trên với cấp dưới: tôn trọng chức phận của mỗi người, không can thiệp quá đáng mà vào lúc cần thiết hiệp trợ cho họ. Do đó, nhà nước không nên can thiệp vào những việc mà một cộng đồng hay một gia đình có thể tự giải quyết.

subsistence theory /səbˈsɪstəns ˈθɪri/ *học thuyết tồn tại.* Thuyết về sự hiệp một của hai bản tính trong Đức Chúa Giê-xu Christ. Nhân tính của Chúa Giê-xu tuy là một bản thể trọn vẹn nhưng không tồn tại độc lập mà hiệp một với thần tính Ngôi Lời (Logos).

subsistence /səbˈsɪstəns/ *tự ngã; tự lập.* Sự hiện hữu của Đức Chúa Trời với Ba ngôi: Đức Chúa Cha, Đức Chúa Con và Đức Thánh Linh.

subsistent relations /səbˈsɪstənt rɪˈleɪʃnz/ *Tương quan tự hữu.* Quan điểm trong giáo lý Ba Ngôi Đức Chúa Trời cho rằng Ba Ngôi có cùng một bản thể thánh. Bởi vì một Ngôi nằm trong mối tương quan với hai Ngôi kia, mọi đặc điểm Đức Chúa Trời có thì mỗi Ngôi trong Đức Chúa Trời đều có.

substance /ˈsʌbstəns/ *bản thể.* Tiếng Hy Lạp là *hypostasis* và *ousios.* Được dùng trong Bài Tín điều Nicene và các tác phẩm Cơ Đốc thời kỳ đầu tiên, chỉ sự hiện hữu đời đời của Đức Chúa Trời là Đức Chúa Cha, Đức Chúa Con và Đức Thánh Linh. Xem: accident.

substitutionary death of Christ /ˈsʌbstɪˈtuːʃneri deθ əv kraɪst/ *sự chết đền tội thay của Đấng Christ.* Giáo lý Chúa Giê-xu chết thế cho tội nhân là những người đáng phải chết và chịu sự phán xét của Đức Chúa Trời. (Mác 10:45; II Cô 5:21; I Phi 2:23). Phải tiếp nhận kết quả sự đền tội thay của Ngài bằng đức tin. Xem: vicarious atonement.

Suffering Servant /ˈsʌfərɪŋ ˈsɜːrvənt/ *tôi tớ chịu khổ của Đức Giê-hô-va.* Hình ảnh người tôi tớ trong Ê-sai 52:13-53:12, là người phải chịu khổ thay cho dân sự. Do Thái giáo xem đây là lời tiên tri về nước Y-sơ-ra-ên.

Cơ Đốc giáo coi đây là lời tiên tri về sự thương khó của Đức Chúa Giê-xu Christ vì cớ tội lỗi thế gian (Mác 10:45).

suffering with Christ /ˈsʌfərɪŋ wɪð kraɪst/ *chịu khổ cùng Đấng Christ.* Thuật ngữ trong các thư tín của Phao-lô chỉ sự hiệp một của tín đồ với Chúa Giê-xu đến nỗi họ cũng chia sẻ nỗi đau khổ của Ngài hay chịu đau khổ hoạn nạn vì yêu Ngài (Rô 8:17; Phil 1:29; 3:10).

suffering /ˈsʌfərɪŋ/ *đau khổ.* Nỗi đau đớn về thể xác, tinh thần hay tình cảm. Trong thần học, sự đau khổ được nhìn nhận trong bối cảnh tình yêu thương của Đức Chúa Trời và ý muốn của Ngài. Một số đau khổ do tội ác gây ra; một số đau khổ không đáng có thì phải nhẫn nhịn chịu đựng bằng đức tin.

sufficient grace /səˈfɪʃnt greɪs/ *ơn túc dụng (đủ dùng); ơn sung mãn; ân điển đầy đủ.* ân điển của Đức Chúa Trời giúp một người có thể chịu đựng một hoàn cảnh hay thực hiện một công việc (II Cô 12:9). Trong những vấn đề tranh cãi của Công giáo La Mã, ơn túc dụng là một loại ân điển thực sự (actual grace), loại kia là ân điển hiệu nghiệm (efficacious grace). Ân điển của Đức Chúa Trời được xem là đủ để hoàn thành công cuộc cứu rỗi. Ân điển ấy chỉ phát huy tác dụng khi một người bằng lòng tiếp nhận nó.

Sunday school movement /ˈsʌndeɪ skuːl ˈmuːvmənt/ *phong trào trường Chúa nhật.* Bắt đầu bằng các lớp thiếu nhi vào các Chúa nhật, sau phát triển thành trường Chúa nhật để dạy đạo cho tín đồ. Phong trào được Robert Raikes (1735-1811) khởi xướng tại Gloucester, nước Anh (1780).

supererogation, works of /ˌsupərˌɛrəˈgeɪʃən, wɜːrks əv/ *công việc ngoại trạch.* Quan niệm trong Công giáo La Mã cho rằng có thể tự do làm việc thiện vượt quá yêu cầu của Đức Chúa Trời hay các tiêu chuẩn đạo đức, tạo nên công đức cho lợi ích chung của giáo hội.

superintendent /ˌsuːpərɪnˈtendənt/ *người quản lý giáo khu.* Người chịu trách nhiệm trông nom một giáo khu. Chức vị này hình thành sau thời kỳ cải chánh giáo hội nhưng ngày nay đã bị bãi bỏ trong phần lớn các hội thánh, trừ giáo phái Giám Lý.

superior /suːˈpɪriər/ *bề trên.* Trong Công giáo, từ này chỉ người đứng đầu một dòng tu hay một hội thánh.

supernatural realm /ˌsuːpərˈnætʃrəl relm/ *lĩnh vực siêu nhiên.* Lĩnh vực ngoài vũ trụ hay ngoài những thế lực trong thế giới.

supernatural work /ˌsuːpərˈnætʃrəl wɜːrk/ *công việc siêu nhiên.* Hành động của Đức Chúa Trời vượt quá khả năng thực hiện của con người.

supernatural, the /ˌsuːpərˈnætʃrəl, ðə/ *cái siêu phàm; cái siêu nhiên.* Cái nằm ngoài trật tự tự nhiên. Lĩnh vực thuộc về Đức Chúa Trời nằm ngoài và vượt trên vũ trụ tự nhiên.

supernaturalism /ˌsupərˈnætʃərəˌlɪzəm/ *thuyết duy siêu nhiên; chủ nghĩa siêu nhiên.* Quan điểm triết học cho rằng có tồn tại một thực tế siêu nhiên, cần được cân nhắc tính đến trong các môn siêu hình học, nhận thức luận, đạo đức học...

superstition /ˌsuːpərˈstɪʃn/ *mê tín; dị đoan.* Một niềm tin hay hành động bất hợp lý và sai trật.

Supper, Last /ˈsʌpər, læst/ *Tiệc Thánh.* Xem: Lord's Supper.

Supper, Lord's Xem: Lord's Supper.

supplication /ˌsʌplɪˈkeɪʃn/ *nài xin; cầu khẩn.* Lời cầu nguyện hạ mình, khiêm nhường (Thi 6:9; 30:8; Êph 6:18; Phil 4:6).

supralapsarianism /ˌsuprəlæpˈsɛriəˌnɪzəm/ *thuyết tiền sa ngã.* Thuyết Calvin cho là Đức Chúa Trời tiền định số phận mỗi người (để được cứu hay bị đày đoạ) trước khi Ngài tạo dựng vũ trụ và A-đam phạm tội. Xem: antelapsarianism.

syllogism /ˈsɪlədʒɪzəm/ *tam đoạn luận.* Luận chứng diễn dịch trong đó kết luận được rút ra từ một đại tiền đề và tiểu tiền đề. Được sử dụng trong các lập luận thần học.

symbol /ˈsɪmbl/ *tượng trưng; biểu tượng; ký hiệu; tín điều.* Cái đại diện cho một cái khác. Hai cái có thể có mối liên hệ nội tại, nhưng không tương đương với nhau. Cũng chỉ tín điều thể hiện đức tin Cơ Đốc.

symbolics /sɪmˈbɑːlɪks/ *tín điều học.* Bộ môn thần học nghiên cứu các tín điều Cơ Đốc.

synagogue /ˈsɪnəgɑːg/ *nhà hội; hội đường Do Thái.* Các nhóm hay nơi nhóm lại thờ phượng của Do Thái giáo. Chúa Giê-xu và Phao-lô đều dạy dỗ và rao giảng trong các nhà hội (Mat 4:23; Mác 1:21; Công 13:5; 17:1).

syncretism /ˈsɪŋkrətɪzəm/ *chủ nghĩa hỗn hợp; thuyết hổ lốn; chiết trung luận.* Hoà trộn các quan điểm triết học hay tôn giáo khác nhau vào với nhau. Ngày nay, thường được dùng để chỉ tập hợp các quan điểm lỏng lẻo thiếu nhất quán.

syncretistic theology /ˌsɪŋkrɪˈtɪstɪk θiˈɑːlədʒi/ *thần học hổ lốn.* Thần học làm nên từ các thành tố cóp nhặt từ những tín ngưỡng tôn giáo lớn.

synergism /ˈsɪnərˌdʒɪzəm/ *thuyết hợp tác; thuyết thần nhân hợp tác.* Chủ trương con người trong quá trình tin đạo hợp tác với Đức Thánh Linh hay ân điển của Đức Chúa Trời để được cứu rỗi, xuất hiện trong bán thuyết Pelagius và thuyết Arminia. Xem: monergism.

synod /ˈsɪnəd/ *hội nghị tôn giáo.* Hội nghị giữa các nhà lãnh đạo hội thánh để bàn bạc về các vấn đề giáo hội. Trong hội thánh Trưởng Lão, từ này chỉ ban lãnh đạo một khu vực, ở giữa các trưởng lão và tổng hội.

Synoptic Gospel /sɪˈnɑːptɪk ˈɡɑːspl/ *sách Phúc Âm đồng Quan, Tin Lành cộng quan.* Ba sách Phúc Âm Ma-thi-ơ, Mác và Lu-ca, khá tương đồng về quan điểm, nguồn gốc tư liệu trong sự ký thuật cuộc đời Chúa Giê-xu, khác với nội dung sách Phúc Âm Giăng.

Synoptic problem /sɪˈnɑːptɪk ˈprɑːbləm/ *vấn đề đồng quan/cộng quan.* Vấn đề về những đặc điểm tương đồng và khác biệt giữa ba sách Phúc Âm Đồng Quan, nghiên cứu xác định những nguồn tư liệu chung của ba sách và những đặc điểm độc đáo riêng biệt của mỗi sách.

syntactics /sɪnˈtæktɪks/ *cú pháp học.* Một nhánh của bộ môn ký hiệu học (semiotics) nghiên cứu mối quan hệ giữa các ký hiệu trong một hệ thống.

synthetic statement /sɪnˈθetɪk ˈsteɪtmənt/ *hợp đề.* Một câu trong đó vị ngữ cung cấp thêm thông tin về chủ ngữ, khác với câu phân tích (analytic statement) với vị ngữ được bao hàm trong chủ ngữ.

system /ˈsɪstəm/ *hệ thống.* Sắp xếp các thành tố trong một trật tự và mối tương quan với nhau thành một thể thống nhất. Ví dụ như hệ thống tư tưởng triết học hay thần học.

systematic theology /ˌsɪstəˈmætɪk θiˈɑːlədʒi/ *thần học hệ thống.* Bộ môn thần học nghiên cứu tín lý của giáo hội theo quan điểm và khái niệm đương thời để tìm ra một hệ thống có tính chặt chẽ, toàn diện; lấy Kinh thánh làm nền tảng và thể hiện dưới dạng các giáo lý. Xem: dogmatics.

T - t

Tabernacle /ˈtæbərnækl/ *đền tạm.* Đền thờ dạng lều trại có thể di chuyển được, dùng làm nơi thờ phượng của người Do Thái trong thời kỳ họ lang thang trong đồng vắng (Xuất 25-27; 36-38) cho đến khi Sa-lô-môn xây đền thờ tại Jerusalem.

Tabernacles, Feast of /ˈtæbərnæklz, fiːst əv/ *Lễ Lều Tạm.* Cùng với Lễ Vượt qua và Lễ Các Tuần làm thành ba kỳ lễ trọng thể nhất của người Do Thái. Được tổ chức vào vụ thu hoạch mùa thu, người dự lễ ở trong lều trại để tưởng nhớ sự bảo vệ của Đức Chúa Trời (Lê 23:39-43).

Talmud /ˈtɑlmʊd/ *sách Talmud; sách Huấn giáo Do Thái.* Tác phẩm mà các kinh sư Do Thái đã trước tác vào thế kỷ V S.C. để giải thích, bổ túc và diễn giải luật pháp trong sách Mishnah. Trong hai bộ Talmud Palestin và Ba-by-lôn, bộ Ba-by-lôn là quy chuẩn cho Do Thái giáo.

targum /ˈtɑrgʊm/ *bản dịch Targum.* Bản dịch Kinh thánh Cựu Ước tiếng Aramaic, có kèm theo chú giải, để đọc trong nhà hội, dành cho những người Do Thái không biết tiếng Hê-bơ-rơ.

tautological statement /ˌtɔːtəˈlɑːdʒɪkl ˈsteɪtmənt/ *câu trùng lặp.* Một câu trong đó chủ ngữ và vị ngữ là một.

teaching office /ˈtiːtʃɪŋ ˈɔːfɪs/ *chức vụ dạy dỗ.* Một ân tứ thuộc linh (Rô 12:6-7; I Cô 12:28-29), là khả năng hướng dẫn người khác học hỏi, được hội thánh công nhận là một chức vụ. Từ thời John Calvin (1509-1564), một số giáo hội cải chánh đã đặt ra chức vụ dạy dỗ (Institute 4.3.4), và mục sư được bầu làm trưởng lão chuyên việc dạy dỗ.

teaching /ˈtiːtʃɪŋ/ *dạy dỗ; giáo huấn.* Những điều Chúa dạy cần được ghi nhớ (Xuất 13:9) và vâng theo (Phục 4:1; Thi 78:1), cũng như lời dạy dỗ của cha mẹ và những người khôn ngoan (Châm 1:8; 13:14). Chúa Giê-xu (Mat 4:23; Gi 6:59) và các sứ đồ (Công 2:42; II Ti 1:13) cũng dạy dỗ.

teleological argument /ˌtiːliəˈlɑːdʒɪkl ˈɑːrgjumənt/ *luận chứng cứu cánh học/ mục đích luận.* Một trong năm luận chứng của Thomas Aquinas (1225-1274) chứng minh Đức Chúa Trời thực hữu; trật tự thế giới cho thấy có một Đấng tạo dựng thế giới để hoàn thành mục đích tối thượng, Đấng đó là Đức Chúa Trời.

teleology /ˌtiːliˈɑːlədʒi/ *mục đích luận; thuyết cứu cánh.* Bộ môn nghiên cứu mục đích tối thượng của vũ trụ. Có thể là bộ môn triết học hay thần học đặt trên giả thiết rằng vũ trụ có một mục đích tối thượng. Trong đạo đức học, nó xác định một hành vi là đúng hay sai dựa trên kết quả cuối cùng. Xem: design, argument from.

televangelism /ˌtelɪˈvændʒəlɪzəm/ *truyền giảng qua truyền hình.* Các lễ truyền giảng qua truyền hình của các nhà truyền giáo hay thầy truyền đạo độc lập vào thế kỷ XX ở Mỹ, thường bao gồm phần kêu gọi góp quỹ để duy trì mục vụ này.

temperance movement /ˈtempərəns ˈmuːvmənt/ *phong trào kiêng rượu.* Phong trào kiêng rượu bia ở Mỹ vào thế kỷ XIX và XX.

temperance /ˈtempərəns/ *tiết độ; điều độ.* Một trong những đức hạnh tự nhiên và là nền tảng cho các đức hạnh khác. Chỉ sự tiết độ trong mọi sự và sự kiểm soát tâm trí và thân thể bằng lý trí. Nó thường gắn với sự tiết độ hay kiêng cữ rượu bia.

Temple /ˈtempl/ *Đền Thánh.* Đền thờ xây dựng ở Giê-ru-sa-lem, là nơi thờ phượng Đức Chúa Trời của người Do Thái, từ khi Sa-lô-môn xây dựng đền thờ vào thế kỷ X T.C. cho đến khi người La Mã phá huỷ đền thờ vào năm 70 S.C. Đền Thánh được xây dựng lại hai lần dưới thời của Xô-rô-ba-bên và Hê-rốt.

temptation of Jesus /tempˈteɪʃn əv ˈdʒiːzəs/ *Chúa Giê-xu bị cám dỗ.* Kinh nghiệm của Chúa Giê-xu sau khi Ngài chịu phép báp-têm. Ma quỷ cám dỗ Chúa làm trái ý muốn của Đức Chúa Trời: biến đá thành bánh, ném mình xuống đất từ đỉnh Đền Thờ và thờ lạy ma quỷ; nhưng Chúa Giê-xu đã đắc thắng (Mat 4:1-11).

temptation /tempˈteɪʃn/ *sự cám dỗ.* Dụ dỗ hay bị dụ dỗ phạm tội. Cũng có lúc sự cám dỗ được dùng để thử đức tin của một người nơi Đức Chúa Trời (Gióp 1-2) hay chỉ đơn thuần là sự dụ dỗ một người phạm tội. Đức Chúa Trời không cám dỗ con người (Gia 1:12-15). Chúa Giê-xu bị cám dỗ mà không phạm tội (Hê 4:15).

tempter /ˈtemptər/ *tên cám dỗ; ma quỷ.* Kẻ cám dỗ người khác phạm tội; từ này đặc biệt chỉ về Sa-tan (Mác 1:13; I Cô 7:5).

Ten Commandments /ten kəˈmændmənts/ *Mười Điều Răn.* Luật pháp Đức Chúa Trời ban cho dân Y-sơ-ra-ên thông qua Môi-se, thể hiện ý muốn của Đức Chúa Trời trên đời sống của những người có mối tương giao với Ngài. Được ghi lại hai lần trong Kinh thánh Cựu Ước (Xuất 20:1-17; Phục 5:6-21). Xem: Commandments, Ten.

tenets, theological /ˈtenɪts, ˌθiːəˈlɑːdʒɪkl/ *giáo lý thần học.* Những tín lý thần học được coi là chân lý.

tent meetings /tent ˈmiːtɪŋz/ *các kỳ trại.* Các kỳ trại tôn giáo ở Mỹ vào thế kỷ XIX, trong đó trại sinh nhóm lại ăn, nghỉ và thờ phượng trong lều trại trong một vài ngày.

territorialism /ˌterɪˈtɔriəˌlɪzəm/ *chủ nghĩa thế quyền.* Quan điểm ở châu Âu vào thế kỷ XVI và XVII, cho là nhà nước có cả quyền chỉ định tôn giáo mà nhân dân phải theo; ở nước nào theo đạo nước đó.

testament /ˈtestəmənt/ *di chúc; giao ước.* Di chúc để lại tài sản của một người đã khuất. Giao ước tại núi Si-nai (Xuất 31:18; 34:29; Hê 9:1, 4). Ga 3:15-18 sử dụng từ này theo cả hai nghĩa. Kinh thánh cũng chia thành hai giao ước: Cựu Ước và Tân Ước.

testimony /ˈtestɪmoʊni/ *lời chứng.* Lời chứng của một người với người khác hay với những người tham dự một buổi lễ phục hưng, làm chứng về kinh nghiệm tôn giáo của mình.

Tetragrammaton /ˌtɛtrəˈgræməˌtɒn/ *kết từ tứ tự (YHWH).* Bốn chữ trong tiếng Hê-bơ-rơ chỉ tên Đức Chúa Trời của người Do Thái: YHWH hoặc JHWH (Xuất 3:15; 6:3), nay được đọc là Yahweh, bản dịch cũ dịch là "Đức Giê-hô-va". Danh xưng này được coi là danh thánh không được đọc lên, nên người ta thường dùng thế bằng từ "Chúa" (*ʾadônāy* trong tiếng Hê-bơ-rơ).

Tetrateuch /ˈtɛtrəˌtuk/ *Tứ thư.* Bốn sách đầu tiên trong Kinh thánh Cựu Ước: Sáng Thế Ký, Xuất Ê-díp-tô Ký, Lê-vi Ký, Dân Số Ký có cùng ba nguồn tư liệu: J (Yahwist), E (Elohist) và P (Priestly).

textual criticism /ˈtekstʃuəl ˈkrɪtɪsɪzəm/ *phê bình bản văn.* Xem: criticism, textual.

textus receptus /ˈtɛkstəs ˈrisɛptəs/ *Kinh Văn được công nhận.* bản Kinh thánh Hy Lạp được công nhận từ thế kỷ XVI cho tới thế kỷ XIX. Bản dịch Kinh thánh tiếng Anh King James được dựa trên bản này.

thank offering /θæŋk ˈɔːfərɪŋ/ *của lễ tạ ơn.* Tế lễ dâng lên Đức Chúa Trời để cảm tạ những ơn phước Ngài đã ban (Lê 7:12; Thi 107).

thanksgiving /ˌθæŋksˈgɪvɪŋ/ *tạ ơn; cầu nguyện tạ ơn.* Biểu hiện của lòng biết ơn. Một hình thức cầu nguyện trong lễ thờ phượng hay cá nhân, thể hiện lòng biết ơn trước những ơn phước và sự tốt lành Đức Chúa Trời đã ban.

theism /ˈθiːɪzəm/ *thuyết hữu thần.* Tin có một thần hiện hữu. Cũng là thuyết tin vào một Đức Chúa Trời duy nhất (monotheism/thuyết duy thần), cho rằng vũ trụ xuất phát từ một nguồn duy nhất chứ không tự nó mà có. Đối lập với thuyết nhất nguyên (monism) tức là thuyết tin vào nguồn gốc tự có.

theistic evolution /θiˌɪstɪk ˌevəˈluːʃn/ *thuyết tiến hóa hữu thần.* Xem: evolution, theistic.

theistic naturalism /θiˌɪstɪk ˈnætʃrəlɪzəm/ *chủ nghĩa tự nhiên hữu thần.* Cho rằng Đức Chúa Trời là một xu hướng hay quá trình trong trật tự tự nhiên đang tiến hóa để bày tỏ những giá trị sáng tạo. Nó là khái niệm căn bản của triết học quá trình.

theistic philosophy /θiˌɪstɪk fəˈlɑːsəfi/ *triết học hữu thần.* Triết học bao gồm niềm tin vào một Đức Chúa Trời.

theistic proofs /θiˌɪstɪk pruːfs/ *bằng chứng về Đức Chúa Trời.* Những luận chứng triết học chứng minh sự hiện hữu của Đức Chúa Trời. Năm luận chứng của Thomas Aquinas (1225-1274). Xem: proofs for the existence of God.

theocentric /ˌθioʊˈsɛntrɪk/ *quy thần.* Lấy Đức Chúa Trời làm trung tâm.

theocracy /θiˈɑːkrəsi/ *thần quyền thể chế; chế độ thần quyền.* Thể chế chính quyền trong đó Đức Chúa Trời được coi là Đấng lãnh đạo tối cao. Ý muốn của Đức Chúa Trời do những người đại diện cho Đức Chúa Trời xác định là luật pháp. Đây là thuật ngữ của nhà sử học thế kỷ I Josephus để mô tả luật pháp Môi-se.

theodicy /θiˈɒdəsi/ *biện thần luận; thần lý học.* Lý luận nhận định Đức Chúa Trời mặc dầu để tội ác tồn tại, nhưng không vì thế mà làm tổn thương tới sự thánh thiện và công chính. Thuật ngữ của nhà triết học Gottfried Leibniz (1646-1716).

theologian /ˌθiːəˈloʊdʒən/ *nhà thần học; thần học gia.* Chuyên gia nghiên cứu một tôn giáo, thường chính là tôn giáo người đó đang theo. Nhà thần học chuyên nghiệp là người có học vấn uyên thâm về thần học, viết sách và giảng dạy về thần học.

theological determination /ˌθiːəˈlɑːdʒɪkl dɪˌtɜːrmɪˈneɪʃn/ *thần học thiên định.* Bất cứ hệ thống thần học nào cho rằng hành động của con người là do Đức Chúa Trời định nên.

theological education /ˌθiːəˈlɑːdʒɪkl ˌedʒuˈkeɪʃn/ *giáo dục thần học.* Quá trình đào tạo các bộ môn thần học tại các chủng viện thần học, trường thần học hay nhà thờ.

theological framework /ˌθiːəˈlɑːdʒɪkl ˈfreɪmwɜːrk/ *khung thần học.* Quan điểm thần học tổng quát làm cơ sở hay cấu trúc cho đời sống và tư tưởng.

theological language /ˌθiːəˈlɑːdʒɪkl ˈlæŋgwɪdʒ/ *ngôn ngữ thần học.* Ngôn ngữ sử dụng trong các cuộc thảo luận về thần học hay văn bản thần học.

theological method /ˌθiːəˈlɑːdʒɪkl ˈmeθəd/ *phương pháp thần học.* Phương pháp sử dụng để xây dựng thần học, bao gồm những phương pháp đặt căn bản trên những giả thiết khác nhau về bản chất con người, ngôn ngữ, thế giới, Đức Chúa Trời và sự khải thị của Ngài, cũng như các phương pháp tri thức.

theological prolegomena /ˌθiːəˈlɑːdʒɪkl ˌproʊlɪˈgɒmənə/ *phần mở đầu hệ thống thần học.* Phần mở đầu một hệ thống thần học bao gồm nhiệm vụ thần học, bản chất thần học, các nguồn thẩm quyền, phương pháp luận.

theological seminaries /ˌθiːəˈlɑːdʒɪkl ˈsemɪneriz/ *đại chủng viện thần học.* Các cơ sở đào tạo chuyên dạy các bộ môn thần học nhằm trang bị cho những người phục vụ trong các mục vụ của hội thánh. Thường do một số giáo phái cụ thể sáng lập và tài trợ.

theological tradition /ˌθiːəˈlɑːdʒɪkl trəˈdɪʃn/ *truyền thống thần học.* Những sự dạy dỗ hay khung thần học đã được thiết lập và vẫn được tuân giữ.

theological virtues Xem: virtues, theological.

theology of culture /θiˈɑːlədʒi əv ˈkʌltʃər/ *thần học nghiên cứu văn hóa.* Nghiên cứu về văn hóa của con người bao gồm các thành tựu sáng tạo của con người trong ánh sáng các tín lý thần học.

theology of glory /θiˈɑːlədʒi əv ˈglɔːri/ *thần học vinh hiển.* Thuật ngữ của Martin Luther (1483-1546), chỉ thần học kinh viện tự biện nhấn mạnh những đặc tính vinh hiển của Đức Chúa Trời mà không nhấn mạnh vào sự khải thị của Ngài qua sự thương khó và thập tự giá của Đức Chúa Giê-xu Christ. Xem: glory, theology of.

theology of grace /θiˈɑːlədʒi əv greɪs/ *thần học ân điển.* Xem: grace.

theology of hope /θiˈɑːlədʒi əv hoʊp/ *thần học hy vọng.* Thuật ngữ trong tác phẩm của Jurgen Moltmann (1926), chỉ thần học lấy lai thế học (tương lai) làm khởi điểm, đặt nền tảng trên sự phục sinh của Đức Chúa Giê-xu Christ như là sự ứng nghiệm những lời hứa của Đức Chúa Trời và sự bảo đảm quyền tể trị của Đức Chúa Trời trong tương lai.

theology of liberation /θiˈɑːlədʒi əv ˌlɪbəˈreɪʃn/ *thần học giải phóng.* Thần học nhằm đấu tranh chống mọi hình thức đàn áp xã hội, chính trị và kinh tế. Nhấn mạnh sự quan tâm chăm sóc của Đức Chúa Trời với những người bị áp bức và đấu tranh giải phóng họ.

theology of the cross /θiˈɑːlədʒi əv ðə krɔːs/ *thần học thập tự giá.* Thuật ngữ của Martin Luther (1483-1546), đối lập với thần học vinh hiển, cho rằng Đức Chúa Trời được bày tỏ đầy đủ trọn vẹn qua thập tự giá của Đức Chúa Giê-xu Christ, chứ không qua những đặc tính vinh hiển của Đức Chúa Trời hay lập luận, lý trí của con người. Xem: cross, theology of the.

theology proper /θiˈɑːlədʒi ˈprɑːpər/ *thần học về Đức Chúa Trời; thần học đúng nghĩa.* Nghiên cứu thần học về giáo lý Đức Chúa Trời.

theology /θiˈɑːlədʒi/ *thần học.* Ngôn ngữ hay văn bản bàn về Đức Chúa Trời. Nghiên cứu khoa học có phương pháp để tìm hiểu sự khải thị của Đức Chúa Trời. Theo cách hiểu kinh điển là "đức tin tìm kiếm sự hiểu biết".

theology, ascetical /θiˈɑːlədʒi, əˈsɛtɪkl/ *thần học khổ hạnh.*

theology, biblical /θiˈɑːlədʒi, ˈbɪblɪkl/ *thần học Thánh Kinh.* Xem: biblical theology.

theology, catechetical /θiˈɑːlədʒi, ˌkætɪˈkɛtɪkəl/ *kiến thức thần học căn bản.* Kiến thức thần học căn bản quan trọng đối với mọi Cơ Đốc nhân, như là Bài tín điều các Sứ đồ, bài cầu nguyện chung, Mười Điều Răn...

theology, Christian /θiˈɑːlədʒi, ˈkrɪstʃən/ *thần học Cơ Đốc.*

theology, conservative /θiˈɑːlədʒi, kənˈsɜːrvətɪv/ *thần học bảo thủ.* Xem: conservative theology.

theology, dogmatic /θiˈɑːlədʒi, dɔːgˈmætɪk/ *thần học giáo lý.* Xem: dogmatic theology.

theology, feminist /θiˈɑːlədʒi, ˈfemənɪst/ *thần học nữ quyền.*

theology, liberal /θiˈɑːlədʒi, ˈlɪbərəl/ *thần học tự do.* Xem: liberal theology, liberalism.

theology, liberation /θiˈɑːlədʒi, ˌlɪbəˈreɪʃn/ *thần học giải phóng.* Xem: liberation theology.

theology, natural /θiˈɑːlədʒi, ˈnætʃrəl/ *thần học thiên nhiên.* Xem: natural theology.

theology, negative /θiˈɑːlədʒi, ˈnegətɪv/ *thần học tiêu cực.* Xem: negative theology.

theology, pastoral /θiˈɑːlədʒi, pæsˈtɔːrəl/ *thần học mục vụ.* Xem: pastoral theology.

theology, process /θiˈɑːlədʒi, ˈprɑːses/ *thần học quy trình.* Xem: process theology.

theonomy /θiˈɒnəmi/ *thần luật.* Trạng thái do Đức Chúa Trời tể trị, hay thuận phục sự tể trị của Đức Chúa Trời. Trong tư tưởng của Paul Tillich (1886-1965) là sự hoàn thành luật pháp của bản thân khi bản thân hiệp nhất với nguồn và căn bản tồn tại của mình là Đức Chúa Trời.

theopassianism Xem: patripassianism.

theophany /θiˈɒfəni/ *thần hiển hiện; thần xuất hiện.* Sự xuất hiện của Đức Chúa Trời mà con người nhìn thấy được, đặc biệt là trong Kinh thánh Cựu Ước (ví dụ như Xuất 33:17-23).

theory of knowledge /ˈθɪri əv ˈnɑːlɪdʒ/ *học thuyết tri thức.* Phương pháp tìm kiếm tri thức mà một người theo. Một số thuyết tri thức lớn bao gồm chủ nghĩa duy lý, chủ nghĩa thực nghiệm, chủ nghĩa duy tâm, chủ nghĩa hiện sinh, chủ nghĩa thực chứng,... Mỗi quan điểm triết học cũng kèm theo những quan điểm về thần học.

Theosophy /θiˈɑːsəfi/ *thông thiên học; thuyết thần trí.* Thuyết nhằm tới sự hiểu biết trực tiếp về Đức Chúa Trời thông qua suy ngẫm, cầu nguyện, kiếp luân hồi, sự bày tỏ từ thế giới thần linh hay sự dạy dỗ của những người gần với sự hoàn thiện hơn. Thuyết này kết hợp sự hiểu biết từ nhiều tôn giáo, triết học, khoa học và thuật huyền bí.

Theotokos /ˌθiəˈtɒkəs/ *mẹ Đức Chúa Trời.* Người sinh ra Chúa; từ này chỉ về Ma-ri. Là thuật ngữ sử dụng trong Hội nghị Ê-phê-sô (431) và Chalcedon (451) để nhấn mạnh thần tính của Đức Chúa Giê-xu Christ. Vì Chúa Giê-xu có hai bản tính nên được phép gọi Ma-ri là "người sinh ra Chúa", vì Giê-xu con người cũng là Giê-xu Ngôi Hai Đức Chúa Trời.

Third Isaiah Xem: Trito-Isaiah.

third Person of the Trinity /θɜːrd ˈpɜːrsn əv ðə ˈtrɪnəti/ *Ngôi Ba trong Đức Chúa Trời Ba Ngôi.* Danh xưng của Đức Thánh Linh, có cùng bản thể và thần tính với Đức Chúa Cha và Đức Chúa Con. Đức Thánh Linh được bài tín điều Nicene gọi là "Chúa, Đấng ban sự sống".

Thomism /ˈtoʊmɪzəm/ *học thuyết Thomas Aquinas.* Triết học và thần học do Thomas Aquinas (1225-1274) khởi xướng và phát triển thành học phái, kết hợp giáo lý Cơ Đốc với triết học của Aristotle, với những bằng chứng lý trí chứng minh sự hiện hữu của Đức Chúa Trời.

Threefold Way /ˈθriːfoʊld weɪ/ hình ảnh kinh điển về ba giai đoạn của thần học huyền bí hay kinh nghiệm tôn giáo, bao gồm: luyện ngục, khai sáng và hiệp một với Đức Chúa Trời.

time /taɪm/ *thời gian.* Giai đoạn từ sáng thế đến tận thế, đối lập với cõi vĩnh hằng. Trong Kinh thánh và thần học, Đức Chúa Trời vượt ra ngoài thời gian, nhưng con người là những sinh vật bị thời gian giới hạn cho đến khi họ bước vào sự sống sau khi chết và tồn tại đời đời.

tithe, tithing /taɪð, ˈtaɪðɪŋ/ *phần mười, dâng phần mười.* Tập tục dâng một phần mười của cải, thu nhập để hỗ trợ một thể chế tôn giáo như hành động biết ơn những ơn lành Đức Chúa Trời ban cho. Đây là tập quán của dân Y-sơ-ra-ên (Phục 14:22) và được thực hành trong thời Chúa Giê-xu (Mat 23:23).

tongues, speaking in Xem: glossolalia.

Torah /ˈtɔːrɑː/ *kinh Tô-ra; Ngũ Thư; Ngũ Kinh.* Tiếng Hê-bơ-rơ có nghĩa là "luật pháp". Luật pháp Đức Chúa Trời bày tỏ cho Môi-se trên núi Si-nai là ý chỉ của Đức Chúa Trời dành cho dân Y-sơ-ra-ên. Năm sách Cựu Ước đầu tiên được gọi là Kinh Tô-ra. Nghĩa rộng hơn trong Do Thái giáo là ý chỉ của Đức Chúa Trời.

total depravity /ˈtoʊtl dɪˈprævəti/ *hoàn toàn bại hoại.* Quan điểm điển hình của thần học cải chánh, cho rằng tình trạng tội lỗi làm hư hoại mọi lĩnh vực đời sống hay toàn bộ sự tồn tại của con người. Xem: depravity, total.

total inability /ˈtoʊtl ˌɪnəˈbɪləti/ *hoàn toàn bất lực.* Quan điểm điển hình của thần học cải chánh, cho rằng tình trạng tội lỗi khiến con người không thể làm gì để được cứu rỗi. Đức Chúa Trời phải chủ động ban cho con người món quà đức tin và sự ăn năn để họ được cứu.

totalistic relativism /ˌtoʊtˈlɪstɪk ˈrelətɪvɪzəm/ *chủ nghĩa tương đối toàn phần.* Quan điểm cho rằng mọi thứ đều tương đối, do đó không có gì tuyệt đối cũng như không có tri thức có giá trị phổ quát.

tract /trækt/ *tiểu luận.* Tiểu luận tôn giáo hay truyền đạo.

tradition /trəˈdɪʃn/ *truyền thống; truyền thống đức tin.* Tín ngưỡng và tập quán truyền từ thế hệ này sang thế hệ khác. Tín ngưỡng giáo hội đặt trọng tâm nơi sự khải thị của Đức Chúa Trời trong Đức Chúa Giê-xu Christ. Thuật ngữ này còn có nghĩa là sự duy trì đức tin do các sứ đồ truyền lại.

traditional theology /trəˈdɪʃənl θiˈɑːlədʒi/ *thần học truyền thống.* Thần học chính thống cổ truyền hoặc thần học thông thường được chấp nhận là đúng mà không cần kiểm tra lại.

traditionalism /trəˈdɪʃənəlɪzəm/ *chủ nghĩa truyền thống; truyền thống bảo thủ.* Cho rằng tri thức về Đức Chúa Trời hiện hữu đã mặc khải chỉ một lần nguyên sơ và bao quát cho con người, rồi sau được truyền khẩu lại; coi truyền thống là nguồn tri thức tôn giáo duy nhất và phản ứng lại với cái mới, hiện đại. Thái độ thụ lãnh giáo lý, pháp lệnh giáo hội đương thời vượt qua cả Kinh thánh.

transcendence /trænˈsendəns/ *sự siêu việt; tính siêu việt.* Đức Chúa Trời là một thân vị độc lập, tách biệt, vượt ra ngoài, ở bên trên thế giới tạo vật và con người. Xem: immanence of God.

transcendent /trænˈsendənt/ *siêu việt.* Thuật ngữ triết học chỉ những điều vượt quá giới hạn kinh nghiệm hay tri thức của con người. Trong thần học Cơ Đốc, Đức Chúa Trời được mô tả là Đấng Siêu Việt.

transcendental philosophy /ˌtrænsenˈdentl fəˈlɑːsəfi/ *siêu nghiệm triết học; tiên nghiệm triết học.* Triết học của Immanuel Kant (1724-1804) cho rằng lý trí con người có những cấu trúc siêu việt giúp biến đổi tri giác thành tri thức.

transcendental theology /ˌtrænsenˈdentl θiˈɑːlədʒi/ *siêu nghiệm thần học.* Thần học nghiên cứu những điều kiện căn bản cho kiến thức thần học.

transcendentalism, Kant's /ˌtrænsɛnˈdɛntlˌɪzəm, kɑːnts/ *siêu nghiêm luận của Kant.* Triết học của Immanuel Kant (1724-1804), sử dụng "phương pháp siêu nghiệm" để tìm kiếm những điều kiện cần thiết cho chân lý của một nhận định, kinh nghiệm hay bộ môn kiến thức. Thuyết này tập trung vào đối tượng tư duy chứ không tập trung vào cảm giác.

transcendentals /ˌtrænsenˈdentlz/ *cái siêu nghiệm.* Thuật ngữ triết học chỉ những phẩm chất đặc điểm chung của mọi sự vật thuộc bất cứ bản chất nào như là thực tế, sự tồn tại, chân lý, sự thánh thiện và sự hiệp một theo quan điểm của Aquinas (1225-1274).

transdenominational /trænzdɪˌnɑːmɪˈneɪʃənl/ *xuyên giáo phái.* Vượt quá phạm vi giáo phái.

transfiguration of Christ /ˌtrænsˌfɪgjəˈreɪʃn əv kraɪst/ *sự hóa hình của Đấng Christ.* Đức Chúa Giê-xu Christ biến hóa trên đỉnh núi, mặt Ngài chiếu sáng như mặt trời và áo trắng như ánh sáng (Mat 17:2; Mác 9:2-3). Từ "hóa hình" trong tiếng Hy Lạp cũng được sử dụng để miêu tả sự biến đổi của Cơ Đốc nhân trong Rô 12:2 và II Cô 3:18.

transforming grace /trænsˈfɔːrmɪŋ greɪs/ *ân điển biến đổi.* Ân điển của Đức Chúa Trời dù con người không xứng đáng nhưng vẫn được nhận qua Đức Chúa Giê-xu Christ, làm biến đổi đời sống họ.

transgression /trænzˈgreʃn/ *sự vi phạm; phạm pháp; phạm tội.* Hình thức phạm tội: vượt quá ranh giới do Đức Chúa Trời ấn định (Xuất 34:7; Thi 32:1; Rô 5:14; Ga 6:1).

translation of persons /trænsˈleɪʃn əv ˈpɜːrsnz/ *được cất lên trời.* Người được đưa thẳng lên thiên đàng ngay khi còn sống và thoát khỏi sự chết. Ví dụ: Hê-nóc (Sáng 5:24; Hê 11:5) và Ê-li (II Vua 2:11).

translation, biblical /trænsˈleɪʃn, ˈbɪblɪkl/ *dịch Kinh thánh; bản dịch Kinh thánh.*

transubstantiation /ˌtrænsəbˌstænʃiˈeɪʃn/ *sự biến thể; chuyển đổi bản thể.* Quan điểm của Công giáo La Mã cho rằng trong lễ Tiệc Thánh, bánh và chén qua sự truyền phép mà biến thành thân và huyết của Đức Chúa Giê-xu Christ. Xem: consubstantiation.

tree of the knowledge of good and evil /triː əv ðə ˈnɑːlɪdʒ əv gʊd ən ˈiːvl/ *cây Biết Thiện Ác.* Cây trong vườn Ê-đen, A-đam và Ê-va bị cấm ăn trái của nó, nhưng họ vẫn ăn và phạm tội, phá hỏng mối quan hệ của con người với Đức Chúa Trời (Sáng 2:17; 3:1-24).

trespass /ˈtrespæs/ *vi phạm; xâm phạm; phạm tội.* Tội lỗi do đi trệch khỏi con đường ngay của Đức Chúa Trời (Rô 5:15-20; Êph 1:7; Côl 2:13).

trial /ˈtraɪəl/ *thử thách; cám dỗ.* Thuật ngữ thần học có hai nghĩa: sự cám dỗ phạm tội của Sa-tan hoặc thử thách của Đức Chúa Trời nhằm mục đích thử đức tin của một người (Hê 12:7; Gia 1:2-4).

trials for ordination /ˈtraɪəlz fər ˌɔːrdnˈeɪʃn/ *giai đoạn thử thách.* Những công việc do giáo phái quy định để thử thách một người trước khi người đó được phong chức vào hàng giáo phẩm.

tribulation period /ˌtrɪbjuˈleɪʃn ˈpɪriəd/ *đại nạn.* Thuật ngữ trong thuyết thần thị (dispensationalism), chỉ bảy năm hoạn nạn trước khi Chúa Giê-xu tái lâm, khởi đầu của thiên hi niên (Mat 24:21-30). Xem: Great Tribulation.

tribulational views /ˌtrɪbjuˈleɪʃnl vjuːz/ *các quan điểm về đại nạn.* Các quan điểm khác nhau về đại nạn (Mat 24:21-30) trong tương quan với hội thánh, gồm quan điểm tiền đại nạn (hội thánh được cất lên trời trước đại nạn), trung đại nạn (hội thánh phải chịu đựng một phần đại nạn) và hậu đại nạn (hội thánh phải chịu đựng toàn bộ đại nạn).

tribunal /traɪˈbjuːnl/ *toà án giáo hội.* Trong Công giáo La Mã, mỗi giáo khu có một toà án giáo hội, chủ yếu giải quyết các vấn đề liên quan đến hôn nhân.

trichotomism /trɪˈkɒtəmɪzəm/ *tam phân luận; thuyết tam nguyên tố.* Quan điểm nhân chủng thần học cho rằng con người là do ba yếu tố hợp thành: thân thể, hồn phách (hồn tính của động vật) và linh hồn (tinh thần tính) (I Tê 5:23). Khác với nhị phân luận/thuyết nhị nguyên tố (dichotomism) coi con người có hai phần: thân thể và linh hồn.

Trinitarian formula /ˌtrɪnɪˈtɛriən ˈfɔːrmjələ/ *công thức Ba Ngôi Đức Chúa Trời.* Cụm từ "Đức Chúa Cha, Đức Chúa Con và Đức Chúa Thánh Linh" thường được dùng trong giáo hội Cơ Đốc, đặc biệt trong lễ báp-têm.

Trinitarian /ˌtrɪnɪˈtɛriən/ *thuộc Đức Chúa Trời Ba Ngôi.* Đức Chúa Trời có Ba Ngôi hiệp trong Một Đức Chúa Trời.

Trinitarianism /ˌtrɪnɪˈtɛriəˌnɪzəm/ *giáo lý Chúa Ba Ngôi.* Giáo lý chỉ về Đức Chúa Trời Ba Ngôi theo cách hiểu của thần học Cơ Đốc. Đối lập với Thuyết Nhất thể (Unitarianism).

Trinity, doctrine of the /ˈtrɪnəti, ˈdɑːktrɪn əv ðə/ *giáo lý Ba Ngôi Đức Chúa Trời; tam vị tính.* Giáo lý Cơ Đốc dạy rằng Ba Ngôi gồm Đức Chúa Cha, Đức Chúa Con và Đức Chúa Thánh Linh hiệp nhất trong một Đức Chúa Trời. Ba Ngôi có chung một bản thể, song vẫn là ba ngôi. Xem: Holy Trinity.

Trinity, economic Xem: economic Trinity.

Trinity, essential /ˈtrɪnəti, ɪˈsenʃl/ giáo lý Cơ Đốc dạy rằng Đức Chúa Trời là Ba Ngôi trong một Đức Chúa Trời duy nhất và một Đức Chúa Trời duy nhất trong Ba Ngôi. Đức Chúa Trời gồm Đức Chúa Cha, Đức Chúa Con và Đức Chúa Thánh Linh. Ba Ngôi có chung một bản thể liên hệ với nhau bằng tình yêu thương.

Trinity, immanent Xem: immanent Trinity.

tritheism /ˈtraɪθiˌɪzəm/ *thuyết tam thần.* Học thuyết tin vào ba vị thần khác biệt, riêng rẽ. Một số tài liệu thần học của hội thánh ban đầu đi theo hướng này, nhưng các nhà biện giải Cơ Đốc thời kỳ đầu tiên đã bảo vệ đức tin khỏi thuyết tam thần.

Trito-Isaiah /ˈtritoʊ-aɪˈzeɪə/ *Sách Ê-sai thứ ba.* Mười một chương cuối cùng (55-66) của sách Ê-sai. Xem: Deutero-Isaiah.

triumphalism /traɪˈʌmfəlɪzəm/ *thái độ hân hoan đắc thắng.* Quan điểm nhấn mạnh chiến thắng của đời sống Cơ Đốc hay giáo hội Cơ Đốc.

triune God /ˈtraɪyun gɑːd/ *Đức Chúa Trời Ba Ngôi hiệp nhất.* Giáo lý Cơ Đốc dạy rằng Đức Chúa Trời hiện hữu như Đức Chúa Trời Ba Ngôi gồm Đức Chúa Cha, Đức Chúa Con và Đức Chúa Thánh Linh hiệp nhất trong một Đức Chúa Trời.

triune /ˈtraɪyun/ *tam vị nhất thể.* Ba ngôi trong một thể yếu.

Triunity of God /traɪˈyunɪti əv gɑːd/ *duy nhất tính; tính hiệp nhất của Ba Ngôi.* Sự hiệp nhất của Ba Ngôi trong Đức Chúa Trời. "Giáo lý Ba Ngôi/ Tam vị tính" (Trinity) chỉ Ba Ngôi Đức Chúa Trời. "Duy nhất tính" (Triunity) chỉ tính hiệp nhất của Ba Ngôi trong một Đức Chúa Trời.

tropological sense of Scripture /troʊpəˈlɒdʒɪkəl sens əv ˈskrɪptʃər/ *nghĩa bóng của Kinh thánh.* Nghĩa thuộc linh hay nghĩa đạo đức của Kinh thánh. Xem: sense, tropoligical.

true church /truː tʃɜːrtʃ/ *hội thánh thật.* hội thánh bao gồm những người tin Chúa Giê-xu thật sự và được cứu rỗi.

trust /trʌst/ *tin cậy.* Tin chắc vào một điều gì đó, là đặc điểm chính của đức tin. Sự tin cậy phải đặt nơi Đức Chúa Trời (Thi 4:5) là Đấng xưng công chính (Rô 4:5) và đáng tin cậy (II Ti 1:12).

truth claim /truːθ kleɪm/ *khẳng định là chân lý.* Lời khẳng định một nhận định có đầy đủ cơ sở để bảo đảm là chân lý.

truth /truːθ/ *chân lý.* Đúng theo thực tế, có thật.

truthfulness /ˈtruːθflnəs/ *tính chân thực; chân lý tính.* Điều bày tỏ chân lý. Trong đạo đức học, từ này chỉ đức tính chân thật biết bày tỏ suy nghĩ chân thực phù hợp với hoàn cảnh.

TULIP /ˈtuːlɪp/ *TULIP.* Cách tóm tắt giúp nhớ năm điểm trong giáo lý của phái Calvin khẳng định tại Hội nghị Dort (1618-1619): Hoàn toàn bại hoại (Total depravity), Sự lựa chọn vô điều kiện (Unconditional election), Cứu chuộc có giới hạn (Limited atonement), Ân điển bất khả kháng (Irresistible grace) và Sự bền đỗ của thánh đồ (Perseverance of the Saints). Xem: five points of Calvinism.

twelve disciples (apostles) /twelv dɪˈsaɪplz (əˈpɑːslz)/ *mười hai Sứ đồ.* Mười hai môn đồ đầu tiên của Chúa Giê-xu: Phi-e-rơ, Anh-rê, Gia-cơ, Giăng, Phi-líp, Ba-thê-lê-mi, Thô-ma, Ma-thi-ơ, Gia-cơ con của A-phê, Tha-đê, Si-môn Xê-lốt và Giu-đa Ích-ca-ri-ốt. Xem: Twelve, the.

Twelve, the Xem: twelve disciples (apostles).

type /taɪp/ *dự biểu; hình bóng.* Một sự kiện hay con người lịch sử làm biểu tượng hay dự đoán về một sự kiện hay con người sẽ đến trong tương lai, nhất là chỉ một sự kiện/con người trong Cựu Ước làm hình bóng cho một sự kiện/con người trong Tân Ước (Rô 5:14). Ví dụ thầy tế lễ Mên-chi-xê-đéc là tiên trưng/hình bóng của Chúa Giê-xu (Hê 6:19-7:28).

typological interpretation of Scripture /ˌtaɪpəˈlɒdʒɪkəl ɪnˌtɜːrprɪˈteɪʃn əv ˈskrɪpʃər/ *cách chú giải Kinh thánh theo hình bóng.* Cách giải thích các sự kiện và con người trong Cựu Ước như hình bóng của những sự kiện hay con người trong Tân Ước. (Rô 5:14; I Cô 10:2; Hê 6:19-7:28; I Phi 3:21).

typology /taɪˈpɑːlədʒi/ *tiên trưng học/hình bóng học.* Bộ môn nghiên cứu các sự kiện hay con người trong Cựu Ước như hình bóng của các sự kiện hay con người trong Tân Ước (Rô 5:14; I Cô 10:2; Hê 6:19-7:28; I Phi 3:21).

U - u

ubiquity /juːˈbɪkwəti/ *tính phổ tại; tính toàn tại.* Sự hiện diện mọi nơi mọi lúc của Đức Chúa Trời. Luther nói đến khái niệm này để chứng minh thân thể Đấng Christ hiện diện trong Lễ Tiệc Thánh mặc dù Ngài đang ở trên thiên đàng.

ultimate concern /ˈʌltɪmət kənˈsɜːrn/ *quan tâm tới nguồn gốc; mối quan tâm tối hậu.* Paul Tillich (1886-1965) cho rằng đức tin tự nó là quan tâm tới Đấng Tối Thượng nên không có ai là không tin và cho đến muôn đời đức tin không thể bị huỷ hoại được. Tôn giáo là sự theo đuổi mối quan tâm tối hậu của con người và là đức tin tìm kiếm sự cứu rỗi.

Ultradispensationalism /ˌʌltrəˌdɪspənˈseɪʃənlˌɪzəm/ *thuyết cực thần thị.* Một hình thức cực đoan của thuyết thần thị (dispensationalism) cho rằng hội thánh bắt đầu từ Công 13 hay 28 thay vì từ Lễ Ngũ Tuần trong Công 2.

unbaptized infants /ˌʌnbæpˈtaɪzd ˈɪnfənts/ *trẻ con chưa được rửa tội.* Những đứa trẻ chưa nhận phép báp-têm, đặc biệt là những trẻ em qua đời mà chưa chịu phép báp-têm.

unbelief /ˌʌnbɪˈliːf/ *vô tín ngưỡng; vô thần; tín ngưỡng sai lầm.* Không có đức tin, đặc biệt là sự khước từ Phúc Âm Cơ Đốc giáo.

unbeliever /ˌʌnbɪˈliːvər/ *người vô tín ngưỡng; người vô thần.* Người không phải là Cơ Đốc nhân, tức là người chưa được tái sinh.

unchurched /ˌʌntʃɜːrtʃt/ *người không đi nhà thờ.* Người không phải là thành viên của một nhà thờ nào hoặc không tham gia sinh hoạt trong một nhà thờ nào.

uncircumcised /ʌnˈsɜrkəmˌsaɪzd/ *không cắt bì.* Người ngoại, không theo Do Thái giáo.

unclean /ˌʌnˈkliːn/ *bất khiết; dơ bẩn; ô uế.* Thuật ngữ trong Kinh thánh chỉ một người hay một vật vi phạm luật tinh sạch.

unconditional covenant of God /ˌʌnkənˈdɪʃənl ˈkʌvənənt əv gɑːd/ *giao ước vô điều kiện của Đức Chúa Trời.* Giao ước Đức Chúa Trời lập với con người, trong đó, Đức Chúa Trời cam kết thực hiện trên và chỉ trên cơ sở lời Ngài đã hứa, không cần con người phải đáp ứng bất cứ điều kiện nào. Khác với giao ước có điều kiện đòi hỏi hành động hay đáp ứng của con người.

unconditional election /ˌʌnkənˈdɪʃənl ɪˈlekʃn/ *sự lựa chọn vô điều kiện.* Quan điểm của Augustine và phái Calvin cho rằng Đức Chúa Trời chọn cứu một số người thuần tuý do bản tính tự do và tình yêu thương của Ngài, chứ không dựa vào đức tin hay công trạng Ngài nhìn thấy trước nơi họ. Đây là một trong năm điểm trong giáo lý của phái Calvin khẳng định tại Hội nghị Dort (1618-1619). Xem: unconditional predestination.

unconditional predestination /ˌʌnkənˈdɪʃənl ˌpriːdestɪˈneɪʃn/ *tiền định vô điều kiện.* Xem: unconditional election.

unconscious faith /ʌnˈkɑːnʃəs feɪθ/ *đức tin vô thức.* Đức tin và sự cam kết không phải do khả năng lý trí hay nhận thức mà có. Trẻ em đã chịu lễ báp-têm được cho là có đức tin vô thức.

unconscious sin /ʌnˈkɑːnʃəs sɪn/ *tội không biết.* Tội lỗi vi phạm do bất đắc dĩ hoặc do không biết luật. Tội do không biết.

unconscious, the /ʌnˈkɑːnʃəs, ðə/ *vô thức.* Cái tách biệt khỏi nhận thức.

uncritical /ˌʌnˈkrɪtɪkl/ *không phê bình; không phê phán.* Thái độ chấp nhận một điều là chân lý căn cứ vào giá trị bề mặt hoặc không quan tâm đến bằng chứng. Đức tin không phê phán là tin mà không đặt câu hỏi hay không chú trọng những khía cạnh tri thức của niềm tin.

unction /ˈʌŋkʃn/ *sự xức dầu.* Xức dầu trong các nghi lễ tôn giáo.

unction, extreme Xem: anointing of the sick.

unction, holy /ˈʌŋkʃn, ˈhoʊli/ *xức dầu thánh.* Trong giáo hội Công giáo, từ này chỉ sự xức dầu trong những nghi lễ khác nhau như khi dâng bàn thờ, phong tước, làm phép thêm sức, xức cho người ốm hay người chết.

underground church /ˌʌndərˈgraʊnd tʃɜːrtʃ/ *hội thánh bí mật/hội thánh thầm lặng.* hội thánh nhóm lại bí mật vì bị xem là bất hợp pháp hoặc vì bị bắt bớ.

understanding /ˌʌndərˈstændɪŋ/ *sự hiểu biết; sự am hiểu.* Mức độ hiểu biết sâu sắc hơn những kiến thức nghe qua hời hợt. Đức tin Cơ Đốc đòi hỏi phải tìm hiểu sâu sắc về Đức Chúa Trời và các đặc tính thần học của sự khải thị của Ngài.

unfaithfulness /ʌnˈfeɪθflnəs/ *phản bội; thất tín.* Không giữ cam kết hay lời thề nguyện, chỉ sự phản bội trong quan hệ với Đức Chúa Trời (II Sử 29:6; Rô 3:3) hay trong hôn nhân.

unforgivable sin /ˌʌnfərˈgɪvəbl sɪn/ *tội không thể tha thứ được.* Xem: sin against the Holy Spirit.

unforgiven sin /ˌʌnfərˈgɪvən sɪn/ *tội lỗi không được tha.* Tội lỗi hay vi phạm chưa được tha thứ, thường là vì chưa xưng ra với Chúa và người khác và chưa được Chúa và người khác tha thứ.

ungodliness /ˌʌnˈgɑːdlinəs/ *vô đạo; vô tín ngưỡng; không kính sợ Chúa.* Thái độ và hành vi không tuân theo ý muốn của Đức Chúa Trời.

Unification Church /ˌjuːnɪfɪˈkeɪʃn tʃɜːrtʃ/ *hội thánh Thống Nhất.* Giáo phái do Mục sư Sun Myung Moon lập tại Hàn Quốc vào đầu thế kỷ XX, cho rằng vì Chúa Giê-xu không kết hôn, công việc cứu rỗi của Ngài chỉ có ý nghĩa thuộc linh; cần có Đấng Mê-si-a thứ hai là Chúa của sự đến thứ hai để cứu rỗi thân thể. Moon cho rằng Chúa của sự đến thứ hai sẽ sinh ra ở Hàn Quốc và mọi tôn giáo sẽ ở dưới người. Những người theo Moon thường cho rằng Moon là Đấng Mê-si-a thứ hai.

union by adoption /ˈjuːnjən baɪ əˈdɑːpʃn/ *hiệp nhất do được Đức Chúa Trời nhận làm Con.* Thuật ngữ chỉ về tà giáo Nghĩa Tử Thuyết hay còn gọi là Dưỡng Tử Thuyết (adoptionism) cho rằng Đấng Christ bắt đầu hiệp nhất với Đức Chúa Trời khi Ngài chịu phép báp-têm, biểu hiện là chim bồ câu đậu trên vai Ngài (Lu 3:21-22).

union church /ˈjuːnjən tʃɜːrtʃ/ *nhà thờ chung; giáo hội liên hiệp.* Một ngôi nhà thờ được nhiều hội thánh thuộc nhiều giáo phái khác nhau sử dụng. Từ này còn chỉ về một giáo hội phi giáo phái ở Mỹ.

union of believers /ˈjuːnjən əv bɪˈliːvərz/ *sự hiệp một của các tín đồ.* Sợi dây yêu thương Cơ Đốc gắn bó mọi Cơ Đốc nhân với nhau trên cơ sở cùng chung đức tin trong Đức Chúa Giê-xu Christ.

union with Christ /ˈjuːnjən wɪð kraɪst/ *sự hiệp nhất với Đấng Christ.* Điểm căn bản của giáo lý về sự cứu rỗi: Khi hiệp nhất với Đấng Christ trong sự chết và sự sống lại của Ngài, tín đồ sẽ nhận được sự công bình và sự sống của Ngài.

union with God /ˈjuːnjən wɪð gɑːd/ *sự hiệp nhất với Đức Chúa Trời.* Sự khôi phục quan hệ giữa con người với Đức Chúa Trời qua sự chết của Đức Chúa Giê-xu Christ.

union, essential /ˈjuːnjən, ɪˈsenʃl/ *hiệp nhất bản thể.* Sự hiệp nhất của hai bản thể khác nhau, ví dụ như Đức Chúa Trời hiệp nhất với mọi loài tạo vật.

union, hypostatic Xem: hypostatic union.

union, mystical Xem: mystical union.

unipersonality of God /juːniˌpɜːrsəˈnæləti əv gɑːd/ *nhất vị tính.* Quan điểm bác bỏ giáo lý Đức Chúa Trời Ba Ngôi (Tam vị tính), cho rằng Đức Chúa Trời chỉ có một Ngôi duy nhất.

Unitarianism /ˌjuːnɪˈteriənɪzəm/ *thuyết nhất thể; thuyết nhất vị.* Phủ nhận giáo lý Ba Ngôi Đức Chúa Trời và tin rằng Đức Chúa Trời chỉ có một Ngôi vị duy nhất mà thôi. Phát sinh từ thần học giải phóng của Faustus Socinus (1539-1604) và những người khác, sau phát triển thành Hiệp Hội Nhất Vị Đại Đồng (Unitarian Universalist Association) (1961).

unitary view of human nature /ˈjuːnəteri vjuː əv ˈhjuːmən ˈneɪtʃər/ *bất phân luận.* Quan điểm cho rằng bản chất con người không thể phân tách, không phải là tổng thể của nhiều yếu tố như thân, hồn và linh.

unity of believers /ˈjuːnəti əv bɪˈliːvərz/ *sự hiệp một của các tín đồ.* Sự hiệp một của các tín hữu trong Đức Chúa Giê-xu Christ mà Ngài đã cầu nguyện trong Gi 17:21 và hiện nay đang hiện hữu trong hội thánh Cơ Đốc (I Cô 12:12-31; Ga 3:28; Êph 4:1-6).

unity of the church /ˈjuːnəti əv ðə tʃɜːrtʃ/ *sự hiệp một của hội thánh.* Sự hiệp một của hội thánh Cơ Đốc đặt nền tảng trên sự hiệp một của hội thánh với Đức Chúa Trời qua Đức Chúa Giê-xu Christ và bằng quyền năng của Đức Thánh Linh (I Cô 12:12-31; Êph 4:1-6).

Unity School of Christianity /ˈjuːnəti skuːl əv ˌkrɪstiˈænəti/ phong trào tôn giáo Tư tưởng Mới ở thành phố Kansas bang Missouri, do Myrtle và Charles Fillmore khởi xướng (1889). Nhấn mạnh tính thực dụng của Cơ Đốc giáo và chịu ảnh hưởng của Khoa học Cơ đốc (Christian Science).

unity /ˈjuːnəti/ *sự hiệp nhất.* Sự hiệp nhất giữa Ba Ngôi của Đức Chúa Trời, giữa Đức Chúa Trời với tín hữu và giữa các tín hữu với nhau trong Chúa Giê-xu.

universal availability of salvation /ˌjuːnɪˈvɜːrsl əˌveɪləˈbɪləti əv sælˈveɪʃn/ *sự cứu chuộc phổ quát.* Quan điểm cho rằng sự cứu chuộc trong Đức Chúa Giê-xu Christ là vô hạn có thể vươn đến tất cả mọi người.

universal church Xem: church universal.

universalism /ˌyunəˈvɜrsəˌlɪzəm/ *thuyết phổ độ; thuyết cứu rỗi đại đồng.* Quan điểm cho rằng đến cuối cùng tất cả mọi người sẽ được cứu rỗi. Xem: particularism.

universalism, hypothetical Xem: hypothetical universalism.

Universalist /ˌyunəˈvərsəlɪst/ *người theo thuyết phổ độ/thuyết cứu rỗi đại đồng.* Người theo quan điểm cho rằng đến cuối cùng tất cả mọi người sẽ được cứu rỗi.

universality of God's grace /ˌjuːnɪvɜːrˈsæləti əv gɑːdz greɪs/ *ân điển phổ quát của Đức Chúa Trời.* Ân điển cứu chuộc của Đức Chúa Trời không dựa vào công trạng của con người và là vô hạn, dành cho tất cả mọi người.

universals /ˌjuːnɪˈvɜːrslz/ *phổ niệm; khái niệm phổ quát; phổ hữu thể.* Thuật ngữ triết học chỉ một đặc điểm nào đó đại diện cho nhiều cái khác, ví dụ như bản chất con người mà mọi người đều có.

universe, origin of the /ˈjuːnɪvɜːrs, ˈɔːrɪdʒɪn əv ðə/ *nguồn gốc vũ trụ/thế giới.* Câu hỏi về nguồn gốc của mọi vật tồn tại. Theo Cơ Đốc giáo, Đức Chúa Trời là nguồn gốc (Đấng Sáng Tạo) của vũ trụ và mọi vật trong đó.

unknown God /ˌʌnˈnoʊn gɑːd/ *thần không biết.* Danh in trên một bàn thờ tại thành A-thên mà Sứ đồ Phao-lô nhắc tới (Công 17:23). Một số nhà thần học sử dụng khái niệm này giải thích đây là Đấng những người không phải là Cơ Đốc nhân thờ phượng; những người sùng đạo đều tìm kiếm một Đức Chúa Trời hằng sống duy nhất.

unleavened bread /ˌʌnˈlevnd bred/ *bánh không men.* Bánh mì không nở vì bột không có men, dùng trong Lễ Vượt qua.

unmoved mover /ˌʌnˈmuːvd ˈmuːvər/ *Đấng bất biến.* Thuật ngữ Aristotle (384-322 T.C.) dùng để miêu tả bản chất Đức Chúa Trời. Đức Chúa Trời là thực thể bất biến duy nhất vì mọi vật đều thay đổi do tác động của một vật khác. Nhưng Đức Chúa Trời bất biến, không di chuyển và không hư nát.

unorthodox /ʌnˈɔːrθədɑːks/ *phi chính thống.* Không đồng nhất với tư tưởng chính thống, thường chỉ một quan điểm thần học.

unpardonable sin Xem: sin against the Holy Spirit.

unquenchable fire /ʌnˈkwentʃəbl ˈfaɪər/ *ngọn lửa không hề tắt.* Hình ảnh về sự trừng phạt đời đời mà Đức Chúa Trời dành cho những người bất chính (Mat 18:8; 25:41; Lu 3:17; Giu 1:7).

unregenerate /ˌʌnrɪˈdʒenərət/ *người chưa tái sinh.* Những người chưa có đức tin nơi Đức Chúa Giê-xu Christ và chưa được Đức Thánh Linh tái sinh.

unrighteous /ʌnˈraɪtʃəs/ *bất chính; bất lương; tội lỗi.* Người chưa được xưng công chính và chưa được tha thứ trong Đức Chúa Giê-xu Christ (Công 24:15; II Phi 2:9).

unrighteousness /ʌnˈraɪtʃəsnɪs/ *sự bất chính; sự bất lương.* Tình trạng chưa được xưng công chính và chưa được tha thứ trong Đức Chúa Giê-xu Christ.

unsaved /ʌnˈseɪvd/ *người chưa được cứu.* Người chưa được Đức Chúa Trời ban sự cứu rỗi trong Đức Chúa Giê-xu Christ.

Urim and Thummim /ˈʊrɪm ən ˈθʌmɪm/ *Urim và Thumim.* Những vật các thầy tế lễ dùng trong thời Cựu Ước để tìm kiếm ý muốn của Đức Chúa Trời trong trường hợp hồ nghi không chắc chắn (Xuất 28:30; Dân 27:21; I Sa 28:6).

use of the law /juːs əv ðə lɔː/ *tác dụng của luật pháp.* Các nhà thần học Tin Lành chia tác dụng của luật đạo đức ra làm ba loại: dân sự hay chính trị, sư phạm và mô phạm. Calvin chủ yếu bàn đến tác dụng thứ ba, coi luật đạo đức là quy chuẩn hướng dẫn cho các hành xử của con người.

usury /ˈjuːʒəri/ *lãi nặng; cho vạy nặng lãi.* Tập quán cho vay tiền lấy lãi, bị cấm trong Cựu Ước (Xuất 22:25; Lê 25:35-37), dần dần được giáo hội Cơ Đốc chấp nhận khi chủ nghĩa tư bản ra đời.

Utilitarianism /ˌjuːtɪlɪˈteriənɪzəm/ *thuyết vị lợi.* Học thuyết ra đời vào thế kỷ XIX, đánh giá giá trị theo tính hữu dụng, đồng hóa hành vi sinh ra lợi ích với hành vi thiện. Lấy nguyên tắc có lợi để đánh giá hành vi của một người. Học thuyết này gắn với triết gia Jeremy Bentham (1748-1832).

V - v

vacation Bible school /vəˈkeɪʃn ˈbaɪbl skuːl/ *lớp Thánh kinh mùa hè.* Các lớp Thánh kinh tổ chức vào kỳ nghỉ hè dành cho thiếu nhi, kéo dài một đến hai tuần, vì mục đích giáo dục Cơ Đốc và thông công.

validity of sacraments /vəˈlɪdəti əv ˈsækrəmənts/ *tính hợp thức của Thánh lễ.* Thánh lễ chỉ được coi là hợp thức khi được tiến hành đúng cách. Ví dụ hầu hết các hội thánh yêu cầu phải sử dụng danh Ba Ngôi Đức Chúa Trời và nước cho Thánh lễ báp-têm.

validity /vəˈlɪdəti/ *hiệu lực; giá trị (lý luận, pháp lý); tính hợp thức.* Thuật ngữ Công giáo chỉ việc tuân theo đúng giáo luật và đạt được kết quả mong đợi. Các thánh lễ chỉ có giá trị khi được tiến hành hợp thức.

value, value judgments /ˈvæljuː, ˈvæljuː ˈdʒʌdʒmənts/ *chuẩn mực giá trị.* Cái quan trọng có giá trị. Trong đạo đức học, hành động được thực hiện trong tương quan với những giá trị. Do đó, chúng là những chuẩn mực để đánh giá giá trị.

Vatican City /ˈvætɪkən ˈsɪti/ *Thành Vatican.* Lãnh thổ bao quanh cung điện Vatican tại Rome. Thành Vatican là một quốc gia có chủ quyền, nằm trong lòng thành phố Rome, là quốc gia có chủ quyền nhỏ nhất thế giới (108,7 héc-ta). Còn được gọi là Nước Vatican.

Vatican /ˈvætɪkən/ *Toà thánh Vatican.* Ngôi vị của Giáo Hoàng cũng như lãnh thổ bao quanh cung điện Giáo hoàng và nhà thờ Thánh Phi-e-rơ tại Rome, I-ta-li-a.

veil, religious /veɪl, rɪˈlɪdʒəs/ *khăn lúp nữ tu.* Khăn lúp phụ nữ choàng đầu để thể hiện chức vụ, địa vị hay vai trò trong giáo hội Công giáo La Mã. Nữ tu tập sự thường đội khăn màu trắng, các mẹ bề trên thường đội khăn màu đen.

venerable /ˈvenərəbl/ *đáng kính; khả kính.* Danh hiệu dùng để gọi một người trong lễ thụ phước (lễ phong chân phước) của giáo hội Công giáo. Trong giáo hội Anh, đó là danh hiệu để gọi ngài Tổng Chấp sự.

veneration of images /ˌvenəˈreɪʃn əv ˈɪmɪdʒəz/ *tôn kính ảnh tượng.* Bày tỏ sự tôn kính trước các biểu tượng, ví dụ như biểu tượng thánh giá.

veneration of relics /ˌvenəˈreɪʃn əv ˈrelɪks/ *tôn kính di vật thánh.* Bày tỏ sự tôn kính (như quỳ gối) trước những di vật được cho là của các thánh hay Đấng Christ.

vengeance /ˈvendʒəns/ *sự báo thù.* Hành động trả thù điều người khác đã làm sai với mình. Theo truyền thống Do Thái - Cơ Đốc, sự báo thù phải nhường chỗ cho tình yêu thương (Lê 19:18). Sự báo thù tối hậu thuộc về một mình Đức Chúa Trời (Phục 32:35; Rô 12:19; Hê 10:13).

venial sin /ˈviːniəl sɪn/ *tội không nghiêm trọng; có thể tha thứ.*

verbal inspiration Xem: inspiration, verbal theory of.

vernacular /vərˈnækjələr/ *tiếng bản địa; ngôn ngữ bản địa.* Ngôn ngữ của một đất nước, tôn giáo hay nền văn hóa. Cơ Đốc nhân mong muốn dịch Kinh thánh sang tất cả các ngôn ngữ bản địa. Cũng vậy, nghi lễ thờ phượng Cơ Đốc cần được thực hiện bằng ngôn ngữ bản địa để người tham dự có thể hiểu được.

Vicar of Christ /ˈvɪkər əv kraɪst/ *Đức Giáo hoàng (người đại diện Đấng Chist).* Chức danh của giáo hoàng trong giáo hội Công giáo như là người đại diện cho Đấng Christ trên đất. Cũng là danh xưng của các vị giám mục khác trong giáo hội Công giáo.

Vicar of Peter /ˈvɪkər əv ˈpiːtər/ *vị đại diện thánh Phi-e-rơ (Giáo hoàng).* Danh hiệu của Giám mục thành Rome (Giáo hoàng) là đầu hội thánh hữu hình theo tục truyền chức tông đồ bắt đầu từ thánh Phi-e-rơ.

vicar /ˈvɪkər/ *người đại diện; Mục sư đặc trách giáo khu.* Người có quyền hành động trong cương vị của người khác. Chức phụ trách giáo khu trong giáo hội Anh.

vicarious atonement Xem: substitutionary death of Christ.

vicarious faith /vaɪˈkeriəs feɪθ/ *đức tin thay thế.* Giáo lý cho rằng một người có thể tin Chúa thay cho người khác, như là cha mẹ tin thế cho con.

vice /vaɪs/ *thói hư tật xấu; tội lỗi xấu xa; khuyết điểm.* Tự ý làm việc xấu hay tội lỗi. Từ trái nghĩa với đức hạnh.

viceregent, Christ as /ˈvaɪsˈridʒənt, kraɪst əz/ *quyền phó nhiếp chính của Đấng Christ.* Đấng Christ ngồi bên phải Đức Chúa Trời và hành động, tể trị trên danh nghĩa của Đức Chúa Trời.

victorious Christian life /vɪkˈtɔːriəs ˈkrɪstʃən laɪf/ *đời sống đắc thắng của Cơ Đốc nhân.* Phong trào truyền giáo bắt nguồn từ phái Wesley dạy về khả năng có thể và những phương pháp để thanh tẩy mọi tội lỗi được biết đến.

vigil /ˈvɪdʒɪl/ *buổi thức canh; lễ vọng; ngày áp lễ.* Đêm trước ngày lễ khi mà toàn thể hội thánh phải thức canh trong sự cầu nguyện và tự tra xét để sửa mình đón chào bình minh ngày mới.

virgin birth, the /ˈvɜːrdʒɪn bɜːrθ, ðə/ *sự giáng sinh bởi trinh nữ/nữ đồng trinh.* Giáo lý về sự giáng sinh của Chúa Giê-xu qua nữ đồng trinh Ma-ri, thông qua công việc của Đức Thánh Linh chứ không phải nhờ tình dục con người. Giáo lý này được nêu trong Bài tín điều các Sứ đồ. Có nhiều cách hiểu khác nhau, có người hiểu giáo lý này theo nghĩa đen, người khác hiểu nó mang ý nghĩa biểu tượng.

virginity, perpetual Xem: perpetual virginity of Mary.

virtual intention /ˈvɜːrtʃuəl ɪnˈtenʃn/ *ý định thật sự.* Quan điểm Công giáo La Mã cho rằng một thánh lễ có giá trị nếu linh mục có ý định cử hành nó, dù cho trong quá trình thi hành thánh lễ vị linh mục bị lãng ý và mất tập trung.

virtue /ˈvɜːrtʃuː/ *bản tính đức hạnh.* Thiên hướng sinh ra khao khát hay thói quen làm những điều đúng đắn. Đối lập với từ tội lỗi (vice).

virtue, infused /ˈvɜːrtʃuː, ɪnˈfjuːzd/ *nhân đức thiên phú; đức hạnh thiên phú.* Thuật ngữ Công giáo chỉ phẩm chất đức hạnh do Đức Chúa Trời ban chứ không phải do con người nỗ lực tôi luyện mà thành. Đức tin, sự hy vọng và tình yêu thương là những đức hạnh thiên phú.

virtues /ˈvɜːrtʃuːz/ *phẩm chất đức hạnh; thói quen tốt.* Những thói quen hay phẩm chất đạo đức tốt.

virtues, cardinal /ˈvɜːrtʃuːz, ˈkɑːrdɪnl/ *đức hạnh tự nhiên.* Những đức hạnh bản lề của đời sống đạo đức Cơ Đốc: đức tin, sự hy vọng, tình yêu thương, thận trọng, công bằng, tiết độ và can đảm. Xem: virtues, the seven.

virtues, Christian Xem: virtues, theological.

virtues, the seven Xem: virtues, cardinal.

virtues, theological /ˈvɜːrtʃuːz, ˌθiːəˈlɑːdʒɪkl/ *đức hạnh thần học; nhân đức đối thần.* Ba loại đức hạnh trực tiếp lấy Đức Chúa Trời làm đối tượng, đó là: đức tin, sự hy vọng và tình yêu thương (I Cô 13:13); có được bởi ân điển từ Đức Chúa Trời.

visible church /ˈvɪzəbl tʃɜːrtʃ/ *hội thánh hữu hình.* Tổ chức hội thánh nhìn thấy được trên đất. Khác với khái niệm "hội thánh vô hình" (invisible church) của Augustine (354-430) bao gồm những tín hữu tin Chúa Giê-xu thật sự trên đất và trên thiên đàng. Xem: church, visible.

visible sign /ˈvɪzəbl saɪn/ *dấu hiệu hữu hình.* Theo quan điểm của Augustine, các thánh lễ là những "dấu hiệu hữu hình của những điều thánh" hay "những dấu hiệu hữu hình của ân điển vô hình". Một thánh lễ phải bao gồm vật chất ("dấu hiệu hữu hình") như là nước trong phép báp-têm hay bánh và chén trong lễ Tiệc Thánh, cùng với lời hứa hay tuyên bố khẳng định ý nghĩa thánh của các dấu hiệu hữu hình.

visitation of the sick /ˌvɪzɪˈteɪʃn əv ðə sɪk/ *thăm người bệnh.* Hành động cần có của Cơ Đốc nhân (Mat 25:31-46). Cụm từ này cũng chỉ một nghi lễ trong Cuốn 'Book of Common Prayer', việc mục sư cử hành khi thăm người bệnh.

vocation /voʊˈkeɪʃn/ *sự kêu gọi; chức vụ; công tác.* Sự kêu gọi của Đức Chúa Trời đến với sự cứu rỗi hay chức vụ cụ thể, dành cho cá nhân hay tập thể. Trong Công giáo, từ này chỉ sự kêu gọi vào chức vụ như linh mục, tu sĩ hay nữ tu.

voluntarism /vɒlənˈtɛrɪzəm/ *thuyết duy ý chí.* Quan điểm triết học nhấn mạnh vai trò của ý chí hơn vai trò của lý trí. Lấy ý hướng tốt hay xấu của người hành động làm cơ sở phán định giá trị luân lý của việc người ấy làm. Cũng là quan điểm thần học cho rằng ý chỉ của Đức Chúa Trời có quyền trên mọi sự và là thiện lành.

vowel point /ˈvaʊəl pɔɪnt/ *dấu nguyên âm.* Dấu đánh dưới các phụ âm tiếng Hê-bơ-rơ biểu thị nguyên âm của âm tiết.

Vulgate /ˈvʌlgeɪt/ *Bản Kinh thánh Vulgate.* Bản Kinh thánh La-tinh do Jerome (347-420) dịch năm 382-387. Đây là bản Kinh thánh chung của giáo hội Tây phương từ thế kỷ V đến thế kỷ VI và là cơ sở của bản Kinh thánh chính thức của giáo hội Công giáo từ thế kỷ XVI đến thế kỷ XX.

W - w

wafer /ˈweɪfər/ *bánh Tiệc thánh.* Bánh không men dùng trong lễ Tiệc Thánh của giáo hội Công giáo, trở nên thịt của Đấng Christ nhờ nghi lễ thánh hóa của linh mục.

wake /weɪk/ *ngày áp lễ; canh thức tang lễ.* Ngày áp lễ hay ngày lễ, một lễ hội ở giáo khu. Cũng chỉ sự nhóm lại trước hay sau một đám tang hoặc trước lễ chôn cất. Trong nhà thờ Công giáo, từ này chỉ sự thức canh linh cữu người chết.

wave offering /weɪv ˈɔːfərɪŋ/ *của lễ đưa qua đưa lại trước bàn thờ Đức Chúa Trời.* Của lễ miêu tả trong Lê-vi 7:28-34; 23:10-20, gồm thịt luộc và bánh được đưa qua đưa lại và dâng lên Đức Chúa Trời; sau khi dâng, chỉ thầy tế lễ được ăn.

Way, the /weɪ, ðə/ *Đường; Đạo.* Phương thức Đấng Christ đã mặc khải để nhận biết và hướng về với Đức Chúa Trời hay trở thành thánh thiện, toàn đức (Mat 7:13-14).

wealth, gospel of /welθ, ˈgɑːspl əv/ *Phúc Âm giàu sang, Tin Lành thịnh vượng.* Quan điểm cho rằng người mạnh và đạo đức sẽ trở nên giàu sang, còn người nghèo phải nghèo vì họ đáng bị như vậy. Quan điểm này là đặc điểm của chủ nghĩa xã hội Darwin và hình thành chủ nghĩa tư bản Mỹ thế kỷ XIX.

wedding /ˈwedɪŋ/ *hôn lễ.* Nghi lễ đánh dấu sự khởi đầu của hôn nhân; về mặt thần học, được cho là được thực hiện trong sự hiện diện của Đức Chúa Trời.

Weeks, Feast of /wiːks, fiːst əv/ *Lễ Các Tuần.* Một trong ba lễ hội hàng năm của các nam giới Do Thái và là lễ hội đầu tiên trong hai lễ hội nông nghiệp (Xuất 34:22-23), kéo dài bảy tuần sau mùa gặt.

Wesleyan tradition /ˈwesliːən trəˈdɪʃn/ *truyền thống Wesley.* Truyền thống bắt nguồn từ sự dạy dỗ của John Wesley (1703-1791) nhấn mạnh tiền ân, ý chí tự do và khả năng thánh hóa trọn vẹn. Làm căn bản cho giáo phái Giám Lý và một số khía cạnh trong giáo hội Nazarene.

Wesleyanism /ˈwesliːənɪzəm/ *thần học Wesley.* Thần học xây dựng trên quan điểm của John Wesley (1703-1791) người ngả theo quan điểm thần học của James Arminius (1560-1609).

Western church /ˈwestərn tʃɜːrtʃ/ *giáo hội Tây phương (La-tinh).* Cơ Đốc giáo thế giới phương Tây. Hoặc chỉ Công giáo La Mã để phân biệt với đạo Cơ Đốc Chính thống Đông phương khi hai giáo hội phân rẽ năm 1054.

Western theology /ˈwestərn θiˈɑːlədʒi/ *thần học Tây phương.* Quan điểm thần học của giáo hội La-tinh (Tây phương) để phân biệt với quan điểm của giáo hội Hy Lạp (Đông phương).

Westminster Catechisms /ˈwestmɪnstər ˈkætəkɪzəmz/ *giáo lý đại cương Westminster.* Hai bài giáo lý đại cương được biên soạn trong Hội nghị Westminster cùng với Bản tín điều Westminster và được hoàn thiện vào năm 1647. Bài ngắn dành cho thanh thiếu niên, bài dài dành cho các mục sư.

Westminster Confession of Faith (1646) /ˈwestmɪnstər kənˈfeʃn əv feɪθ/ *bản tín điều Westminster (1646).* Bản tín điều được biên soạn trong Hội nghị Westminster năm 1646 để đưa Anh Quốc giáo đến gần với giáo hội Scotland và các phái cải chánh khác. Về căn bản, theo quan điểm truyền thống của phái Calvin. Nó cũng được coi là tiêu chuẩn cho nhiều giáo phái Trưởng Lão và cải chánh khác.

wickedness /ˈwɪkɪdnəs/ *xấu xa; gian ác.* Điều tội lỗi trái với ý muốn của Đức Chúa Trời (Sáng 13:13; Ê-sai 26:10; Mác 7:22, Rô 2:8).

will of God /wɪl əv gɑːd/ *ý muốn của Đức Chúa Trời.* Ý muốn hay dự định của Đức Chúa Trời, là điều tốt lành nhất và để đánh bại tội lỗi xấu xa trong thế gian.

will /wɪl/ *ý muốn; ý chí.* Sức mạnh nội tại để thực hiện các lựa chọn; khác với trí tuệ.

will, bondage of the /wɪl, ˈbɑːndɪdʒ əv ðə/ Xem: bondage of the will.

will, freedom of the /wɪl, ˈfriːdəm əv ðə/ Xem: free choice.

willful sin /ˈwɪlfl sɪn/ *tội cố ý.* Cố ý vi phạm ý muốn của Đức Chúa Trời.

wine, eucharistic /waɪn, ˈjuːkərɪstɪk/ *rượu Tiệc Thánh.* Rượu nho sử dụng trong Lễ Tiệc Thánh. Nghi lễ bao gồm cầu nguyện thánh hóa, tuyên đọc lời Chúa Giê-xu thiết lập lễ Tiệc Thánh và phân phát rượu nho cho hội thánh.

wisdom of God Xem: God, wisdom of.

wisdom /ˈwɪzdəm/ *sự khôn ngoan.* Sự hiểu biết những điều chân và thiện, làm cơ sở để phân biệt phải trái. Sự khôn ngoan là một bản tính của Đức Chúa Trời và là một ân tứ Thánh Linh (Ê-sai 11:2; Êph 1:17).

witch /wɪtʃ/ *phù thuỷ.* Theo truyền thống là những người phụ nữ làm phép tà ma, bị Cơ Đốc giáo buộc tội tà giáo. Thuật ngữ này còn được dùng theo nghĩa tích cực chỉ quyền năng thuộc linh của phụ nữ.

witchcraft /ˈwɪtʃkræft/ *ma thuật; phép phù thủy.* Sử dụng quyền năng của con người kèm theo phép thuật của ma quỷ. Bị Kinh thánh lên án là đi ngược lại sự thờ phượng Đức Chúa Trời chân thật (Xuất 22:18; Phục 18:9-14; Ga 5:19-20).

witness' of the Holy Spirit /ˈwɪtnəs əv ðə ˈhoʊli ˈspɪrɪt/ Xem: internal testimony (witness) of the Holy Spirit.

witness /ˈwɪtnəs/ *người làm chứng; nhân chứng.* Người làm chứng cho chân lý, đặc biệt là làm chứng về Phúc Âm Cơ Đốc (Gi 1:7; Công 1:8; 2:32).

women in the church, issue of /ˈwɪmɪn ɪn ðə tʃɜːrtʃ, ˈɪʃuː əv/ *vấn đề phụ nữ trong hội thánh.* Câu hỏi về vai trò của phụ nữ trong hội thánh, đặc biệt là vấn đề phong tước nữ mục sư hay nữ lãnh đạo hội thánh.

women's liberation /ˈwɪmɪnz ˌlɪbəˈreɪʃn/ *giải phóng phụ nữ.* Phong trào đấu tranh đòi sự bình đẳng cho phụ nữ trong mọi lĩnh vực cuộc sống, nhìn chung, quan tâm đến sự công bằng cho phụ nữ và quyền tham gia đầy đủ của phụ nữ vào đời sống xã hội. Nó là mối quan tâm của nhiều người và nhiều liên minh tổ chức.

wonders /ˈwʌndərz/ *phép lạ.* Thuật ngữ chỉ phép lạ, nhấn mạnh vào đặc tính gây kinh ngạc của chúng. Phong trào "Dấu kỳ phép lạ" ở nhiều hội thánh nhấn mạnh những công việc kỳ diệu mà Đức Chúa Trời làm trong đời sống cá nhân.

Word and Sacrament, office (ministry) /wɜːrd ən ˈsækrəmənt, ˈɔːfɪs (ˈmɪnɪstri)/ *chức vụ giảng Lời Chúa và ban Thánh lễ.* Chức vụ của mục sư trong hội thánh, đặc biệt là các hội thánh Trưởng Lão.

Word of God /wɜːrd əv gɑːd/ *Lời Chúa.* Sự bày tỏ về chính Đức Chúa Trời thông qua Ngôi Lời nhập thể (Chúa Giê-xu; Gi 1:1-14), Lời viết ra (Kinh thánh; Mat 15:6) và Lời sống (sự giảng đạo; Công 4:31; II Cô 2:17; Côl 1:25). Xem: Bible.

word of the Lord /wɜːrd əv ðə lɔːrd/ *Lời của Chúa.* Cụm từ các nhà tiên tri trong Cựu Ước thường dùng để nhấn mạnh sứ điệp họ truyền là lời phán của Đức Chúa Trời.

Word, the /wɜːrd, ðə/ *Ngôi Lời; Thánh Ngôn.* Danh xưng của Đức Chúa Giê-xu Christ (Gi 1:1). Cũng chỉ Kinh thánh hay sự giảng đạo. Có quyền năng hoàn thành mục đích của Đức Chúa Trời và biến đổi đời sống (Hê 4:12).

words of administration /wɜːrdz əv ədˌmɪnɪˈstreɪʃn/ *lời ban Tiệc Thánh.* Lời đọc trong lễ Tiệc Thánh.

words of institution /wɜːrdz əv ˌɪnstɪˈtuːʃn/ *công thức thiết lập lễ Tiệc Thánh.* Lời Kinh thánh về sự thiết lập lễ Tiệc Thánh và được đọc trong lễ Tiệc Thánh.

work of Christ /wɜːrk əv kraɪst/ *công việc của Đấng Christ.* Chức vụ của Chúa Giê-xu trên đất, đặc biệt là sự chết và sự sống lại của Ngài nhằm cứu rỗi con người.

work of God, alien /wɜːrk əv gɑːd, ˈeɪliən/ *công việc xa lạ với bản chất Đức Chúa Trời.* Công việc Đức Chúa Trời làm dường như xa lạ với bản chất thương xót hay thiện lành của Ngài. Ví dụ như ý muốn của Ngài trên tội nhân. Công việc xa lạ thua kém hơn những công việc thích hợp với bản chất của Ngài. Xem: work of God, proper.

work of God, proper /wɜːrk əv gɑːd, ˈprɑːpər/ *công việc thích hợp với bản chất Đức Chúa Trời.* Công việc của Đức Chúa Trời phù hợp với bản tính thiện lành, công bằng, thương xót của Ngài, như là công cuộc sáng tạo, ân điển và sự chu cấp của Ngài cho muôn vật. Theo các thần học gia

Trung cổ, công việc thích hợp với bản chất của Ngài lớn hơn những công việc xa lạ với bản chất của Ngài. Xem: work of God, alien.

work /wɜːrk/ *công việc.* Hoạt động để hoàn thành một điều gì đó. Kinh thánh nêu trách nhiệm của Cơ Đốc nhân là phải hoàn thành công việc của Đức Chúa Trời.

work, theology of /wɜːrk, θiˈɑːlədʒi əv/ *thần học về công việc.* Quan điểm cho rằng những việc chúng ta làm hàng ngày có thể làm vinh hiển Đức Chúa Trời và làm trọn sự kêu gọi của Ngài đối với chúng ta.

worker priests /ˈwɜːrkər priːsts/ *linh mục công nhân.* Nhóm linh mục Công giáo Pháp và Bỉ tìm cách truyền đạo cho những công nhân Công giáo vốn rất xa lạ bằng cách gia nhập lực lượng công nhân. Việc này diễn ra từ năm 1944 đến 1954 cho đến khi bị giáo hội đàn áp vì họ bị cho là làm tổn hại đến chức vụ linh mục.

works of God /wɜrks əv gɑːd/ *công việc của Đức Chúa Trời.* Chỉ công cuộc sáng tạo và việc Đức Chúa Trời chu cấp và duy trì trật tự thế giới tạo vật. Theo nghĩa chung chỉ về mọi công việc của Đức Chúa Trời.

works of superogation /wɜrks əv ˌsupərˈɛrəˌgeɪʃən/ *công việc ngoại trạch.* Những việc vượt quá yêu cầu để đạt đến sự cứu rỗi. Trong thần học Công giáo La Mã, các thánh là những người làm việc thiện vượt quá yêu cầu trong luật pháp của Đức Chúa Trời.

works righteousness /wɜrks ˈraɪtʃəsnəs/ *công chính bởi việc làm.* Quan điểm cho rằng công việc của con người được kể trước mặt Đức Chúa Trời và khiến họ được cứu rỗi.

works /wɜrks/ *công việc.* Những hành động của Đức Chúa Trời hay của con người.

works, covenant of /wɜrks, ˈkʌvənənt əv/ *giao ước việc làm.* Giao ước Đức Chúa Trời lập với A-đam, theo đó sự vâng phục sẽ dẫn đến sự sống và sự bất tuân sẽ dẫn đến sự đoán phạt. Quan điểm này phát triển trong thần học giao ước cải chánh thế kỷ XVI và được nhắc đến trong Bản tín điều Westminster (1645, chương VII).

works, good /wɜrks, gʊd/ *việc lành.* Xem: good works.

world come of age /wɜːrld kʌm əv eɪdʒ/ *thế giới trưởng thành.* Thuật ngữ Dietrict Bonhoeffer (1906-1945) dùng để gọi thế giới cùng thời đại với ông, một thế giới không tìm đến tôn giáo hay niềm tin để trả lời các câu hỏi của nó. Con người sống độc lập tự trị và không coi Đức Chúa Trời là có liên quan đến đời sống.

World Council of Churches (WCC) /wɜːrld 'kaʊnsl əv tʃɜːrtʃəz/ *Hội đồng Đại kết các giáo hội Cơ Đốc.* Tổ chức giáo hội thành lập tại Amsterdam năm 1948 liên kết các hội thánh trên thế giới "xưng nhận Đức Chúa Giê-xu Christ là Chúa và Cứu Chúa theo lời Kinh thánh". Các hội thánh cam kết sẽ "làm trọn sự kêu gọi chung để tôn vinh một Đức Chúa Trời duy nhất là Đức Chúa Cha, Đức Chúa Con và Đức Thánh Linh".

world evangelization /wɜːrld ɪvændʒəlaɪˈzeɪʃn/ *truyền giáo thế giới.* Nỗ lực của các hội thánh, đoàn thể và cá nhân trong việc truyền giảng Phúc Âm Cơ Đốc trên toàn thế giới, dưới nhiều hình thức khác nhau, chủ yếu là hình thức truyền giảng về thập tự giá cho những đám đông hàng nghìn người.

world missions /wɜːrld ˈmɪʃnz/ *sứ mệnh thế giới.* Nỗ lực của các hội thánh, đoàn thể Cơ Đốc và các Cơ Đốc nhân trong việc thực hiện sứ mệnh Chúa Giê-xu giao cho trên toàn thế giới.

world religions /wɜːrld rɪˈlɪdʒənz/ *các tôn giáo lớn; tôn giáo thế giới.* Thuật ngữ từ thế kỷ XIX chỉ các tôn giáo vượt qua biên giới quốc gia và tập trung tìm kiếm sự cứu rỗi: Do Thái giáo, Cơ Đốc giáo, Hồi giáo, Hin-đu giáo, Phật giáo, Shinto và Đạo/Khổng giáo.

world /wɜːrld/ *thế gian; thế giới; vũ trụ.* Khái niệm trong Kinh thánh chỉ trái đất, toàn bộ vũ trụ hay những lực lượng tâm linh chống nghịch Đức Chúa Trời (I Gi 2:15-17; 5:4). Song trái đất cũng là nơi ý muốn và công việc của Đức Chúa Trời được hoàn tất và là nơi thi hành sứ mệnh và công việc của hội thánh Cơ Đốc.

worldliness /ˈwɜːrldlinəs/ *tính phàm tục; tính thế tục.* Quan tâm đến thế giới đời này, chỉ những điều kiện văn hóa xã hội; hoặc có thể dùng theo nghĩa tiêu cực chỉ thái độ quá quan tâm đến đời này và ít tìm kiếm ý muốn của Đức Chúa Trời.

worldly holiness /ˈwɜːrldli ˈhoʊlinəs/ *sự thánh khiết giữa thế gian.* Đời sống Cơ Đốc kỷ luật, tham gia vào cuộc sống thế gian một cách trọn vẹn mà vẫn duy trì nếp sống thánh khiết tận hiến cho Đức Chúa Trời trong sự thuận phục Đấng Christ.

worldview /ˈwɜːrldvjuː/ *thế giới quan.* Cách nhận thức của một người về thế giới thực tiễn. Còn gọi là triết lý sống, nhân sinh quan, hệ tư tưởng. Xem: cosmology.

Worldwide Church of God /ˈwɜːrldwaɪd tʃɜːrtʃ əv gɑːd/ *Hội thánh Toàn cầu của Đức Chúa Trời.* Phong trào do Herbert W. Armstrong (1892-1986) sáng lập năm 1933, tách ra khỏi hội thánh Sa-bát Phục Lâm. Chấp nhận giáo lý Sa-bát Phục lâm, tin vào Do Thái giáo của Anh quốc, nhấn mạnh việc dâng phần mười và nói tiên tri. Đi tiên phong trong việc truyền giảng cho đông đảo quần chúng bằng đài phát thanh, vô tuyến và tạp chí.

worship service Xem: worship, public.

worship /ˈwɜːrʃɪp/ *thờ phượng; thờ lạy.* Nghi lễ dâng sự tôn kính, lời ngợi khen, sự cảm tạ lên Đức Chúa Trời bằng thái độ và hành động.

worship, order of /ˈwɜːrʃɪp, ˈɔːrdər əv/ *chương trình thờ phượng.* Trật tự các phần trong lễ thờ phượng.

worship, public /ˈwɜːrʃɪp, ˈpʌblɪk/ *thờ phượng chung.* Sự nhóm lại thờ phượng chung của hội thánh Cơ Đốc. Xem: worship service.

worship, theology of /ˈwɜːrʃɪp, θiˈɑːlədʒi əv/ *thần học thờ phượng.* Thần học nghiên cứu về sự thờ phượng ca ngợi Đức Chúa Trời. Sự thờ phượng có vị trí trung tâm trong đời sống Cơ Đốc, đòi hỏi sự đáp ứng tận hiến trọn vẹn của tín đồ. Sự thờ phượng được Kinh thánh hướng dẫn và được làm thành bởi Ba Ngôi Đức Chúa Trời - Đấng duy nhất được tôn vinh.

wounds of Christ, the five sacred /wuːndz əv kraɪst, ðə faɪv ˈseɪkrɪd/ *năm vết thương thánh của Đấng Christ.* Năm vết thương Đấng Christ phải chịu trên thập tự giá (bàn tay, bàn chân và sườn) (Gi 19:34; 20:25, 27).

wrath of God /ræθ əv gɑːd/ *sự thịnh nộ của Đức Chúa Trời.* Xem: God, wrath of.

Writings /ˈraɪtɪŋz/ *Thánh văn; sách Thi văn.*

Y - y

Yahweh /ˈjɑːweɪ/ *Đức Giê-hô-va; Đức Gia-vê.* Cách đọc tên Đức Chúa Trời YHWH hay JHWH, được dịch là CHÚA trong Kinh thánh bản dịch mới. Xem: Jehovah.

Yahwist /ˈjɑːwɪst/ *tác giả nguồn J.* Tác giả nguồn tư liệu J của sách Ngũ Kinh trong Kinh thánh, sử dụng danh xưng của Đức Chúa Trời là "Giê-hô-va" (Yahweh).

Yom Kipper Xem: Atonement, Day of.

Z - z

Zealot /zelət/ *nhóm Xê-lốt.* Một giáo phái Do Thái thế kỷ I (66-70 S.C.), tập hợp những người ái quốc cực đoan. Họ coi trọng việc thờ phượng Đức Giê-hô-va và coi việc người ngoại quốc thống trị là xúc phạm tới Đức Giê-hô-va nên họ cực lực phản đối người La Mã thống trị. Một số người này theo Chúa Giê-xu.

Zion /ˈzaɪən/ *Đất Si-ôn.* Tên gọi trong Cựu Ước chỉ thành Giê-ru-sa-lem. Tên gọi trong cả Cựu Ước và Tân Ước chỉ thành thánh trên trời (Ê-sai 60:14; Hê 12:22; Khải 14:1). Đối với hội thánh Cơ Đốc, nó là hình ảnh biểu tượng cho thiên đàng.

Zionism /ˈzaɪənɪzəm/ *chủ nghĩa phục quốc Do Thái.* Phong trào tìm cách khôi phục đất Y-sơ-ra-ên cho người Do Thái vốn là lãnh thổ của họ từ thời Kinh thánh.

Zionism, Christian /ˈzaɪənɪzəm, ˈkrɪstʃən/ *chủ nghĩa phục quốc Do Thái Cơ Đốc.* Phong trào Cơ Đốc ủng hộ chủ nghĩa phục quốc Do Thái dựa trên cách hiểu Kinh thánh cho rằng dân Do Thái sẽ tụ họp lại trước khi Đức Chúa Giê-xu Christ tái lâm (tiền thiên hi niên).

Bảng Mục Lục: Việt–Anh

A - a

B - b

C - c

D - d

Đ - đ

E - e

G - g

H - h

I - i

K - k

L - l

M - m

N - n

P - p

Q - q

R - r

S - s

T - t

U - u

V - v

X - x

Y - y

www.ingramcontent.com/pod-product-compliance
Lightning Source LLC
Chambersburg PA
CBHW020350100426
42812CB00001B/9

* 9 7 8 1 9 8 8 9 9 0 4 1 5 *